AF751743

வள்ளிநாயகம்
காம்பௌண்ட்

வள்ளிநாயகம் காம்பௌண்ட்

ஷாராஜ்

எழுத்து
பிரசுரம்

Title: Vallinayagam Compound
Author's Name: Shahraj
Copyright © Shahraj2022
Published by Ezutthu Prachuram

All rights reserved. No part of this publication may be reproduced, stored in a retrieval system, or transmitted, in any form or by any means, electronic, mechanical, photocopying, recording, psychic, or otherwise, without the prior permission of the publishers.

Ezutthu Prachuram
(An imprint of Zero Degree Publishing)
No. 55(7), R Block, 6th Avenue,
Anna Nagar,
Chennai - 600 040

Website: www.zerodegreepublishing.com
E Mail id: zerodegreepublishing@gmail.com
Phone: 89250 61999

Ezutthu Prachuram First Edition: December 2022
ISBN: 978-93-95511-28-5
TITLE NO EP: 387

Cover Design & Layout: Vijayan, Creative Studio

சமர்ப்பணம்

2017-ஆம் ஆண்டில் நிகழ்ந்த விபத்தில் நான் பலத்த
பாதிப்புக்குள்ளாகி நீண்ட காலம் பல்வேறு விதமான சிகிச்சை
பெற்றுக்கொண்டிருந்தபோது, எனக்கும் குடும்பத்தாருக்கும் பல்வேறு
வகையில் உதவிகள் புரிந்து, ஆத்ம பலமாகத் துணை நின்றவரும்,
பிறருக்கு உதவுவதைத் தன் இயல்பாகக் கொண்டவருமான,
நண்பர் கரு. பாலாவுக்கு...

அத்தியாயம் 1

இனி பார்ப்பதற்கு யாரெல்லாம் இருப்போமோ, மாட்டோமோ!

காம்பௌண்டுக்கு வெளியே தெருவில் டெம்போ நின்றிருக்க, கலாசு சூரி வீட்டிலிருந்து வீட்டு சாதனங்களை ரஞ்சிதா, முஸ்தாக், அன்பரசு ஆகியோர் எடுத்துச் சென்று ஏற்றிக்கொண்டிருந்தனர். கட்டில், பீரோ உள்ளிட்ட பெரிய அளவிலான பொருட்கள் யாவும் ஏற்றப்பட்டுவிட்டன. இனி மிச்சமிருப்பவை சிறிய ரக தட்டுமுட்டு சாதனங்கள், பாத்திர பண்டங்கள், துணிமணிகள் ஆகியவைதான். அட்டைப் பெட்டிகள், சாக்கு, கூடை, பைகள் ஆகியவற்றில் நிறைத்துக் கட்டி வைக்கப்பட்டிருந்த அவற்றை இவர்கள் எடுத்துச் சென்றுகொண்டிருக்க, சூரியின் தந்தையான, 70-களில் உள்ள நஞ்சப்பனும், ஓட்டுநரும் டெம்ப்போவில் இருந்து வாங்கி அடுக்கிவைத்துக்கொண்டிருந்தனர். சூரியின்

தாய் ராமாத்தா, வீட்டுக்குள்ளிருந்து சுமைகளை எடுத்துக் கொடுத்துக்கொண்டோ, நெறிப்படுத்திக்கொண்டோ இருந்தாள். நஞ்சப்பன், ராமாத்தா இருவரின் முகங்களிலும் சோகமும், துயரமும், ஆற்றாமையும் படிந்திருந்தன.

முன்னெச்சரிக்கை மிகுந்த இளைஞனான அன்பரசு முகக் கவசம் அணிந்திருந்ததோடு, தனது வீட்டிலிருந்து எடுத்து வந்து, இங்கே ஜன்னல் திட்டில் வைத்திருந்த சானிடைசரால் அரை மணி நேரத்துக்கு ஒரு முறை கைகளை சுத்தப்படுத்திக்கொண்டும் இருந்தான். ரஞ்சிதா கொரோனாவுக்காக அன்றி, தூசு தாக்காமல் இருப்பதற்காகத் துண்டை மடித்து மூக்கோடு சேர்ந்த முகத் திரையாகக் கட்டியிருந்தாள். முஸ்தாக்கும் அதைப் பார்த்து கைக்குட்டையை முக்கோணமாக மடித்து அதேபோலக் கட்டிக்கொண்டிருந்தான். அவர்களுடன் நெருங்கி நின்று இந்த வேலையைச் செய்வதில் தனது முகக் கவசத்தைத் தாண்டியும் உள்ளூரத் தயக்கம் கொண்டிருந்த அன்பரசுவிற்கு, தூசுக்காக அவர்கள் செய்த அந்தப் பாதுகாப்பே சமாதானத்தையும், தைரியத்தையும் அளித்துவிட்டது என்பதை ரஞ்சிதா அவனது முகக் குறிப்புகளிலிருந்து கண்டுகொண்டாள்.

கொந்தரைப் பல்லும், சந்துப் பல்லும் போல தொகுப்பு வீடுகள் அமைந்திருக்கும் அந்தக் காம்பௌண்ட்க்குள், சூரி வீட்டின் இரட்டையாக ஒட்டியுள்ள ரஞ்சிதா வீடு, எதிர்த்தாற் போல கிழபுறம் இரண்டாவது வீடான முஸ்தாக் வீடு ஆகிய வீடுகள் தவிர மற்ற ஐந்து வீடுகளிலும் கதவு சாத்தப்பட்டிருந்தது. அதில் தனியரான காரமடையான் வீட்டில் மட்டும் இப்போது ஆள் இல்லை. ஜோதிடர் இன்னமும் வரவில்லை. மற்ற வீடுகளில், வெளியே சென்றவர்கள் தவிர ஓரிருவராவது இருப்பார்கள். நேர் எதிர் வீடான பப்சுக்காரர் வீட்டில் அனைவருமே வீட்டுக்குள்தான். அப்படியிருந்தும் இந்த வீடுகள் யாவும் கதவு சாத்தியிருந்தன. மரவள்ளிக்காரர் வீட்டில் ஒற்றை ஜன்னல் மட்டும் திறந்து காணப்பட்டது. தொலைக்காட்சி சத்தங்கள் தவிர, பேச்சு சத்தங்கள் கூட வெளியே கேட்கவில்லை. கிழபுறமாக உள்ள பொதுக் குளியலறைகளுக்கும், மற்ற மூன்று புறக் காம்பௌண்ட்

வீடுகளுக்கும் மத்தியில் உள்ள, விளையாட்டு வாசல் எனப்படும் பரந்த காரை வாசலில், ஊரடங்கு விடுமுறைச் சிறார்களின் விளையாட்டு இன்றி, காலை வெயில் மட்டும் தனியாக நிழல்களோடு விளையாடிக்கொண்டிருந்தது. இந்தக் காம்பௌண்டுக்கே அந்நியமான அமைதியும், வெறுமையும் காம்பௌண்டெங்கும் அப்பிக் கிடந்தது.

கொரோனா அச்சம்தான் இப்படி எல்லோரையும், எப்போதும், எங்கும், எதிலும் ஆட்டிப் படைத்துக்கொண்டிருக்கிறது என்பதை ரஞ்சிதா வருத்தத்தோடு எண்ணிக்கொண்டாள்.

இந்தப் பொருட்களை ஏற்றுவதற்கு கூலிப் பணியாளர்களை அழைக்கலாம் என்றுதான் நஞ்சப்பன் தம்பதியர் பேசிக்கொண்டிருந்தனர். ரஞ்சிதா அதைக் கேட்டு, "நாமளே வேலை வெட்டி, காசு பணம் இல்லாம அஞ்சுக்கும் பத்துக்கும் அல்லாடிட்டிருக்கற இந்தச் சமயத்துல, இதுக்குப் போயி கூலிக்கு ஆள் புடிக்கறதா? நாலு சாமானஞ்சட்டு ஏத்தறக்கு நாம பத்தாதா? கட்டில் - பீரோவுக்கு மட்டும் ஆராச்சு ரெண்டு ஆம்பளைக கூட நின்னு ஒரு கை புடிச்சாச் செரி. அதைக் கூடவா பண்ண மாட்டாங்க? அப்புடியே இல்லாட்டியும் வண்டி ட்ரைவரை ஒரு கை புடின்னாப் புடிக்கறாரு!" என்றாள்.

வீட்டுக்குள் இருந்த முஸ்தாக் அதைக் கேட்டுவிட்டு வெளியே வந்து சூரி வீட்டு வாசலில் நின்றபடி, "என்ன ரஞ்சிதா இப்புடிச் சொல்லிப்போட்ட? நாங்கல்லாம் இல்லாமயா போயிட்டம்? சூரியண்ணன் இருந்தா ஒத்தை ஆளா அவுரே அத்தனை சாமானத்தையும் ஏத்திருவாரு. அவுரு இந்தக் காம்பௌண்ட்ல ஒவ்வொரு ஊட்டுக்கும் இந்த மாற வேலைகள, யாரும் உதவி கேக்காம செய்யச் சொல்லாம - ஓடியோடி அவுராவே தானா வந்து செய்வாரே! அந்த நன்னி விசுவாசத்துக்கு நாங்க திருப்பிச் செய்ய வேண்டாமா? அப்புடியே இல்லாட்டியும் நாங்க இதையப் பண்ண மாட்டமா?" என்றான்.

"அது செரிதானுங்ணா. ஆனா, அதெல்லாம் முன்ன. இந்த ஏளு மாசத்துல நெலைம மாறிருச்சே. அதுவும் இவங்க வீட்டுல இப்புடி ஆனதுக்கப்பறம், யாரும் கண்டிப்பா வர மாட்டாங்க..."

"அதை விடு. அது எல்லாப் பக்கமும் இருக்கறதுதான். தாய் புள்ளை, கூடப் பொறப்புகளே அப்புடித்தான! எந் தங்கச்சியே எங்க வீட்டுக்கு வந்தா, வீட்டுக்குள்ள வராம வெளிய நின்னே பேசீட்டுத்தான போறா! அதைய நாம தப்பு சொல்ல முடியுமா? உயிர் பயம் எல்லாருக்கும் இருக்கத்தான் செய்யும். தாய் புள்ளையே ஆனாலும், தன்னோட உசுரு வெல்லந்தான். அப்புடி இல்லாதவுங்களுக்கும், நாம போயிட்டா நம்ம குடும்பம் கொளந்தை குட்டிக கதி என்னாகறதுங்கற கவலை, அக்கறை இருக்கத்தான செய்யும்! நாம அதையெல்லாம் பாத்தா முடியுமா? யாரு வந்தாலும் வராட்டியும் நான் வருவேன். எனக்கு ஆபத்து வந்துருமோன்னு இருந்தபோது, 'என்னையக் கொன்னுட்டுத்தான் உன்னையத் தொட முடியும்டா தம்பி'ன்னு வரிஞ்சுகட்டி நின்னவரு அவுரு" என்றான்.

சூரி, இவளது கணவன் வேலுச்சாமி, முஸ்தாக் ஆகிய மூவருமே நண்பர்கள். அதிலும் சூரி, முஸ்தாக் இருவருக்கும் கிட்டத்தட்ட சம வயது, ஏழு ஆண்டு காலப் பழக்கம். சூரி போலவே முஸ்தாக்கும் ஒரு வகையில் உபகாரி.

"செரிங்ணா, அப்ப நாம நாலு பேரே போதும், சாதனங்களை ஏத்தறக்கு. டெம்போவுக்கு மட்டும் ஏற்பாடு பண்ணிருங்க" என்றாள் ரஞ்சிதா.

தெரிந்த டெம்ப்போவை ஏற்பாடு செய்தான்.

"ஒப்புக்குச் சப்பாணியா நீங்க ஒரு கை புடிச்சாப் போதும்" என நஞ்சப்பன் ராமாத்தா தம்பதியைச் சேர்த்துக்கொண்டு முதலாவதாக பீரோவை ஏற்றிக்கொண்டிருக்கையில் பேச்சரவங்கள் கேட்டு அன்பரசு முகக் கவசம், சானிடைசர் சகிதம் வந்து, "வயிசானவங்க பாவம், அவுங்களுக்கு ஒடம்புக்கும் முடியாது; இப்ப துக்கத்துலயும் இருக்கறாங்க. அவுங்களை இந்தச் செமைகளையும் செமக்க வெக்கணுமா? நீங்க வெலகுங்மா; நீங்களும் விட்டுருங்யா. நாங்க பாத்துக்கறோம்" என்று களமிறங்கிவிட்டான்.

ஆனால், அவனது அண்ணன் அறிவரசு, வீட்டிலேயே இருந்தும்,

எட்ட நின்று வேடிக்கை பார்த்ததோடு சரி. மரவள்ளிக்காரர் வீட்டிலிருந்து அவரது மனைவி, மக்கள் ஆகியோரும் எட்டிப் பார்த்துவிட்டுக் கதவடைத்துக்கொண்டனர். பப்சுக்காரர் குடும்பமாவது இப்போது வந்தது. சூரி அவர்களுக்குச் செய்ததாக சொல்லிக்கொள்ளவும் எதுவும் இல்லை; காம்பௌண்ட்வாசிகளோடு அவர்கள் நெருங்கிப் பழகுவதும் இல்லை. தானுண்டு; தன் காரியமுண்டு ரகமோ, கொரோனா எச்சரிக்கையோ! கொரோனா காலத்தில், நான்கு மாதங்களுக்கு முன்புதான் இங்கு குடிவந்த புதியவர்களான அவர்கள் அப்படி இருப்பது பரவாயில்லை. பழகியவர்களான அறிவரசு, மரவள்ளியின் மனைவி வைஷாலி, வாயாடி மகள் ஆதிரா ஆகியோர் கூட வரவில்லையே என்பது ரஞ்சிதாவுக்கு அங்கலாய்ப்பாக இருந்தது.

ஆனால், முஸ்தாக் சொல்வது போல, அவர்களைக் குறை சொல்லவும் பாங்கில்லை. கொரோனா பயத்தில் ரத்த சொந்த பந்தங்களே திருமணம், மரணம் ஆகியவற்றுக்குக் கூட போவதோ வருவதோ இல்லாத சூழ்நிலை அல்லவா!

சூரியின் மரணத்துக்கும் அப்படித்தான் ஆயிற்று. அவனுக்கு, அப்போது அவன் தங்கியிருந்த மாமனார் வீட்டில்தான் தொற்று அறிகுறி தெரிந்து, கோவை கொண்டு செல்லப்பட்டு, மரணமடைந்திருந்தான். கொரோனா பீதி காரணமாக கோவையிலேயே அடக்கமும் செய்துவிட்டனர். அப்படியிருந்தும், பதினைந்தாம் நாள் கருமாதிக்குப் பிறகும் இங்கே கூட துக்கம் விசாரிக்கவோ, ஆறுதலளிக்கவோ சொந்த பந்தங்கள் பலரும் வரவேயில்லை.

உற்றார் உறவுகளின் உண்மை முகம் என்ன என்பதை இந்தக் கொரோனா உலகுக்கே உணர்த்திவிட்டது.

சூரி இறந்து மூன்று மாதங்கள் ஆகிவிட்டன. மனைவியும் மக்களும் அவளது பிறந்த வீட்டிலேயே தங்கிவிட்டனர்.

இந்த வயோதிகர்கள் இருவரும் இனி இங்கு பிழைக்க வழியில்லை. அவர்களுக்கு வேறு நாதியும் இல்லை. மற்ற

சமயமாக இருந்தால் ஏதோ ஒரு கூலி வேலை செய்து வயிற்றைக் கழுவிக்கொள்ளலாம். கெட்டும் பட்டணம் சேர் என்கிறபடி, உழைக்கும் மக்கள் நகரத்தில் ஏதோ ஒரு தொழில் செய்து பிழைத்துக்கொள்ளலாம். ஆனால், வேலை, தொழில், வியாபாரம் ஆகியவை இருப்பவர்களே அவற்றை இழந்து, வருமானம் இன்றி, வாழ்க்கை முடங்கி, வயிற்றுப் பாட்டுக்கே திண்டாடிக்கொண்டிருக்கிற இந்தத் தொடர் ஊரடங்குப் பேரிடர் காலத்தில் புதியவர்களுக்கு என்ன வேலை கிடைக்கும்? அதனால் சொந்த ஊரான கிராமத்திற்கே திரும்புகின்றனர். அங்கே இவர்களுக்கு பூர்வீக இடமும், பழைய ஓட்டு வீடும் இருக்கிறது. அங்கிருந்தால் முன்பு போலவே விவசாயக் கூலி வேலை செய்து பிழைத்துக்கொள்வார்கள். கொரோனாவால் விவசாயமும்தான் பாதிக்கப்பட்டிருக்கிறது என்றாலும், மக்களுக்கு அத்தியாவசிய உணவுப் பொருள்களான காய்கறி, பால் ஆகியவை கட்டாயம் தேவை என்பதால் விவசாயத் தொழிலாளிகளுக்கு கிராமங்களில் வேலை எப்படியும் கிடைத்துவிடும்.

மறைப்புக்காகவும் பிரிப்புக்காகவும் தட்டிகள் வைக்கப்பட்டு, நான்காக ஆக்கப்பட்ட அறைகள் ஒவ்வொன்றாக காலியாகிக்கொண்டிருந்தன.

எதிர் வீட்டிலிருந்து தொலைக்காட்சியில் தலைப்புச் செய்திகள் உரத்து ஒலித்துக்கொண்டிருந்தன.

“தமிழகத்தில் நேற்று மேலும் 2,487 பேருக்கு கொரோனா தொற்று உறுதி. ஒரே நாளில் 2,504 பேர் டிஸ்சார்ஜ். மேலும் 30 பேர் உயிரிழப்பு. சென்னையில் 657 பேருக்கு வைரஸ் தொற்று உறுதி. மாநிலம் முழுதும் தொற்று மொத்த மதிப்பு 7 லட்சத்து 34 ஆயிரத்தைத் தாண்டியது. குணமடைந்தோர் எண்ணிக்கை 7 லட்சத்து 4 ஆயிரமாக உயர்வு.

“கொரோனா பாதிப்பு எண்ணிக்கை டெல்லியில் 4 லட்சத்தைத் தாண்டியது; மகாராஷ்டிராவில் 17 லட்சத்தை நெருங்கியது. கர்நாடகாவில் ஏறத்தாழ இரண்டு கோடி மக்கள் பாதிப்பு. கேரளாவிலும் தொடர்ந்து தொற்று அதிகரிப்பு.

“தமிழகத்தில் பள்ளிகள் திறப்பு குறித்து வரும் 9-ஆம் தேதி கருத்து கேட்புக் கூட்டம். ஆந்திராவில் பள்ளிகள் திறந்து மூன்று நாட்களில் 10 மாணவர்களுக்கு வைரஸ் தொற்று உறுதி. 180 ஆசிரியர்களும் பாதிக்கப்பட்டுள்ளதாக அதிர்ச்சித் தகவல்.

“உலகம் முழுவதும் 4 கோடியே 83 லட்சத்து 90 ஆயிரம் பேர் பெருந்தொற்றால் பாதிப்பு. ஃப்ரான்ஸ், இத்தாலி, இங்கிலாந்து நாடுகளில் மீண்டும் தொற்றுப் பரவல் தீவிரம்...”

துணி மூட்டையை எடுத்து ரஞ்சிதாவிடம் கொடுத்த ராமாத்தா பிலாக்கணம் தொடுத்தாள்:

“கொள்ளைல போன இந்தக் கொள்ளை நோவு இன்னியும் எத்தனை ஆயரம், லச்சம் சனங்களைக் காவு வாங்குமோ! எத்தனை குடும்பத்தை நட்டாத்துல உடுமோ! சாமி கடவுளே,... ஆத்தா மகமாயி...! போக வேண்டிய வயிசுல இருக்கற எங்களைக் கொண்டு போயிருந்தாலாச்சும் ஆருக்கும் நட்டமில்ல; அவனுக்கும் பாரமில்லன்னு ஆயிருக்கும். வாள வேண்டிய வயிசுல இருக்கற பொண்டு புள்ளைகன்னு மூணு உசுருக நம்பி இருக்கற - அவனைக் கொண்டு போயிருச்சே இந்தப் பெருங்கொள்ளை! என்னைக்காச்சு ஒரு நோவு நொடின்னு படுத்திருப்பானா, அலுப்பு கிலுப்புன்னு ஓஞ்சிருப்பானா? ஒல்லிக்குச்சியாட்ட இருந்தாலும் கல்லாட்ட இருப்பானே! அந்த ஒடம்ப வெச்சுட்டுக் கலாசு வேலையும் செஞ்சானே! இரும்பாட்ட இருந்தவனை கரும்பாட்ட மென்னு தின்னுட்டுப் போயிருச்சே...!”

மகன் இறந்ததிலிருந்து ஓயாமல் அவள் பாடிக்கொண்டிருக்கிற அதே ஒப்பாரி. அந்தக் குரலின் துயரமும், ஆற்றாமையும், மரணத்தின் முன்பான மனிதக் கையறுநிலையும், கேட்பவரின் நெஞ்சைப் பிசைவதாக இருக்கும்.

ரஞ்சிதா ஒரு கணம் நின்று அவளுக்கு ஆறுதல் சொல்லலாமா என்று பார்த்தாள். என்ன சொல்லி ஆறுதல் அளிக்க முடியும்? அவள் உட்பட எவ்வளவோ பேர், எவ்வளவோ முறை, என்னென்னவோ சொன்னதுதானே! ஆறுதல்பட்டுவிட்டதா

அவள் உள்ளம்? இன்னமும் பல மாதங்கள், வருடங்கள், ஏன் - அவளின் காலம் முழுக்கவே அவளின் இந்தப் பிலாக்கணம் தொடரவே செய்யும்.

அதனால், “என்ன புலம்பி என்ன ஆகப்போகுது? எல்லாம் விதி!” என்று ஒரு பொது ஆறுதலை மட்டும் ஒற்றை வரியில் உதிர்த்துவிட்டு, துணி மூட்டையை எடுத்துக்கொண்டு நடந்தாள்.

★★★

“வண்டி வாகனங்களுக்குத்தான் லைசன்சு வேணும்; வெளிநாடு போறவீகளுக்குத்தான் பாஸ்போட்டு வேணும். இப்ப என்றான்னா மனுசனுகளுக்கே லைசன்சு வாங்கோணுமாட்டிருக்குது. ஏனுங் பாய்? உள்நாட்டுல, ஸ்டேட்டு உட்டு ஸ்டேட்டு பக்கத்து ஸ்டேட்டுன்னாலும் பாஸ் வேணும்னாங்க. அப்பறம் ஸ்டேட்டுக்குள்ளயே மாவட்டம் விட்டு மாவட்டம் போறதுன்னாலும் பாஸ் வேணும்னாங்க. இன்னி ஊரு உட்டு ஊரு போறதுன்னாலே பாஸ் வேணும்பாங்களாட்டிருக்குது” டெம்ப்போவில் அலட்சியமாகச் சாய்ந்து நின்றபடி பீடி புகைத்துக்கொண்டிருந்த ஓட்டுநர், முஸ்தாக்கிடம் சொல்லிக்கொண்டிருந்தான்.

அம்மா உள்ளிருந்து வந்து பார்த்துவிடவோ, அண்டை அயல் பெரியவர்கள் கண்ணில் தென்பட்டுவிடவோ கூடாது என்ற எச்சரிக்கையோடு காம்பௌண்ட்க்குள்ளும் சுற்றுமுற்றிலும் பார்வையிட்டுப் பம்பியபடியே, கைக்குள் பீடியை மறைத்து முஸ்தாக்கும் புகைத்துக்கொண்டிருந்தான்.

“உங்குளுக்குத் தேவுலீங்ணா. எப்புடியோ, இந்த மாசத்துலருந்து ஆளுகளோ, ஏனங்களோ அதர் ஸ்டேட்டு, இன்ட்டர் ஸ்டேட்டு, அதர் டிஸ்டிக்கு போறதுக்குத் தடையில்ல; அதுக்குப் பர்மிசன், ஈ-பாசு வேண்டீதில்லீங்கறதுனால, டெம்ப்போ, லாரி ஓட்டறவங்க பொளப்பு இன்னி ஓடீரும். இத்தனை மாசம் உட்டிருந்ததுக்கும் சேத்தி ஓட்டம் கெடைச்சாலும்

கெடைக்கும். எங்க பொளப்புக்குத்தானுங்ணா இன்னும் வளியில்ல. சனங்க இன்னும் பளையபடி பஸ்சுல, ஆட்டோவுல போறக்குத் தயாரில்ல. சொந்தமா டூ வீலரு, ஃபோர் வீலரு வெச்சிருக்கறவங்க அதுல போயிட்டு வந்துக்கறாங்க. மத்தவங்க பேசாம வீட்டோட இருந்துக்கறாங்க. பஸ்சு, ஆட்டோ ஓட்டறவங்க இன்னும் ஈதான் ஓட்டீட்டிருக்கறம்" எனக் குறைபட்டுக்கொண்டான் அவன்.

டெம்ப்போவில் சாதனங்கள் ஏற்றப்பட்டு முடிந்திருந்தன. ரஞ்சிதாவும், அன்பரசுவும் அவரவர் வீடு திரும்பியிருந்தனர். காம்பௌண்ட் வீடுகளில் விடைபெற்றுக்கொண்டு வருவதற்காக நஞ்சப்பனும் சென்றிருந்தார். அவரும் மனைவியும் வந்தால் டெம்போ கிளம்ப வேண்டியதுதான்.

ஓட்டம் இல்லாததால் முஸ்தாக்கும் மற்ற ஆட்டோ ஓட்டுநர்களும் இப்போது ஆட்டோ நிலையத்துக்குச் செல்வதில்லை. அங்கே சென்று தேவுடு காத்திருப்பது வீண்; அதுவரை சென்று வருகிற டீசல் செலவும் நஷ்டம். அதனால் அவரவர் வீட்டிலேயே இருந்து வெட்டிப் பொழுதுபோக்கிக்கொண்டோ, வீட்டு வேலைகள் செய்துகொண்டோ இருப்பார்கள். தெரிந்த வாடிக்கைப் பயணிகள் சவாரிக்கு அலைபேசியில் அழைத்தால் சென்று வருவார்கள். எப்போதாவது யாராவது அழைத்தால் ஆயிற்று. அப்படி எல்லோருக்கும் சவாரி கிடைக்கும் என்று சொல்ல முடியாது. அடிக்கடி வெளியே ஆட்டோவில் சென்று வருகிற, அதற்காக அலைபேசியில் அழைக்கிற பயணிகள் நிறையப் பேரைக் கைவசம் வைத்துள்ள ஓட்டுநர்களுக்கு மட்டுமே இத்தகைய வாய்ப்பு. முஸ்தாக் பயணிகள் எல்லோரிடமும் பேச்சுக் கொடுத்து பழக்கம் வைத்துக்கொள்பவன். உள்ளூர்வாசிகள் முதல் முறை ஆட்டோவில் வந்ததுமே, இறங்கும்போது தனது விசிட்டிங் கார்டைக் கொடுத்து, "நம்மகிட்ட எப்பவுமே ரேட்டு கம்மிதான். ரெகுலர் கஸ்டமருககிட்ட இன்னும் அனுசரிச்சு வாங்குவேன். வெய்ட்டிங் சார்ஜூம் அதிகமில்ல. எங்க போகணும்னாலும் கூப்புடுங்ணா / கூப்புடுங்க்கா" என்று கேட்டுக்கொள்வான்.

உண்மையிலேயே மற்றவர்கள் வாங்குவதைக் காட்டிலும் - சராசரியான உள்ளூர் ஓட்டங்களில், தூரத்தைப் பொறுத்து பத்து முதல் ஐம்பது ரூபாய் வரை - குறைவாகவே வாங்கவும் செய்வான். அதோடு, தொடர்ந்து இரண்டு மூன்று முறை வந்ததுமே பயணிகளின் வேலை, குடும்பம் ஆகிய விபரங்களை அறிந்துகொண்டு, அடுத்து வரும்போதெல்லாம் அவை குறித்து குசலம் விசாரிப்பான். சுமைகள் இருந்தால் அவனே தூக்கிக் கொண்டுபோய் வைப்பான். அவர்களையோ அவர்களின் குடும்பத்தாரையோ எங்கு பார்த்தாலும் நிறுத்திப் பேசவோ, போகிற போக்கிலேயே வணக்கம் தெரிவிக்கவோ செய்வான். பயணங்களின்போது அவர்களுடன் குடும்ப காரியங்களோ, பொதுக் காரியங்களோ பேசுவான். இதெல்லாம் காரணமாக பயணிகளுக்கு அவன் மீது உடனடியாக நல்லபிப்ராயம் ஏற்பட்டு, அதன்பிறகு எப்போது ஆட்டோ வேண்டுமென்றாலும் அவனை அழைக்கவே விரும்புவார்கள்.

இதனால் ஊரடங்குத் தொழில் முடக்கத்திலும் அவனுக்கு சுமாராக தொழில் ஓடிக்கொண்டிருந்தது. யாராவது அவனுக்குத் தொழில் எப்படி என்று கேட்டால், “ஏதோ ரெண்டு சக்கரத்துல ஓடீட்டிருக்குதுங்க” என்றோ, “ஒத்தைச் சக்கரத்துல உருட்டீட்டிருக்குதுங்க” என்றோ சொல்வான்.

ஊரடங்கின் ஏழு மாதங்களாகத் தொழில் சரிவர இல்லாமல் சக ஆட்டோ ஓட்டுநர்கள் பலரும் கடும் சிரமங்களுக்கு ஆளாகியுள்ளனர். ஒரு சிலர் வேறு வேலை அல்லது தொழில் செய்யவும் போய்விட்டனர்.

“எங்க பாடும் பெரும் பாடாத்தானுங் பாய் இருக்குது. காய்கறி லோடு, பால் லோடு மாற அத்தியாவசியமான, சனங்க சாப்படற பொருள்களை ஏத்திட்டுப் போற டிம்போ, லாரிகன்னா அதுக்கு எப்பவும் ஓட்டம் இருக்கும். நம்மளையாட்ட அதர் சர்வீஸ்களுக்கு சாக்கு ரேஸ் ஓட்டம்தான்.” பீடித் துண்டை அணைக்காமலே சாலையோரம் சுண்டியெறிந்தான் டெம்ப்போ ஓட்டுநர்.

“கொரோனா ஓயாம இதுக்கு ஒரு விடிவு கெடைக்காதுங்ணா.”

"கொரோனா கூட பிரச்சனையில்லீங் பாய். இந்த ஊரடங்குதான் பிரச்சனை. கொரோனாவுக்கு பயந்து ஊட்டை உட்டு வெளிய வராம இருக்கறவீக பத்து பிரசன்டுதான். மீதி தொண்ணூறு பிரசன்டு ஊரடங்குக்குப் பயந்து வெளிய தலை காட்டாதவீகதான். ஊரடங்கு மட்டும் நீக்கீட்டா, சனம் பஸ்ஸு, ட்ரெய்னு, ஆட்டோல அம்பும். ஆனா, ஊரடங்கை கெவுருமென்ட்டு நீக்கற பாட்டைக் காணமே. மார்ச் இரவத்தஞ்சுல தொடங்குனது; அதுலருந்து புதுப் புது தளர்வுகளோட, அனுமார் வாலாட்ட நீட்டிச்சுட்டேதான இருக்கறாங்க!"

"ஆமாமாங். அது கரெக்ட்டுத்தான். ஏதோ மக்களோட வாள்வாதாரத்துக்காச்சும் கொஞ்ச நஞ்ச காரியங்களுக்கும், போக்குவரவுக்கும், வரைமுறைகளோடவாச்சும் அனுமதி குடுத்திருக்கறாங்களே. அதனால தப்பிச்சோம். இல்லாட்டி என்னாகறது?" என்றபடி பீடித் துண்டைக் கீழே போட்டுக் குதிகாலில் மிதித்து அணைத்தான்.

நவம்பரில் தொடங்கியுள்ள தற்போதைய 6-ஆம் கட்ட ஊரடங்குத் தளர்வில் எதற்கெல்லாம் அனுமதி, எதற்கெல்லாம் இன்னும் தடைநீடிப்பு என்பது பற்றி அவர்களின் பேச்சு தொடர்ந்தது. கடந்த மாதத்தில் அறிவிக்கப்பட்ட கோவிட் -19 கட்டுப்பாடு வழிகாட்டு நெறிமுறைகள், பொது முடக்கத் தளர்வுகள் நவம்பர் 30-ம் தேதி வரை தொடரும். நோய்க் கட்டுப்பாட்டுப் பகுதிகளில் முழு ஊரடங்கு நீட்டிப்பு.

"அந்தத் தடைக சரின்னு வேண்ணாலும் வெச்சுக்கலாங் பாய். அரவத்தஞ்சு வயிசுக்கு மேல இருக்கறவீக, சீக்காளிக, கர்ப்பிணிக, பத்து வயிசுக்குள்ள இருக்கற கொளந்தீக அத்தியாவசியத் தேவைக்குமே வெளிய போகாம ஊட்டுக்குள்ள இருக்கோணும்னா எப்புடி? அது நாயமில்லீங்ளே பாய்!"

"வைரஸ் அவுங்களை ஈஸியா அட்டாக் பண்ணிரும்கறதுனால சொல்றதுதானுங்ணா. மத்தபடி ஆத்தர அவசரத்துக்குப் போகக் கூடாதுங்கறது இல்ல. நல்லதுக்குத்தான சொல்றாங்க."

“என்னத்த நல்லது போங்க! ஊரடங்கு, ஊரடங்குன்னு போட்டுட்டே இருந்தா, சனம் கொரோனா வந்து சாகுதோ இல்லியோ, பட்டினில செத்து ஊரு அடங்கியே போகும்.”

“அப்புடித்தானுங்க ஏளு மாசமா சொல்லீட்டிருக்கறாங்க. பட்டினில ஒருத்தராச்சு செத்த தகவலே இல்லியே! ஆனா, கொரோனால கொத்து கொத்தா செத்துட்டிருக்கறாங்களே! அனாவசியமா வெளில போகக் குடாது, பொது எடங்கள்ல - கூட்டத்துல முகக் கவசம் கட்டாயம், அடிக்கடி சோப்புப் போட்டுக் கை களுவறது, சானிடைசரு சமூக இடைவெளின்னு மாசக் கணக்கா பிரச்சாரம் பண்ணிட்டேதான் இருக்கறாங்க. மீறுனா வண்டி வாகனம் பறிமுதல், போலீஸ் கேஸ்னு பயமுறுத்தியும் பாத்தாச்சு. கல்யாணம், எளவு, வளிபாட்டுத் தலங்கள்ல அரசு சொல்ற வளிமுறைய தயவு செஞ்சு கடைப்பிடிங்கன்னு கெஞ்சவும் செய்யறாங்க. மக்கள்ல பலரும் கொரோனா பீதில ஒருத்தரை ஒருத்தர் பாத்து அரண்டு ஒதுங்கிட்டிருந்தாலும், பெருவாரியான மக்கள் - தடை, தடுப்பு, பாதுகாப்பு வளிமுறை எல்லாத்தையும் புறக்கணிச்சுட்டேதான இருக்கறாங்க...” எனச் சொல்லிக்கொண்டிருக்கையில் அவ் வழியே ட்டீவீயெஸ்ஸில் வந்த அந்தப் பகுதிவாசி ஒருவர் வாகனத்தை நிறுத்தி, முஸ்தாக்கிடம், “என்ன முஸ்தாக்கு... கட்டில் - பீரோவோட டெம்போ நிக்குது? புதுசாக் குடி வந்திருக்கறாங்களா, இல்ல... யாராச்சு காலி பண்றாங்களா?” என விசாரித்தார்.

“கலாசு சூரியண்ணன் குடும்பம் காலி பண்ணிப் போறாங்க.”

“ம்ம்...? வள்ளிநாயகம் காம்பௌண்ட்லருந்து கொரோனாவால ரெண்டாவது குடும்பம் காலி பண்ணீட்டுப் போகுதா? உங்க குடும்பம் கொரோனா ஜிகாத் பண்ணி சாகடிச்சிரும்னு பயந்துட்டு, உங்க பக்கத்து வீட்டுல குடியிருந்த மெடிக்கல்காரு குடும்பம் காலி பண்ணிப் போச்சு. சூரி கொரோனால செத்துட்டான்னு பயந்துட்டு வேற யாரும் காலி பண்ணுலயா?” என்றுவிட்டு எக்ஸலேட்டரை முறுக்கினார்.

★★★

காம்பௌண்ட் நுழைவாயில் முன் வாசலில் நஞ்சப்பன் - ராமாத்தா தம்பதி சோகமும், துயரமும், ஆற்றாமையும் கப்பிய முகத்தோடு விடைபெற நின்றிருந்தனர்.

அவர்களுக்கு விடைகொடுப்பதற்காக ரஞ்சிதா தனது குழந்தைகளான கௌதம் (8), சித்தார்த் (5) ஆகியோரோடு அருகே நின்றிருந்தாள். சற்றுத் தள்ளி முஸ்தாக்கும், அன்பரசுவும். அவர்களின் தாயார்கள், கொரோனா இடைவெளி என்பதாக - ஆனால், கூறப்படும் அளவைக் காட்டிலும் சற்றுக் குறைவாக ராமாத்தா அருகே சற்று இடைவெளி விட்டு நின்றிருந்தனர். அன்பரசுவைத் தவிர யாரும் முகக் கவசம் அணிந்திருக்கவில்லை. நஞ்சப்பன் தம்பதி பயணத்துக்கு ஆயத்தமாக முகக் கவசத்தைக் கையில் வைத்துக்கொண்டிருந்தனர்.

காம்பௌண்ட் சுவரை ஒட்டி உட்புறத்தில், நுழைவாயில் கேட்டுக்கு மேபுறமாக, ‘குரு திசை ஜோதிட அறிவியல் நிலையம்’ என்னும் 6-க்கு 4 அடி ஃப்ளக்ஸ் போர்டு பெயர்ப் பலகைப் பின்புலத்தோடு ஜோதிடர் குருமூர்த்தி. கிழப்புறமாக செவ்வரளிச் செடி அருகே தன் மக்களான ஆதிரா (15), ஹரீஷ் (12) ஆகியோரோடு வைஷாலி. ஹரீஷுக்கு உயரம் போதாததால் காம்பௌண்ட் சுவர் மீது எத்தி ஏறி நின்று வேடிக்கை பார்த்துக்கொண்டிருந்தான்.

சூரியின் பெற்றோரது பிரிவு ரஞ்சிதாவுக்கு மிகுந்த வருத்தத்தையும், அவர்களின் புத்திர சோகத் துயரம், வயோதிகக் கால அவலம் ஆகியவை பரிதாபத்தையும் ஏற்படுத்தியிருந்தது. சுசீலா முகத்திலும், பாயம்மா முகத்திலும் கூட இவள் அளவுக்கு இல்லாவிட்டாலும் வருத்தம் தென்பட்டது. காரமடையானும், பட்டீஸ்வரனும் இருந்திருந்தால் ரொம்பவே சங்கடப்பட்டிருப்பார்கள். இப்போது அவர்கள் இங்கில்லாவிட்டால் என்ன, சூரியின் அகால மரணத்துக்காக இதுவரைக்கும் அவர்கள் எவ்வளவு சங்கடப்பட்டிருப்பார்கள்! காரமடையான் சொல்லிச் சொல்லி மாய்ந்துபோவாரே!

இவளது கணவன் வேலுச்சாமி உடன் இருந்திருந்தால் உணர்ச்சிவயப்பட்டு அழுதே இருப்பான். சூரியிடம் அவனுக்கு

அவ்வளவு மதிப்பு. நேற்று இரவு நஞ்சப்பனோடு பேசும்போதும் மனசுடைந்து தழுதழுத்தான். அவனுக்கு இளகிய மனம். சட்டென்று நெகிழ்ந்துவிடுவான். சூரி, முஸ்தாக் ஆகியோரோடு சேர்ந்து மது அருந்திவிட்டு வரும்போதெல்லாம் எதையாவது ஞாபகப்படுத்திக்கொண்டு அவன் அழுவது பாவமாகவும் இருக்கும், வேடிக்கையாகவும் இருக்கும்.

“சரி... எல்லாருக்கும் போயிட்டு வர்றோம்...” நஞ்சப்பனும் ராமாத்தாவும் பெரியவர்கள் அனைவரையும் பார்த்துக் கைகூப்பினர்.

அவர்களும் பதிலுக்குக் கைகூப்பி வணக்கம் தெரிவிக்க, “சூரி நல்லவந்தான். சேர்க்கை செரியில்ல. விதியும் கிரகங்களும் கட்டங்கட்டி ஆடும்போது, மனுசன் என்ன பண்ண முடியும்? வந்ததும் செரியில்ல, வாய்ச்சதும் செரியில்லீங்கறபடி, அவனுக்கு வாய்ச்சது எல்லாமே அப்புடி. உங்க கதி இப்புடி. என்னத்தைச் சொல்றது!?” என ஜோதிடர் அவர்களுக்காக வருந்துவது போல ஜாடை போட்டார். அது முஸ்தாக்கையும் வேலுவையும் குறித்துத்தான் என்பது ரஞ்சிதாவுக்கும் மற்றவர்களுக்கும் தெரிந்தது. யாரும் வெளிக்காட்டிக்கொள்ளவில்லை.

சுசீலா ராமாத்தாளை நெருங்கி, ஆதரவாக தோள் மீது கைவைத்து, “நடந்ததையே நெனைச்சுக் கவலைப்பட்டுட்டு இருக்காதீங்க” என்றாள். பாயம்மாவும், “அவன் செஞ்ச நல்லதுக்கு ஆண்டவன் அவனுக்கு கூலி குடுப்பான். உங்களுக்கு ஊர்லயாச்சும் சமாதானம் கெடைக்கட்டும்” என வேண்டுதலாகச் சொன்னாள்.

ரஞ்சிதா, “எங்களை மறந்தறாதீங்க. ஃபோன் பண்ணுங்க. நாங்களும் அடிக்கடி கூப்படறோம். ஊருக்குப் போயிச் சேந்ததும் தகவல் தெரிவிங்க என்றாள்.

“உங்க எல்லார்த்தையும், ஓனரையும், இந்தக் காம்பௌண்டையும் எப்படி மறக்க முடியும்? ஒண்ணுக்குள்ள ஒண்ணா, தாயாப் புள்ளையாப் பளகீட்டிருந்தமே! காலம் பூரா உங்க எல்லார்த்தோடயும் இங்கயே இருக்கணும்னுதான நெனைச்சிருந்தோம். அதுக்குக் குடுப்பினை இல்லாமப்

போயிருச்சு. இருந்தாலும், உங்க குடும்பங்கள்ல எந்த நல்லது கெட்டதுன்னாலும் தவறாமத் தெரிவிங்க. பொளைச்சுக் கெடந்தா கண்டிப்பா வந்து சேந்துருவோம்" என்றாள் ராமாத்தா.

நஞ்சப்பன் தன் பாக்கெட்டிலிருந்து பர்ஸ் எடுத்து, இவளின் பையன்கள் இருவருக்கும் தலா இருபது ரூபாய் கொடுக்க வர, "அதெல்லாம் எதுக்குங்யா? வேண்டாம்" எனத் தடுத்தாள்.

"கொளந்தைப் பசங்க முட்டாய் வாங்கி சாப்படட்டும். இனி பாக்கறக்கு யாரெல்லாம் இருப்பமோ மாட்டமோ." வற்புறுத்தி சிறார்கள் கையில் திணித்தார்.

ஆதிரா தென் கிழக்கு வானில் கருக்கல் கட்டியிருப்பதை சுட்டிக் காட்டி, "போற வழீல மழை வந்துட்டா இந்தச் சாதனமெல்லாம் நனைஞ்சிருமே!" என்றாள்.

"அந்தக் கருக்கலுக்கு இங்க மள வராது மயிலு. அப்புடியே வந்தாலும் தார்ப்பாய் இருக்குது" என்றான் ஓட்டுநர், முகக் கவசத்தை அணிந்துகொண்டு.

இதே வசத்திலும், எதிர்த்தாற் போலவுமான அண்டை வீடுகள் சிலவற்றிலிருந்தும் ஓரிரு ஆண்கள் பெண்கள் இவர்களது புறப்பாடை எட்ட இருந்தே வேடிக்கை பார்த்துக்கொண்டிருந்தனர். நஞ்சப்பன் தம்பதி அவர்களிடமும் சம்பிரதாயமாக விடைபெற்றுக்கொண்டது.

"காரமடையான், பட்டீஸ்வரன் ரெண்டு பேரும் வந்ததும் மறக்காம அவீககிட்டயும் சொல்லீரு. காரமடையான் இருந்திருந்தா அவுருகிட்டயே சாவியக் குடுத்திருக்கலாம். நாங்க போற வளீல அப்புடியே ஓனர் வீட்டுலயே குடுத்துட்டுப் போயர்றோம்" என்றார் நஞ்சப்பன்.

பிறகு இருவரும் டெம்ப்போவின் பின்பகுதியிலேயே சாதனங்களோடு ஏறிக்கொள்ள, வண்டி கிளம்பியது. அவர்களின் முதிய கரங்கள் துயரத் தளர்வோடு டாட்டா காட்ட, இங்கிருந்த மூத்த கரங்களும், பிஞ்சுக் கரங்களும் ஆதுரமாகக் கையசைத்தன.

★★★

அத்தியாயம் 2

வாடகை சொர்க்கம்

வள்ளிநாயகம் காம்பௌண்ட் என்றால் டீச்சர்ஸ் காலனியிலும், அண்டைப் பகுதிகளிலும் தெரியாதவர்கள் யாரும் இருக்க மாட்டார்கள். குறிப்பாக, வாடகைக் குடியிருப்பாளர்களுக்கு மிக நன்றாகத் தெரியும். பார்க்காதவர்களும் கேள்விப்பட்டாவது இருப்பார்கள். அந்த அளவுக்கு இங்கே பேரும், பெருமையும், இனிமையும், பற்பல தனிச் சிறப்புகளும் கொண்ட வாடகைக் குடியிருப்பு அது.

பொள்ளாச்சியில், உடுமலைச் சாலையில், நகராட்சி வட்டத்துக்குள் இருக்கிறது டீச்சர்ஸ் காலனி. தினசரி காய்கறிச் சந்தை இருக்கும் பகுதியான தேர்முட்டியை அடுத்து கிழக்கே மரப்பேட்டை, அதை அடுத்து டீச்சர்ஸ் காலனி. இந்த வட்டாரத்தைச் சேர்ந்தவர்கள் அல்லது அறிந்தவர்களுக்கு

சொன்னாலே தெரியும். அப்படியின்றி, இந்த வழித்தடத்தை மட்டுமே அறிந்தவர்களுக்கும், மின் மயானம் உள்ள பகுதி என்றால் சட்டென்று தெரிந்துவிடும்.

டீச்சர்ஸ் காலனி பேருந்து நிறுத்தம் பகுதியில், சாலையின் தென்புறமாக அமைந்த மின் மயான அலுவலகக் கட்டிடத்துக்கு நேர் எதிரே, தெற்கு வடக்கான முதன்மைச் சாலை. அதிலிருந்து கிழக்கே பிரிகிற மூன்றாவது வீதியில் சற்று தூரம் வந்தால், வடபுறமாக வள்ளிநாயகம் காம்பௌண்ட்.

14 சென்ட் பரப்பளவில், எட்டு வாடகை வீடுகள் கொண்ட காம்பௌண்ட்அது. அவ் வீடுகள் 30 - 40 ஆண்டுகளுக்கு முன்பு ஓட்டுவில்லை வீடுகளாகவும், பிறகு ஆஸ்பெட்டாஸ் கூரையாகவும் இருந்தன. அப்போது அவற்றின் எண்ணிக்கை, இருப்பிடங்கள், அளவு ஆகியவை வேறு. சில ஆண்டுகள் கழித்து, '98-ல், அவற்றைக் காங்க்ரீட் வீடுகளாக மாற்றிக் கட்டினார். அப்போது அவற்றின் எண்ணிக்கை, இருப்பிடங்கள், அளவு ஆகியவை மாறிவிட்டன. தற்போது இருப்பது அதன்படியானதுதான்.

வள்ளிநாயகம் படிக்காத செல்ஃப் டாட் மேதை; அமெச்சூர் அறிஞர். சாஸ்த்திர சம்பிரதாயங்களை சாங்கியத்துக்குக் கடைப்பிடிப்பவர் எனினும், மில்லேனியத்துக்குச் சில ஆண்டுகள் கழித்து உருவான வாஸ்துக் காய்ச்சல் என்னும் நவீன நாகரிகப் பெருந்தொற்று அப்போது இல்லை என்பதால், வாஸ்து பார்த்து சொந்த வீட்டையோ, வாடகை வீடுகளையோ கட்டவில்லை. அவரைப் பொறுத்தவரை, இருக்கிற இடத்தை 'அஜீஸ்' பண்ணி, எத்தனை வீடு கட்ட முடியுமோ அத்தனை வீடு கட்டுவது, பொதுப் புழக்கத்துக்கும், குழந்தைகள் ஓடியாடி விளையாடவுமாக, மூன்று சென்ட்டில் ஒரு பரந்த வாசல் அவ்வளவுதான் லட்சியம். அதற்கேற்ற திட்டங்களுக்கு எஞ்சினியர்களிடமெல்லாம் போகவில்லை. இன்னின்ன அளவில், இந்திந்த முறையில், இந்திந்த இடத்தில், இப்படியிப்படி வீடுகள், அறைகள், பொதுக் குளியலறைகள் கழிப்பறைகள், நடை வழி என்று கொத்தனார்களைப் பணித்து,

வில்லேஜ் விஞ்ஞானமாகக் கட்டமைத்த கட்டுமானம்தான். அதனால் சில அமைப்புகள் அதில் வினோதமாகவும், குடியிருப்பாளர்களுக்கு அசௌகரியமாகவும் இருக்கும். ஆனால், கவனித்துப் பார்க்கிறவர்களுக்கு, அங்குல இடத்தைக் கூட வீணாக்காமல் பயன்படுத்த வேண்டும், போதுமான இடைவெளிகளும் ஆங்காங்கு விட வேண்டும் என அவர் திட்டமிட்டிருப்பது புரியும்.

முதல் ஐந்து வீடுகள், ஒரே அளவிலானவை; இரண்டு அறைகள் மட்டுமே கொண்டவை. அவற்றில் இரு இரட்டை வீடுகள்; ஒன்று தனி. தென் கிழக்கில் மூலையோடு சேர்ந்து, வடக்கு பார்த்த முதல் இரு வீடுகள். மூலையில் உள்ள முதல் வீட்டில் தற்போது மரவள்ளி வியாபாரியும், மலையாளியுமான சுதேவன் குடும்பம் வசிக்கிறது. இரண்டாவது வீட்டில் காரமடையான் தனித்து வசித்துக்கொண்டிருக்கிறார். அவரது வீட்டுக்கு மேபுறம் ஆறடி அகலத்தில், தெற்கு வடக்காகவும், காம்பௌண்ட் முன்புறச் சுவரை ஒட்டி கிழ மேற்காகவும் நடை வழி. இந்த நடைவழி ‘ட’ வடிவத்துக்குள், கிழக்கு பார்த்து, ஜோதிடர் வீடு. புறநகரில் சொந்த வீடு கட்டி, அங்கு குடும்பத்தோடு குடிபோய்விட்ட அவர், ராசியான இடம் என்று இன்னமும் இந்த வீட்டைத்தான் ஜோதிட அலுவலகமாகப் பயன்படுத்திக்கொண்டிருக்கிறார். முன்புற காம்பௌண்ட் சுவரின் மேற்கு மூலைக்கு அருகேதான் நுழைவாயில் கேட். அதை ஒட்டியே உள்புறமாக ஜோதிடரின் விளம்பரப் பெயர்ப் பலகை. மனையின் தென்மேற்கு மூலை சேர்ந்து, வடக்கு பார்த்த 4-வது, 5-வது வீடுகள். 4-வது வீட்டின் பின்பகுதியில் முதல் பாதி, ஜோதிடர் வீட்டின் வடபுறப் பக்கவாட்டின் பின் பாகத்தோடு ஒட்டியிருக்கும். 4-வது வீட்டில்தான் சுமட்டுத் தொழிலாளியான சூரி குடும்பம் குடியிருந்து, அவனது மரணத்தால் இப்போது காலி செய்துவிட்டனர். ஐந்தாவது வீட்டில் ரஞ்சிதா குடும்பம்.

இந்த ஐந்து வீடுகள், 16-க்கு 8 அடி கொண்ட முன்னறையும், 16-க்கு 10 அடி கொண்ட உள்ளறையான சமையலறையும்

கொண்டவை. தேவைப்படுபவர்கள் இவ்வறைகளில் தட்டி வைத்து பாகம் பிரித்துக்கொள்ளலாம். பிரம்மச்சாரிகள், அல்லது இரண்டு மூன்று பேர் மட்டும் கொண்ட சிறு குடும்பம் எனில் பாகம் பிரிக்கத் தேவையில்லை. கூடுதல் நபர்கள் கொண்டவர்கள், புழங்குவதற்கு சௌகரியமோ மறைவோ தேவைப்படுபவர்கள் எனில் பாகம் பிரித்தாக வேண்டும். அதனால் சமையலறையில் மட்டுமோ, அல்லது இரு அறைகளிலுமோ அப்படி பாகம் பிரித்துத்தான் இப்போது அனைவரும் பயன்படுத்திக்கொண்டிருந்தனர். இப்போது தனியராக உள்ள காரமடையானும் முன்பு குடும்பஸ்தராக இருந்தவரே என்பதால் அவரது வீட்டு அறைகளிலும் தட்டி பிரிப்பு இருக்கும்.

தற்போது இந்த வீடுகளின் வாடகை மூவாயிரம் ரூபாய். இவற்றில் வசிப்பவர்கள் ஏழைகள் அல்லது உயர் விளிம்பு நிலையர்கள் எனலாம்.

முதல் வீட்டுக்கு முன்பாக 8 அடி தள்ளி, கிழபுறக் காம்பௌண்ட் சுவரை ஒட்டியே, மேற்கு பார்த்த, 6-க்கு 5 அடி அளவிலான மூன்று பொதுக் குளியல் அறைகள். ஐந்தாவது வீட்டுக்கு முன்பாக, சுமார் 15 அடி தள்ளி, மேபுறக் காம்பௌண்ட் சுவரை ஒட்டியே, வடமேற்கு மூலையோடு சேர்ந்ததும் கிழக்கு பார்த்ததுமான, 5-க்கு 5 அடி அளவுள்ள மூன்று பொதுக் கழிப்பறைகள். இந்த ஐந்து வீட்டினரும் அந்தக் குளியல் அறைகள், கழிப்பறைகளைத்தான் நேந்து கலந்து பயன்படுத்திக்கொள்ள வேண்டும். இதனால் காலை நேரங்களில் அவர்களுக்கிடையே உலக மகா யுத்தங்களே நடந்து, சமயங்களில் வெட்டுக் குத்து ஆகிவிடுமோ என அண்டை அயலார் அஞ்சுகிற அளவுக்கு ஆகிவிடுவது உண்டு. ஆனால், எட்டரை மணிக்குள் யுத்தம் முடிந்த பின் அவர்கள் கொஞ்சிக் குலாவிக்கொள்வதைப் பார்த்தால், அவர்களா இவர்கள் என நம்ப முடியாது.

வடமேற்கு மூலைப் பொதுக் கழிப்பறைகளுக்கு முன்பாக கிழக்கே ஆறடி அகல இடைவெளி; வடகிழக்கு மூலையில் உள்ள 4-க்கு 6 அடி உள்ள மோட்டார் ரூம் நீங்கலாக,

கிழக்குக் காம்பௌண்ட் சுவரிலிருந்து மேற்கே ஒன்பது அடி இடைவெளி. இவ்விரு இடைவெளிகளுக்கிடையே, பின்புறம் வடக்குக் காம்பௌண்ட் சுவராகவும் ஆகிவிட்ட, தெற்கு பார்த்த, மூன்று தொகுப்பு வீடுகள்.

மூன்றும் ஒட்டிப் பிறந்த மும்மைச் சகோதரிகள். உள்கூட்டில் ஒரே அளவிலும், அமைப்பிலும் உள்ளவை. கூடம், ஒரு படுக்கையறை, கழிப்பறை குளிப்பறை, சமையலறை, உணவறை ஆகியவை கொண்ட இவற்றின் மொத்தப் பரப்பளவு தலா 572 சதுர அடி. இவற்றில் வசிப்பவர்களுக்குத் தண்ணீர் வரத்து, மின் கட்டணம், தண்ணீர்க் கட்டணம் ஆகியவற்றில் சில பல சிக்கல்கள் வரும். அண்டை அயலார் செய்யும் குப்பை சாக்கடை பிரச்சனைகள், முறைவாசல் பிரச்சனை போன்ற சில்லறைப் பிரச்சனைகளும் அவ்வப்போது வரலாம். அவற்றைப் பொறுத்துக்கொண்டால் வீடு சம்பந்தமாக அவர்களுக்கு வேறு குறையொன்றும் இல்லை.

தற்போது இவ் வீடுகளின் வாடகை 4,500 ரூபாய். இவற்றில் வசிப்பவர்கள் கீழ் நடுத்தர வர்க்கம் எனக் கொள்ளலாம்.

தொகுப்பு வீடுகள், பொது வாசல், இணைந்த படிக்கட்டுகள் ஆகியவை உள்ள குடியிருப்புகளில் முறைவாசல் முறையில் ஆளுக்கு ஒரு நாள் என அயலகத்தாருக்கும் சேர்த்து வாசல், படிக்கட்டுகள் ஆகியவற்றைப் பெருக்குகிற வழக்கம் இங்கு கிழக்குப் பகுதியில் இல்லை. அங்கு அதற்கு அவசியமும் இல்லை. அதற்கான அமைப்பு ஆறாவது வீட்டுக்குத்தான் அதிகமும் உள்ளது. எதிர் வீடுகளான நான்காவது வீட்டில் பாதியும், ஐந்தாவது வீட்டில் பாதியுமாக அவர்களின் வாசல் பொதுமை கொண்டிருக்கும். அந்த மூன்று வீட்டார் மட்டுமே முறைவாசல் பெருக்குமுறையைக் கடைப்பிடித்துவந்தனர். இதையொட்டி இவர்களுக்கு முறைவீட்டுக்காரர்கள் என்ற பேரும் நிலவியது. அது முறைவாசல் குறித்ததே என்றாலும், “நாங்கல்லாம் மொறைவீட்டுக்காரங்க” என்றால், பங்காளிகள், தாயாதிகள், ரத்த சொந்தங்கள் என்பது போன்ற தொனியும், அர்த்தமும் இருக்கும்.

முதல் இரு வீடுகளுக்கும், அவற்றுக்கு எதிர் வீடுகளாகவும் எண் வரிசைப் பிரகாரம் கடைசி வீடுகளாகவும் உள்ள இரு வீடுகளுக்கும் இடையே உள்ள பரந்த காரை வாசலில், அவரவர் வீட்டு முன்பு வாசலுக்குப் போதுமான இடம் தாராளமாகவே இருக்கும். அது தவிரவும் கூடுதலாக இடைவெளி இருப்பதால் தேவையானபோது வாசலைத் தேவையான அளவு கூட்டவோ, குறைக்கவோ செய்து பெருக்கிக் கோலமிட்டுக்கொள்வார்கள்.

பொதுக் குளியலறைகளை, எட்டாவது வீட்டுக்குக் கிழக்குப் பக்கவாட்டில், மோட்டார் ரூமை ஒட்டி இருக்குமாறு வடபுறம் தள்ளிவிட்டால், பரந்த வாசலாக உள்ள மூன்று சென்ட் இடத்தில் இன்னொரு வீட்டைக் கட்டலாம். சிலர் வள்ளிநாயகத்திடம் அதற்கு யோசனையும் சொல்வார்கள்.

“அங்குல எடத்தக் கூட வீணாக்கப்படாதுன்னு வீடுகளை அடைச்சுக் கட்டியிருக்கற நானு, யோசனையில்லாம இத்தச்சோட்டு எடத்தை காலியா உட்டிருப்பனா? எது? அது கொளைந்தைகளுக்கு வெளையாட்டு வாசலு. எட்டு ஊட்டுலயும் கொளந்தை குட்டிக இருந்தாலும் இங்க ஓடியாடி வெளையாடலாம்” என்பார்.

வள்ளிநாயகம் காம்பௌண்ட் என்றால் அது வள்ளிநாயகமேதான்.

★★★

பொதுவாக, வாடகை வீட்டில் வசிப்பவர்களின் பிரச்சனைகள் சொல்லி மாளாது. பணக்கார வாடகை வீடுகளில் பரவாயில்லாமல் இருக்கலாம். ஏழை நடுத்தர வாடகைக் குடியிருப்பாளர்களுக்கு எண்ணற்ற பிரச்சனைகள் இருக்கும். அதிக வாடகைத் தொகை, அதிக முன்தொகை, உரிமையாளரின் எக்கச்சக்கமான கெடுபிடிகள், சரியான சௌகரியங்கள் இல்லாதது, இருப்பவற்றில் பழுதுகள், தண்ணீர்த் தட்டுப்பாடு, தனித் தனிக் கட்டணக் கொள்ளை, வாடகையை அடிக்கடி அதிகப்படுத்துதல், வாடகை செலுத்த இயலாவிட்டாலோ,

தவணை சொன்னாலோ, வேறு காரணங்களுக்காகவோ திடீரென வீட்டை காலி செய்யச் சொல்வது, வாடகை செலுத்த இயலாதபட்சத்தில் தண்ணீர், மின்சாரம் போன்றவற்றைத் துண்டிப்பது, காலி செய்யும்போது முன்பணத்தை முழுக்கத் தராமல் மெயின்ட்டனன்ஸ் தொகை, வீடு பெயின்ட்டிங் செய்வதற்கான தொகை என ஏதேனும் அநியாயக் காரணங்கள் சொல்லி பணத்தில் பிடித்தம் செய்வது என வாடகைக்காரர்களுக்கு எங்கும் இருக்கக்கூடிய பிரச்சனைகள் பொது.

இவை ஒரு புறம் இருக்க, வீட்டு உரிமையாளர் பக்கத்திலேயே குடியிருந்தால் பெரும்பாடு. எப்போதும் வாடகையாளர்களைக் கண்காணித்துக்கொண்டே இருந்து, குற்றம் குறை சொல்லிக்கொண்டே இருப்பார்கள். நிம்மதியாகக் குடியிருக்கவே முடியாது. கூடுதலான குணக் கேடுகளும் இருந்துவிட்டால் அதோ கதிதான். எப்போது இவர்களிடமிருந்து தப்பித்துப் போவோம் என்று ஆகிவிடும். அதனாலேயே பெரும்பாலும் உரிமையாளர் அருகே இல்லாத வீடுகளில் குடியிருக்கவே வாடகைவாசிகள் விரும்புவார்கள். வேறு வீடு கிடைக்காத சூழல் என்றாலோ, உரிமையாளர் அப்படித் தொந்தரவுகள் எதுவும் செய்யாதவர் என்பது உறுதியாகத் தெரிந்தாலோதான் உரிமையாளர் அருகே உள்ள வாடகை வீட்டுக்கு வர முன்வருவார்கள்.

இதற்கு மாறாக, அரிதாக சில நல்ல, நேர்மையான, அனுசரணை மிக்க உரிமையாளர்களும் ஆங்காங்கே ஓரிருவர் இருக்கத்தான் செய்வர். மனைவி, மைலேஜ் வாகனம், லெக் பீஸ் ஆகியவை அமைவது போல அதுவும் இறைவன் கொடுத்த வரம்.

வள்ளிநாயகம் வாடகையில் கறார். யார் யாருக்கு எந்தத் தேதியில் வாடகையோ, அந்தத் தேதியில் காலை எட்டு மணிக்கே 'டாண்'-னு வசூலுக்கு வந்து நிற்பார். தக்க காரணங்களால் வாடகை கொடுக்கத் தாமதமானால் ஓரிரு மாதங்கள் வரை பொறுத்துக்கொள்வார். அதிகபட்சம் மூன்று மாதங்கள். அதற்கு மேல் காலி செய்ய வைத்துவிடுவார். மூன்று மாத வாடகை முன்பணமாக வாங்கியிருப்பது அதில் ஈடாகிவிடும். தண்ணீர்,

மின்சாரம் ஆகியவற்றுக்கான கட்டணங்களையும் ஒழுங்காகக் கட்டிவிட வேண்டும். கரி அடுப்பு, சுவரில் ஆணியடித்தல் ஆகியவை கூடாது என்பது போன்ற நிபந்தனைகள் முந்தைய ஓட்டுவில்லை, ஆஸ்பெட்டாஸ் காலத்தில் இல்லை. காங்க்ரீட் காலத்தில் வந்துவிட்டது. விருந்தினர்கள் வந்தால் இரண்டு நாட்களுக்கு மேல் தங்கக் கூடாது, அசைவம் சமைக்கக் கூடாது, பிரம்மச்சாரிகளுக்கு வீடில்லை என்பது போன்ற கட்டுப்பாடுகளோ, உரிமையாளர் அருகே இருந்து செய்யும் உபத்திரவங்களோ கிடையாது. புழங்கும் நீர் தெருப் பொதுக் குழாயிலிருந்து குடுமிப்பிடி யுத்தம் செய்து பிடித்துக்கொள்வது; நல்ல தண்ணீர், மின்சாரம் ஆகியவற்றின் பில் தொகை அவரவர் கட்டுவது என்பதால் அவை குறித்த கட்டுப்பாடுகளும் இல்லை. வீட்டை நறுவிசாகவும், குந்தகம் செய்யாமலும் வைத்துக்கொள்ள வேண்டும். (சமையற்கட்டு வரை சென்று இதை சோதிக்க திருமதி நாயகம் ஆறு மாதங்களுக்கு ஒரு முறை அனைத்து வீடுகளுக்கும் திக்விஜயம் செய்வாள்). ஊர் தூற்றும்படியான ஒழுக்கக் கேடுகள், சட்ட - சமூக விரோதச் செயல்கள், அண்டை அயல்களில் அனாவசிய பிரச்சனைகள் ஆகியவை கூடாது. இப்படி நியாயமான நிபந்தனைகள்தான்.

வாடகையையும் அடிக்கடியோ, அதிகமாகவோ ஏற்ற மாட்டார். முன்பு மூன்று நான்கு வருடங்களுக்கு ஒரு முறை, நாட்டு நடப்பை அனுசரித்து குறைந்தபட்சமாகக் கூட்டிக்கொண்டிருந்தார். இப்போது இன்றைய நாட்டு நடப்பின்படி இரண்டு வருடங்களுக்கு ஒரு முறை கூட்டுகிறார்.

அவரது குடும்பம் வசிப்பதும் இங்கேயோ, அருகிலோ அல்ல. எனவே, கண்கொத்திப் பாம்பாக இருந்து காது பிடுங்கும் தொல்லையும் இல்லை.

அப்படியாக, வள்ளிநாயகம் காம்பௌண்ட்டில் வாடகைக்கு வசிப்பது என்பது ஒரு சுக ஜீவிதம். வாழ்ந்து அனுபவித்த ஏழைகள், கீழ் மத்திய வர்க்கம் ஆகியோருக்கு அது வாடகை சொர்க்கம்.

★★★

இன்னொரு வியப்பான விஷயம். ஒழுங்காக வாடகை கொடுத்தும், பிற நிபந்தனைகளுக்கு உட்பட்டும், நல்லபடியாக இருந்தால் எத்தனை வருடங்கள் வேண்டுமாயினும் இங்கே வசிக்கலாம். அப்படிப் பல குடும்பங்கள் நீண்ட நெடும் காலமாக இங்கேயே தங்கிவிடுவது உண்டு.

இதுவரை இங்கு வசித்தவர்களிலும், இப்போதும் வசித்துக்கொண்டிருப்பவர்களிலும் அதிக வருடங்கள் வசித்தவர் காரமடையான். 29 வருடங்களாக அவர் இங்கே இருக்கிறார். அதற்கு அடுத்து 22 வருடம், 18 வருடம் என வாழ்ந்த சில குடும்பங்கள் காலி செய்து போய்விட்டன. அதற்கு அடுத்தாற் போல நீண்ட காலமாக வாழ்ந்துகொண்டிருக்கும் குடும்பங்களின் விபரம் பின்வருமாறு:

பட்டீஸ்வரன் குடும்பம் - 15 ஆண்டுகள்.

ஜோதிடர் - 12 ஆண்டுகள்.

முஸ்தாக் குடும்பம் - 9 ஆண்டுகள்.

கலாசு சூரி குடும்பத்தார் 7 வருடங்கள் இருந்து, இப்போது காலி செய்துவிட்டனர்.

மரவள்ளிக்காரர் குடும்பம் 4 வருடங்களாக இருப்பதையும், ரஞ்சிதா குடும்பம் 3 வருடங்களாக இருப்பதையும் அதிக வருடங்கள் என்று சொல்ல முடியாது. முந்தையவர்களோடு ஒப்பிடுகையில் இது ஒரு பொருட்டல்ல.

“அஞ்சு வருசம் தொடர்ந்து ஒரு வீட்டுல வாடகைக்கு இருக்க முடியுது, வீட்டு ஓனரு விட்டிருக்கறாருன்னாலே ஆச்சரியம். பத்து வருசம் இருந்தா அதிசயம். பதனஞ்சு வருசம் இருந்தா சாதனை. இருவத்தொம்பது வருசம் இருந்தது கின்னஸ் சாதனைதான்! உலகத்துல எந்த நாட்டுலயுமே இத்தனை வருசம் ஒரே வீட்டுல ஒரு வாடகையாளியும் இருந்திருக்க மாட்டாங்க; ஒரு வீட்டு ஓனரும் இருக்க விட்டிருக்கவும் மாட்டாங்க” என்பான் வேலுச்சாமி.

கிட்டத்தட்ட இதே மாதிரியான கருத்தை இங்குள்ள மற்றவர்களும், இந்த விஷயத்தைக் கேள்விப்படுகிற வெளியாட்களும் சொல்வர்.

சரியானபடி வாடகை கொடுத்து, வீட்டை நறுவிசாக வைத்துக்கொண்டு, எந்தப் பிரச்சனையும் செய்யாமல் ஒழுக்கமாக இருக்கிறவர்கள், வீட்டை காலி செய்கிறோம், வேறு வீடு பார்த்துப் போகிறோம் என வள்ளிநாயகத்திடம் சொன்னாலே, "ஏன் காலி பண்ணோணும்கறீங்க? ஏன் வேற வீட்டுக்குப் போறீங்க? உங்குளுக்கு இங்க என்ன பிரச்சனை? சொல்லுங்க, செரி பண்ண முடியறதா இருந்தா செரி பண்ணிர்லாம். அதுக்காக எங்கியும் போக வேண்டாம். இங்கியே இருங்க" என்பார்.

குழந்தைகள் வளர்ந்துவிட்டன, குடும்பம் பெரிதாகிவிட்டது, இன்னும் பெரிய வீடாகத் தேவைப்படுகிறது என்பவர்கள்; வசதியாகிவிட்டதால் அதற்குத் தகுந்த வீடு பார்க்கிறவர்கள், திருமணமாகித் தனிக் குடித்தனம் போகிறவர்கள், சொந்த வீடு கட்டிப் போகிறவர்கள், வேறு ஊருக்குச் செல்கிறவர்கள் ஆகியோர்தான் பெரும்பாலும் இங்கிருந்து வீட்டை விட்டுப் போவார்கள். ஓரிரு குடும்பங்கள்தான் தீண்டாமை மனப்பான்மையோடு இங்கே உள்ள அடித்தட்டு மக்களின் ஜாதி பார்த்தோ, இங்குள்ளவர்களின் பழக்க வழக்கங்கள் பிடிக்காமலோ, அயல்வாசிகளின் சண்டை சச்சரவு, சத்தகு சள்ளுத் தொல்லை என்றோ, குளியலறை, கழிப்பறை ஆகிய பொதுப் பயன்பாட்டுப் பிரச்சனைகள் காரணமாகவோ வெளியேறியவர்கள்.

இப்படியான காரணங்கள் எதுவும் இல்லாதபட்சத்தில், சராசரியான பண்பு, குணாதிசயம், மனநிலை உள்ள வாடகைவாசிகள் எவரும் தொடர்ந்து இங்கேயே வசிக்கத்தான் விரும்புவார்கள். அதுவும் தினசரிக் கூலிப் பணியாளர்களான அன்னாடம் காய்ச்சிகள் எனில், வாழ்நாள் முழுக்க இங்கிருந்து போகவே விரும்ப மாட்டார்கள்.

வள்ளிநாயகம் முதலாளி, அவர்களுக்கு வாழும் கடவுள் போல. வாடகை விஷயத்தில் அவர் கறார் எனினும், அதைக் கொடுக்க இயலாத நிலையில் உள்ள வறியவர்களிடம் சலுகை காட்டுவார். அவர்களுக்கு சிறப்புத் தள்ளுபடியும் செய்வார்.

“எனக்குப் பத்து வயசு இருக்கும்போது, எங்க வீட்டுல ரெண்டு மாசமா வாடகை குடுக்கலேங்கறதுனால, வீட்டுல இருக்கற சட்டி பானைகளையும், மத்த சாமானஞ் சட்டுகளையும் எடுத்து வெளிய போட்டு, அடிக்காத கொறையா தாயாரையும் என்னையும் முடுக்கியுட்டுட்டாரு வீட்டு ஓனரு. அப்பத்தான் எனக்கு, பெருசானதும் சம்பாரிச்சு மொத வேலையா சொந்த வீடு கட்டணும்னு வைராக்கியம் வந்துச்சு. எது? பொறம்போக்குலயும், ப்ளாட்பாரத்துலயுமா வாள்ந்து, நாயடி பேயடி பட்டு வளந்து, வாயைக் கட்டி வகுத்தக் கட்டி, கைய ஊனிக் குட்டியாக்கரணமடிச்சு எந்திரிச்சு, சொந்த வீடு கட்டியே போட்டேன். எது? அதுல பால் காய்ச்சுன அன்னைக்கு இந்த உலகத்துல பாதியவே ஜெயிச்சான் பாரு அலெசாண்டரு அவனுக்குக் கூட அந்தச் செருக்கும், இறுமாப்பும் இருந்திருக்காது; அப்புடி இருந்துச்சு எனக்கு. எது?

“ஆனா, அது ஒரு ரெண்டு மூணு மணி நேரத்துக்குத்தான். அதுக்கப்பறம்தான், நம்மளையாட்டக் கஷ்டப்படற ஏளைகளுக்கு நாம வீடு கட்டி, கொறைஞ்ச வாடகைல வாடகைக்கு உடோணும்னு தோணுச்சு. தாயார்கிட்ட சொன்னேன். ‘கண்டிப்பா அதைச் செய்யோணும்; எல்லா ஏளை பாளைகளையும் காப்பாத்த முடியாட்டியும், நம்மளை மாற அவமானப்படாம நாலு குடும்பத்துக்கு ஆதரவு காட்டுனாலே புண்ணியம்தான்’னாங்க. அடுத்த லச்சியமா அதுக்காகப் பாடுபட்டு, அதையும் செஞ்சுட்டேன்.

“அதுக்கப்பறம் பணம் சம்பாரிக்கறக்காக வேற ஏவாரம் பலதும் பண்ணியாச்சு; காசு பணமும் கட்டுக் கட்டாப் பாத்தாச்சு. எது? ஆனா, இந்த வாடகை வீடு பிஸினஸ்ல இருக்கற திருப்தி, இங்க வரும்போது இருக்கற சந்தோசம், காசு கொட்டற வேற எந்த யேவாரத்துலயும் இல்ல. ஏன்னா, இதைய நான் காசுக்காகப் பண்ணுல. எது?” என்பார் அவர்.

வள்ளிநாயகம் என்றால் அது வள்ளிநாயகம் காம்பௌண்ட்டேதான்.

★★★

வள்ளிநாயகம் பிறவி மதியூகி. அதனாலேயே கல்வியால் அறிவு வளர்க்க வேண்டிய அவசியம் இன்றி, ஏட்டுச் சுரைக்காயாக ஆகாமல், நோட்டுப் பலாக்காயாக ஆனவர். தமயந்தி அவரது மூளையைப் பட்டை தீட்டும் வைரக் கல். எந்தக் காரியமாயினும் அவளோடு கலந்து பேசித்தான் முடிவெடுப்பார். அவர் எடுக்கிற முடிவு, அவள் சொல்வதாகவே இருக்கும்.

சில முதலாளிகள், எஜமானர்கள், அதிகாரிகள், அரசியல்வாதிகள் உள்ளிட்ட முக்கியஸ்தர்களிடம் காரியம் ஆகவேண்டும் என்றால், “அவருகிட்ட போனீங்கன்னா காரியம் ஆகாதுங்க. முடியாதுன்னுதான் சொல்லுவாரு, இளுத்தடிப்பாரு. சம்சாரம் சொன்னா தட்டாம கேட்டுக்குவாரு. நீங்க அவுங்களைப் பாருங்க. உடனே நடக்கும்” என்பார்கள். அவரும் அந்த ரகம்.

ஆனால், தமயந்தியம்மாளின் தயவைச் சம்பாதிப்பதும், அவரிடம் பரிந்துரை பெறுவதும் சாமானிய காரியமல்ல. புகழ்ச்சிக்கும் மயங்க மாட்டார்; வறுமை, கஷ்ட நஷ்டம், சோகக் கதைகள், புலம்பல் பாட்டு, அழுகாச்சி காவியங்கள் ஆகியவற்றுக்கும் இரங்காதவர்.

வள்ளிநாயகம் தமயந்தி ஆகிய இருவருமே வறுமைக்குப் பிறந்து, கொடுமையில் வளர்ந்தவர்கள். அன்றாடம் ஒரு வேளை பழைய சோத்துக்காக வள்ளிநாயகம் பட்ட பாடுகளும், வளரிளம் பருவத்தில் மானத்தை மறைக்க கிழிசல் அற்ற உடு துணிக்காக தமயந்தி பட்ட பாடுகளும் அவர்களுக்கு இன்னும் மறக்கவில்லை. ஒரே அனுபவம், இருவரையும் இரு வேறு மாதிரிகளாக ஆக்கிவிட்டது. தான் பட்ட கஷ்டங்களை மற்றவர்கள் படக்கூடாது என்று வள்ளிநாயகம் நினைப்பார்; தான் பட்ட கஷ்டங்களை மற்றவர்களும்தான் படட்டுமே என தமயந்தி நினைப்பாள். அது தவறான நோக்கில் அல்ல. கஷ்டப்படாமல் முன்னேறவோ, லாபம் அடையவோ முடியாது; கஷ்டப்பட்டால்தான் சுகத்தின் அருமை தெரியும் என்கிற நல்ல எண்ணத்தில்தான். அதனால் வள்ளிநாயகமோ, மற்றவர்களோ அவளது தரப்பைக் குறை கூறுவதும் இல்லை.

வள்ளிநாயகத்தைப் பொறுத்தவரை தமயந்தி சொல்லே தாரகம்.

“ஒண்ணு முன்னுக்கு இருந்தா நான் பத்து; இல்லாட்டி நான் பூஜ்ஜியம்” என்பது, அவளைப் பற்றி அவர் அடிக்கடி சொல்லும் முத்திரை வாசகம்.

நாயகத்துக்கு அடுத்த வருடம் பவழ விழா வயது. தமயந்திக்கு அவரைக் காட்டிலும் ஒன்பது வயது குறைச்சல். அவளது 15 வயதில், 24 வயதான அவர் அவளை மணந்துகொண்டார். உடுத்திக்கொள்ள நல்ல பாவாடை தாவணி கூட இல்லாத நிலையில் இருந்த, ஆதரவற்ற அவளின் அவலத்தைக் கண்டு இரங்கித்தான், அப்போது உழைத்து முன்னேறிக்கொண்டிருந்த துடிப்பான இளைஞரான நாயகம் திருமணம் செய்துகொண்டார். ஆயினும், அவளால்தான் தனது வாழ்வில் சகல சௌபாக்கியங்களும் விளைந்தன என்பார். அது பெருமளவு உண்மையும், கொஞ்சம் மிகையும் கலந்தது.

திருமணத்துக்கு முன் அவரது குடும்பத்தில் இருந்தது தாய் மட்டுமே. பாசக்காரி, அவருக்காகப் பாடுபட்டவள் என்றாலும் அவளுக்கு சாமர்த்தியம் அறவே கிடையாது. பிற சொந்த பந்தங்கள் இருப்பினும், அவர்களும் அவரது நலனில் அக்கறை காட்டவில்லை. அவரே சொல்கிறபடி கையை ஊனிக் குட்டிக்கரணமடிச்சு எழுந்து வளர்ந்தவர்தான் அவர். வறுமையின் சீமந்த புத்திரியான தமயந்திக்கு காசில் அதி பயங்கரக் கருக்கடை. தன்னைக் கரையேற்றிய நாயகத்தை அவள் மனதுக்குள் தெய்வமாகவே பூஜித்தாள். மாமியாரையும் மகிமைப்படுத்தினாள். மாமியாரோ, அவளது கருக்கடை, பொறுப்பு, சாமர்த்தியம் ஆகியவற்றை வியந்து பாராட்டி மெச்சினாள். அதிகாரம் தானாகவே தமயந்தி கைக்குப் போயிற்று. தயக்கத்தோடு சிம்மாசன நுனியில் அமர்ந்தவள், பிறகு மெல்ல மெல்ல சௌகரியமாக அமர்ந்து, சாய்ந்து, கால் மேல் கால் போட்டுக்கொண்டாள்.

நாயகத்துக்கும் பணம் நோக்கம். ஆனால், பணம் மட்டுமே அவருக்கு நோக்கமல்ல. நாயகியாருக்குப் பணமே பிரதானம். மற்றவை அடுத்துதான்.

15 வயதில் திருமணம் ஆனவள், அடுத்த வருடமே முதல்

குழந்தையைப் பெற்றுக் கொடுத்துவிட்டாள். நாயகத்துக்குப் பெண் குழந்தை வேண்டும் என்கிற ஆசை. பொம்பளைப் புள்ளைகதான் வீட்டுக்கு மகாலச்சுமி என்றே அம்மாவும் சொன்னாள்; எதிர்பார்த்தாள். இவர்களின் காரணமாக தமயந்திக்கும் பெண் குழந்தை பெறவே ஆசை. அதனால் குழந்தை பெண்ணாகப் பிறந்தால், லட்சுமிகரமாக, லட்சுமியின் பெயரையே, பணத்தின் அடையாளத்தோடு, தனலட்சுமி என வைத்துவிடலாம் என மூவரும் பேசி முடிவு செய்திருந்தனர். ஆனால், பிறந்ததோ பையன்.

பெருத்த ஏமாற்றம். என்ன செய்ய முடியும்? தேர்ந்தெடுத்த பெயரின் லட்சுமிகரத்தை விடக் கூடாது என்று, தனலட்சுமிக்கு பதிலாக தனராஜ் என்று ஆண் பெயரைச் சூட்டிவிட்டனர்.

இரண்டு வருடம் கழித்து அடுத்த குழந்தை. அதுவாவது பெண்ணாகப் பிறக்க வேண்டும் என்றும், அதற்கு செல்வம் எனும் அடையாளத்தில் செல்வி எனப் பெயர் சூட்டலாம் என்றும் திட்டம். அதுவும் ஆணாகவே பிறந்துவிட்டது. முன்பு போலவே, செல்வராஜ் எனப் பெயர் சூட்டிவிட்டனர்.

மூன்று வருடம் கழித்து அடுத்த குழந்தை. நிச்சயமாக அது பெண்ணாகத்தான் பிறக்கும் என நம்பவும், அதற்காக தெய்வங்களிடம் வேண்டிக்கொள்ளவும், அவ்வாறு பெண் குழந்தை பிறந்தால் அது குடும்பத்துக்கு பாக்கியமாக அமையும் என்பதால் அதற்கு பாக்கியம் என்றே பெயர் சூட்டலாம் எனவும் தீர்மானித்திருந்தனர். அதுவும் ஆணாகவே பிறந்துவிட்டது. முன்பு போலவே, பாக்கியராஜ் என சூட்டிவிட்டனர்.

அதன் பிறகு அவர்கள் பெண் குழந்தைக்கு ஆசைப்படவில்லை. வள்ளிநாயகத்தின் தொழில்கள், வியாபாரங்கள் சிறப்பாக நடந்து, பணம் கொழுத்துக்கொண்டிருந்தது.

அவர் தனது தாயை அம்மா என்றுதான் அழைப்பார்; ஆனால், மற்றவர்களிடம் பேசுகையில் தனது அம்மாவைத் தாயார் என்றே குறிப்பிடுவார். அதைக் கேட்கும்போதே அவளை அவர் எவ்வளவு மதிக்கிறார் என்பது தெரியும்.

இந்தக் காம்பௌண்ட் கட்டப்பட்டு, அவரது தாய் இங்கே வந்து பார்த்துப் பாராட்டிய பின், அவரிடம் கேட்டுக்கொண்டது இது:

"வாடகை தருலீன்னோ, வேற பிரச்சனைலயோ, யாரையாவது வலுக்கட்டாயமா காலி பண்ண வைக்க வேண்டியிருந்தா, அவங்களையே காலி பண்ணிப் போக வெய்யி. போலீஸ வேண்ணாலும் கூப்புடு. ஆனா, எக்காரணம் கொண்டும் சட்டி பானையத் தூக்கி வீசிறாத!"

★★★

அத்தியாயம் 3

கூட்டுக் குடும்ப காம்பௌண்ட்

வள்ளிநாயகம் காம்பௌண்ட்டின் முதல் சிறப்பம்சம் அதன் உரிமையாளரான வள்ளிநாயகம் என்றால், இரண்டாவது சிறப்பம்சம் அங்கு வசிக்கும் குடித்தனக் காரர்கள். பல வீடுகளில் வசிக்கும் ஒரு பெரிய கூட்டுக் குடும்பம் போல அவர்கள் அன்னியோன்யமாகவும், ஒட்டுறவாகவும், பாசத்தோடும் பழகுவார்கள்.

காரமடையான் இமயத்தரசி தம்பதி, கொள்ளுத் தாத்தா பாட்டி; பட்டீஸ்வரன் சுசீலா தம்பதி, தாத்தா பாட்டி; மற்ற குடும்பத் தலைவர் தலைவிகள் அத்தை, மாமாக்கள். இப்படியாகத்தான் அங்குள்ள சிறார்களுக்கும் குழந்தைகளுக்கும் குடும்ப உறவு. அவர்கள் ஒரு தாய் பிள்ளைகளாக இன்றி, ஒவ்வொரு குழந்தையும் பல தாய்கள் கொண்ட பிள்ளைகளாக வளர்ந்தனர்.

அதிக அளவிலும், அன்றாட வாழ்க்கையில் அனுதினமுமே பெண்களின் அன்னியோன்யம் அனிச்சையாக வெளிப்பட்டுக்கொண்டிருக்கும். அயலகங்களில் காப்பிப் பொடி, சர்க்கரை, சாம்பார் தூள் இரவல், சாப்பாட்டை மட்டும் வைத்துவிட்டு குழம்பை ஏதாவது ஒரு வீட்டில் வாங்கிக்கொள்வது, சிறப்பு சமையலோ தின்பண்டங்களோ செய்தால் அயலகங்களுக்கும் கொடுப்பது, அயலகங்களிலிருந்து எந்தப் பொருட்களை வேண்டுமாயினும் உரிமையாக எடுத்து வருவது, ஆண்களுக்குச் சொல்லாத சிறு கைமாத்துகள் முதலானவை இயல்பாக நடந்துகொண்டிருக்கும்.

குழந்தைகள் எந்த வீட்டில் விளையாடிக்கொண்டிருக்கின்றனரோ, அங்கேயோ, அல்லது அவர்களின் நண்பர்கள் வீட்டிலோ சாப்பிட்டுவிட்டு, அங்கேயே உறங்கிவிடும். சிறார்களோ பெரியவர்களோ தம் வீட்டில் சாப்பாடு இல்லை, சமைக்க நேரமாகும், பசி அதிகம் என்றால் எந்த வீட்டுக்கும் சென்று சாப்பாடு இருந்தாப் போடுங்த்தே, போடுங்க்கா, போடம்முணி என்று சாப்பிட்டு வருவார்கள்.

வீட்டு வைபவங்கள், நல்லது கெட்டது என்றால், காசு பணம் கொடுத்து உதவ முடியாவிட்டாலும் உடல் உழைப்பாக உதவ வேண்டும் என்று எல்லோரும் வந்து நின்று, தங்களால் இயன்றதைச் செய்வார்கள். கல்யாணம், கருமாதி என்றால் ஊர்க்காரர்கள், உறவினர்கள், நண்பர்கள் ஆகிய முத்தரப்பு ஆண்களும் பந்தல் போடுவது, பாத்திரம் பண்டம் எடுத்து வருவது, காய்கறி நறுக்குவது உட்பட அனைத்தையும் முன் நின்று செய்வது போல இங்கு அயலகத்தார் முன் நின்று செய்வார்கள். ஏழைப் பெண்களின் திருமணம் எனில் கொடுக்க வேண்டிய சீர் செனத்திகளுக்கு ஆகும் விதமாக, கூட்டாகச் சேர்ந்து, காம்பௌண்ட்காரர்கள் வகையாக கட்டில், பீரோ, க்ரைண்டர் என எதையாவது எடுத்துக் கொடுப்பார்கள். உறவு முறைச் சீர் சடங்குகளுக்கு அந்த உறவுகள் இல்லையெனில், நான் செய்கிறேன் என யாராவது ஒருவர் முன்வருவார்.

ஐந்தாவது வீட்டில் வேலுச்சாமி ரஞ்சிதா குடும்பம் வருவதற்கு

முன்பு குடியிருந்த சத்துணவு ஆயாம்மாவின் மகளுக்கு கல்யாண ஏற்பாடு செய்து, ஒரு பவுன், பட்டுப் புடைவை, திருமணச் செலவு ஆகியவற்றை ஏற்று, திருமணத்தை நடத்தி வைத்ததே காம்பௌண்ட்காரர்கள்தான்.

காம்பௌண்ட்வாசிகள் எல்லோரும் எல்லோரிடத்திலும் ஒட்டுறவாகப் பழகுகிறார்கள் என்று சொல்ல முடியாது. ஓரிரு குடும்பங்கள் அப்படி இல்லாவிட்டாலும், மற்ற குடும்பங்கள் அப்படி இருக்கும். ஒரு குடும்பத்தார் ஒரு குடும்பத்தாரோடு இல்லாவிட்டாலும், இன்னொரு குடும்பத்தாரோடு நெருங்கிப் பழகுவார்கள். ஒரு குடும்பத்தில் ஓரிருவர் அன்னியோன்யமாக இல்லாட்டாலும் மற்றவர்கள் அப்படி இருப்பார்கள். அது எப்படியாயினும், முக்கியமான குடும்ப காரியம், காம்பௌண்ட் பொதுக் காரியம் எனில் அனைவரும் ஒன்றுகூடி, தமது பங்களிப்பைச் செய்வர்.

அங்கு வசிப்பவர்களில் அதிகமானவர்கள் அன்றாடம் காய்ச்சிகள் அல்லது விளிம்பு நிலை ஏழைகள். ஏழ்மையும் வறுமையும் அவர்களை இயல்பாகவே ஒன்றிணைக்கிற கண்ணியாக இருந்தன. அதனால் அவர்களுக்குள் சக உணர்வும், பரஸ்பர புரிந்துணர்வும் இருந்தது. அவர்கள் தங்களுக்குள் பல சமயங்களில் உணவையும், சில சமயங்களில் பசி - பட்டினிகளையும், எப்போதும் அன்பையும் பகிர்ந்துகொண்டு வாழும் மினியேச்சர் மானுடங்கள். அந்தந்தக் கணங்களில் திளைத்து வாழும் உணர்வுஜீவிகள். பசி - பட்டினிகளை மறைக்கவோ, மறக்கவோ பழக்கப்பட்ட இவர்களுக்கு மகிழ்ச்சி - துக்கம், அன்பு - வெறுப்பு, கோபம் - தாபம், பொறாமை - பூரிப்பு, வன்மம் - வயிற்றெரிச்சல், களிப்பு - வருத்தம் ஆகியவற்றை மறைக்கத் தெரியாது. அந்தந்தச் சந்தர்ப்பங்களில் அவற்றை வடிகட்டாமலும், கச்சாவாகவும் வெளிப்படுத்துவார்கள்.

அங்கு வசிக்கக்கூடிய கீழ் நடுத்தர வர்க்கத்தினரும் இந்த ஏழைகளிலிருந்து அதிகம் வித்தியாசப்பட்டவர்களோ, மேம்பட்டவர்களோ அல்ல. எனவே, அவர்களும் இவர்களோடு

நேந்து கலந்து ஒட்டுறவாகப் பழகுவதும், அந்தக் கூட்டுறவில் மகிழ்ந்து வாழ்வதும் அங்கு வழமையாக ஆயிற்று.

★★★

1. வீட்டுக் களேபரங்கள்

வள்ளிநாயகம் காம்பௌண்ட் கலகலப்பிற்குப் பேர் பெற்றது. வார நாட்களில் காலை, மாலை, இரவு ஆகிய மூன்று வேளைகளிலும் அததற்கு உரிய கல்யாண குணங்களோடு அமர்க்களப்பட்டிருக்கும். விடுமுறை நாட்கள் என்றால் சொல்லவே வேண்டாம். பகல் - இரவு எந்நேரமும் கோலாகலம்தான்.

ஒவ்வொரு வீட்டிலும் ஒவ்வொரு விதமான களேபரங்கள் நிகழ்ந்துகொண்டிருக்கும். குட்டிக் குட்டியாக உள்ள தொகுப்பு வீடுகள் என்பதால் ஒரு வீட்டுச் சத்தம் அடுத்த வீடுகளுக்கும் ஒலிச் சித்திரமாகக் கேட்கும். சிலவற்றுக்குக் காது கொடுத்தாலே போதும். சிலவற்றைக் கண்டும் கேட்டும் ரசிக்க வேண்டும்.

ஒரு மூட்டைத் தங்கத்துக்கு வாங்கப்பட்டவள்

முதல் வீடு மரவள்ளிக்காரர் சுதேவனுடையது. உருவம் பஸ் ஸ்டாண்டலிருந்து பார்த்தாலே தெரியும் என்றாலும், குணத்தில் இருப்பது தெரியாமல் இருக்கும் நபர். யாராவது ஏதாவது கேட்டால் பதில் சொல்வார். அத்தியாவசியமான காரியங்கள் என்றால் அவற்றை மட்டும் சம்பந்தப்பட்டவர்களுடன் சுருக்கமாகப் பேசுவார். மற்றபடி கூட்டத்தில் இருந்தாலும் மற்றவர்கள் பேசுவதைக் கேட்டுக்கொண்டு அமைதியாக இருப்பாரே தவிர, தானாக வாய்திறந்து எதையும் பேசவோ கேட்கவோ மாட்டார். அயல்வாசிகளுடன் நட்பு பாராட்டுவதோ, பொழுதுபோக்காக அவர்களின் வீடுகளுக்குச் செல்வதோ கிடையாது. அவர் உண்டு, அவரது குடும்பம்

உண்டு, அவரது தொழில் உண்டு என்று இருப்பார். அவருக்கு இங்கேயோ வெளியிலேயோ நண்பர்கள் யாரும் இல்லை.

அவரது மனைவி வைஷாலி, பெண்களின் வாழ்வாதாரங்களான அயலக அரட்டை, அண்டை வீட்டு வம்பளப்பு, சீரியல் ஆகியவை இன்றியே உயிர் வாழக்கூடிய அதிசயப் பிறவி. இரவல், கடன், உதவி - ஒத்தாசைகள் எதுவும் கிடையாது. அந்த வகையில் தம்பதி மேட் ஃபார் ஈச் அதர் எனலாம். ஆனால், வள்ளிநாயகம் காம்பௌண்ட்டுக்கு தேச விரோதிகள்.

ஆனால், அவர்களின் மகள் ஆதிரா ஏழூர் வாயாடி. எல்லோரிடமும் துடுக்காகப் பேசுவாள். அதை ரசிக்கக் கூடியவர்கள் அவளது வாயைப் பிடுங்கும் விதமாக எதையாவது கேட்கவோ, சொல்லவோ செய்து, அவளது வாய் வீச்சுகளைக் கேட்டு ரசிப்பார்கள்.

அவள் ஆறாவது படிக்கும்போது, இங்கு குடிவந்த சில மாதங்களுக்குப் பின் நடந்த நிகழ்ச்சி இது.

“இந்தப் புள்ளையோட பேச்சும், பளக்க வளக்கமும் அவங்க அப்பா - அம்மா ரெண்டு பேரு மாதிரியுமே இல்ல. நம்ம ஊர்ல புள்ளைகளைத் தவுட்டுக்கு வாங்கற மாதிரி, இந்தப் புள்ளைய இவுங்கப்பா கப்பக் கௌங்குக்கு வாங்கி இருப்பாருன்னு நெனைக்கறேன்" என்றார் பட்டீஸ்வரன்.

“கப்பக் கிழங்கு கொடுத்து என்னை வாங்க முடியுமா? ஒரு மூட்டைத் தங்கம் கொடுத்துத்தான் வாங்கினாங்க” என்றாள் அவள்.

“அடேங்கப்பா, உனக்கு அத்தனை கிராக்கியா?” காரமடையான் வியந்தார்.

“ஆமாமா. அதுக்கு முன்னாடி ஆலுக்காஸ் ஜுவல்லரிக்கு இவங்க அப்பாதான் ஓனரா இருந்தாரு. இந்தப் புள்ளையை வாங்கினதுலதான் அவருக்கு நஷ்டமாயி, ஜுவல்லரிய வித்துட்டு கப்பை வியாபாரம் பண்ண ஆரம்பிச்சுட்டாரு.”

எல்லோரும் சிரிக்க, ஆதிரா கழுத்தை வெடுக்கென்று வெட்டி,

நொடித்துக்கொண்டு போனாள்.

மரவள்ளிக்காரர் மாலையில் தொழில் முடித்து வரும்போது அவர்கள் வீட்டில் ஒரு சுவையான சம்பவம் நடக்கும்.

முன்பு ஒரு முறை வாசலில் நிறுத்தியிருந்த வண்டி திருட்டு போனதின் காரணமாக அவர் தனது எக்ஸெல்லை வீட்டின் முன் அறையில்தான் நிறுத்துவார். அதை வீட்டுக்குள் ஏற்றும்போதும் இறக்கும்போதும் படிகளைக் கட.ப்பதற்காக சாய்ப்பு வைப்பதற்கு ஒரு பலகை இருக்கும். காலையில் தொழிலுக்குக் கிளம்பும்போது உள்ளே இருந்து அதை அவரே எடுத்து வைத்துவிடுவார். மாலையில் வந்த பின் உள்ளிருந்து அதை எடுத்துத் தருவதற்காக ஹரீஷை அழைத்து அவனிடம் சொல்வார்.

அவனுக்குக் காதும், புத்தியும் சற்று மந்தம். அதனால் அவனிடம், “பலகை எடுத்துட்டு வாடா” என்று அவர் சொல்வது கேட்காமல், “என்னப்பா?” என்பான்.

“பலகைடா... பலகை, பலகை!”

அவரது வாய் அசைவையே பார்த்துக்கொண்டிருக்கும் அவன் புரிந்துகொண்டதாகத் தலையாட்டிவிட்டு உள்ளே சென்று பவுடர் டப்பாவை எடுத்து வருவான்.

அவர் தலையில் அடித்துக்கொண்டு “பவுடர் டப்பா இல்லடா! பலகை, பலகை...” என்றபடி, உள்ளங்கைகளால் வெட்டவெளியில் நீள அகலங்களை உருவகித்துக் காட்டுவார். அதை உற்று நோக்கும் அவன், “சரிப்பா - சரிப்பா” என்று மண்டையை ஆட்டிவிட்டு உள்ளே சென்று, விளக்குமாறை எடுத்து வருவான்.

"அட முட்டாப் பய மவனே! உன்னையப் பெத்ததுக்கு என்னைய இதுலதான்டா அடிச்சுக்கணும். விளக்குமாத்தையும் பவுடர் டப்பாவையும் வெச்சிட்டு நான் இப்ப என்னடா பண்ணப் போறேன்? காது கேட்கல; கையில காட்டறதும் புரியலன்னாலும், தினமும் நடக்கறதைத் தானாத் தெரிஞ்சுக்க

முடியாதா? ஆண்டவன் எனக்கு இப்படி ஒரு மண்டூஸைக் கொடுத்துட்டானே! என்டெ குருவாயூரப்பா!" வானத்தை அண்ணாந்து இறைஞ்சுவார்.

உடனே அவன் குடுகுடுவென உள்ளே ஓடிச் சென்று, குடையை எடுத்து வந்து நீட்டுவான்.

குழந்தைச் சத்தங்கள் தீராத வீடு

இரண்டாவது வீடான காரமடையான் வீட்டில் அவரும் மனைவியும் அமைதித் திலகங்கள். அவர்கள் இங்கு குடிவரும் முன்பே இரண்டாவது குழந்தையான மகள் பவித்ராவுக்குத் திருமணம் ஆகிவிட்டது. இங்கே குடிவரும்போது மூத்த மகன் அய்யாவு (எ) அய்யாதுரைக்கு 26 வயது; மூன்றாவதான இளைய மகன் ஜெயக்குமாருக்கு 18 வயது. அவர்களும் அமைதிப் பேர்வழிகள், அவரவருக்குத் திருமணம் ஆன பின் அவரவர் பாட்டைப் பார்த்துக்கொண்டு தனிக் குடித்தனம் சென்றுவிட்டனர்.

இமயத்தரசி தனது தனிமையைப் போக்கவும், வீட்டின் நிசப்தத்திலிருந்து விடுபடவும், காம்பௌண்டிலோ, வெளியே அண்டை அயல்களிலோ உள்ள கைக்குழந்தைகளை எடுத்துக்கொண்டு வந்து பார்த்துக்கொள்வது வழக்கம். கைக் குழந்தைகளைக் குளிப்பாட்டத் தெரியாத தாய்மார்கள், பாட்டிமார்கள் உள்ள வீடுகள் எனில் அக் குழந்தைகளை அவளே குளிப்பாட்டிவிடவும் செய்வாள். இதனால் பிள்ளைகள் போன பின் இவர்கள் வீட்டில் எப்போதும் குவா குவா சத்தம் ஒலித்துக்கொண்டே இருப்பது வழக்கமாகிவிட்டது. வீட்டு வேலைகள் செய்ய வேண்டி இருக்கிற நேரங்களில், வளரும் கைக்குழந்தைகளை அவர்களின் தாய்மார்கள் இவளிடம் பார்த்துக்கொள்ளச் சொல்லிக் கொடுத்துவிட்டும் செல்வார்கள். அதனால் தவழ்கிற, நடை பயில்கிற குழந்தைகளைப் பராமரிக்கிற - கண நேரமும் கவனம் தப்பிவிடக்கூடாத - கண்காணிப்பு, அதட்டல், குழந்தைகளின் பின்னே ஓடிக்கொண்டிருக்கும் பரபரப்பு ஆகியவை இவர்களின் வீட்டில் கால் நூற்றாண்டாகத்

தொடர்ந்துகொண்டேயிருந்தது. சென்ற வருடம் இமயத்தரசியின் மரணத்துக்குப் பிறகுதான் அது இல்லை.

பொண்டாட்டிகளின் பிறப்புரிமையும், புருசன்களின் கடமையும்

மூன்றாவது வீடான ஜோதிடர் வீட்டில் வாடிக்கையாளர்கள் இல்லாத மற்ற நேரமெல்லாம் காலை, முற்பகல், மதியம், பிற்பகல், மாலை, இரவு என எந்த நேரத்திலும் மனைவியின் சுப்ரபாதம்தான். மனைவி என்றால் என்ன என்பதற்கான இலக்கணம் அவள். கணவனின் செயல், செயலின்மை ஆகிய அனைத்திலும் குற்றம் கண்டுபிடிக்கும் வல்லமை படைத்தவள்.

“ஊரு உலகத்துல இருக்குறவங்களுக்கெல்லாம் நல்ல நேரம், நல்ல நாள் பாத்துக் குடுக்கறீங்க. நமக்கு ஒரு நல்ல நாள் - நல்ல நேரம் வர மாட்டேங்குது. எத்தனை காலத்துக்குத்தான் இப்புடி வாடகை வீட்டுலயே குடியிருக்கறது? நமக்குன்னு சொந்த வீடு கட்டி, நாலு பேர் மாதிரி கவுரவமா வாள வேண்டாமா? இப்பவே எடம் வாங்கிப் போட்டாதான பத்துப் பதனஞ்சு வருசத்துல காசு சேத்தி ஒரு வீடு கட்ட முடியும்” என்று முன்பு சொல்லிக்கொண்டிருந்தாள்.

இடம் வாங்குவதற்கு ஏற்பாடானபோது, அங்கே வாங்கலாமா - இங்கே வாங்கலாமா, அது சரியில்லை - இது சரியில்லை என்ற பேச்சு.

இடம் வாங்கிய பிறகு, “எடம் வாங்கிப் போட்டா ஆச்சா? வீடு கட்ட வேண்டாமா?” என்ற கேள்வி.

அதற்குப் பணம் இல்லையே என்றபோது, சீட்டு, சேமிப்பு, கடன் ஆகியவை குறித்த ஆலோசனைகள்.

அவருக்குத் தொழிலும் நல்லபடியாகப் போய், பணம் சேர்ந்து, கொஞ்சம் கடனையும் வாங்கி, வீடு கட்டும் ஏற்பாடு ஆனது. அப்போது கட்டுமானப் பணிகள், வேலையாட்கள், மேற்பார்வை, கண்காணிப்பு ஆகியவை குறித்த புகார் பட்டியல்கள்.

“ஏப்பா, ஜோசியருக்கே ஜாதகம் செரியில்லயா; இல்ல, நீயி உன்

கல்யாணத்துக்கு ஜாதகம், பொருத்தம் செரியாப் பாக்குலயா?" என்பார் பட்டீஸ்வரன்.

"புருசனைத் தாளிச்சுக் கொட்டறதும், கஞ்வி ஊத்தறதும் பொண்டாட்டிகளோட பிறப்புரிமையப்பா. அதைய அந்தக் காதுல வாங்கி, இந்தக் காதுல உட வேண்டியது புருசனுகளோட கடமை" என்பார் ஜோதிடர்.

ஒரு வழியாக வீடு கட்டி முடிந்து, அவளது சுப்ரபாதங்களுடன் அங்கே குடிபோன பிறகுதான் இங்கே ஜோதிடர் வீட்டில் சாந்தியும் சமாதானமும் நிலவிக்கொண்டிருக்கிறது.

ஆலைச் சங்கும் அமைதிப் புறாவும்

நான்காவது வீட்டில் சூரியின் மரணத்துக்குப் பிறகு மனைவியும் மக்களும் இங்கிருந்து செல்வதற்கு முன் 24 மணி நேர சவுண்டு சர்வீஸ்தான். சூரிக்கு 45 வயது; விஜிக்கு 40. தாமதத் திருமணம். இரு குழந்தைகள்: மெடில்டா (5), ஆலிவர் (2.5)

மெடில்டாவுக்கு வயதுக்கு மீறிய அறிவு; பயங்கர வாயாடி. நடனம், பாட்டு, அழிச்சாட்டியங்கள் என சகல தனித் திறன்களும் கொண்டவள். பல சமயங்களில் அவள் பேசுவது பெரியவர்கள் பேசுவது போல் இருக்கும். அடுத்த நிமிடமே, குழந்தைகளுக்கே உரித்தான அடமும் குறும்புகளும் செய்வாள். தொட்டால் தொண்ணூறுக்கும் அழுகை. வாயைத் திறந்தால் ஆலைச் சங்கு. கால் மணி நேரம், ஒரு மணி நேரம் ஆனாலும் ஓய மாட்டாள். ஆனால், ஒரு பொட்டுக் கண்ணீர் நிலத்தில் விழாது. "கொடம் கொடமாக் கண்ணீர் கொட்டுதே...!" என்று அவளின் பாட்டி ராமாத்தா கேலி செய்வாள். மெடில்டா இரவில் உறங்க 11 12 ஆகிவிடும். அதுவரை பெரியவர்களைத் தூங்கவிடாமல் தேவதை உடை நடனம், கரடி மாமா, டோரா புஜ்ஜி பாட்டுகள், சிண்டரெல்லா கதையைத் தாத்தா பாட்டிக்குச் சொல்வது உள்ளிட்ட அழிச்சாட்டியங்கள்தான்.

ஆலிவர் ஒரு அமைதிப் புறா. ஒரு குறும்பும் செய்ய மாட்டான். எந்த விளையாட்டுப் பொம்மையையும் பத்தே

நிமிடத்தில் உடைத்துவிட்டு, அம்மாவிடம் சொல்லாமல், காட்டாமல், அமைதியாக இருப்பான். அப்பா வந்ததும் அதைக் காட்டி, சைகைகளோடு மீண்டும் புது பொம்மை கேட்பான். இன்னும் சரியாகப் பேச வராது. அதிகம் பேசவும் மாட்டான். ஆனால், எப்போதும் நைநைன்னு சிணுங்கிக்கொண்டும், அம்மாவோ பாட்டியோ இடுப்பில் தூக்கி வைத்துக்கொண்டே இருக்க வேண்டும் என அடம் பிடித்துக்கொண்டும் இருப்பான். இடையிடையே மட்டும் இறங்கி அக்காவுடனோ பொம்மைகளோடோ விளையாடுவான். அமைதியாக இருக்கையில் திடீரென சீழ்க்கையொலி போலக் கீச்சிட்டுக் கத்துவது அவனது வழக்கம். சத்தம் பலமாகவும் இருக்கும்.

“கூர்க்கா விஸிலடிக்க ஆரம்பிச்சுட்டாரு” என்பார்கள் காம்பௌண்ட்வாசிகள்.

மெடில்டாவுக்கு அடிக்கடி பசிக்கும். விளையாட்டின் இடையே ஒரு மணி நேரத்துக்கு ஒரு முறையாவது அம்மாவிடம் சென்று தின்பண்டங்கள் எதையாவது கேட்டு வாங்கித் தின்றுவிட்டு வருவாள்.

“ஏன்டீ, இப்பவே இப்புடி தின்னிப் பண்டாரமா இருக்கறயே! இப்புடித் தின்னு தீத்தீன்னா எங்க போறது? உங்கப்பன் அறுப்பு மில்லுல கலாசுக்காரன். நீயென்னடான்னா வாயில அரைவை மில்லையே வெச்சிருக்கற. ஒரு கிலோ தீனிய ஒரே நாள்ல தின்னு தீத்தர்றயே! தெனமும் இப்புடித் திங்கணும்னா தீனி வாங்கிக் கட்டுப்படியாகாது; தவுடு புண்ணாக்குதான் வாங்கிப் போடணும் உனக்கு. விட்டா ஆளையே கடிச்சுத் தின்னு போடுமாட்டிருக்குது இந்தக் குட்டிச் சாத்தான்” என விஜி திட்டிக்கொண்டிருப்பாள்,

“நீயா கஷ்டப்பட்டு வேலை செஞ்சு சம்பாரிக்கற? நீ சும்மா சோறாக்கிட்டு, சீரியல் பாத்துட்டு, அடுத்த வீட்டுப் பொம்பளைக கூட அரட்டையடிச்சுட்டுத்தான இருக்கற? எங்கப்பாதானே கஷ்டப்பட்டு சம்பாரிச்சு எனக்குத் தீனி வாங்கிட்டு வர்றாரு? சம்படத்துலருந்து எடுத்துக் குடுக்கறக்குள்ள கொறைஞ்சா

போயிருவ? இரு, இரு! அப்பா வரட்டும், கோள் மூட்டிக் குடுக்கறன். அப்பா கலாசிக் கையில உன்னைய 'ரை...'யின்னு ஒண்ணு உட்டா, நீயி ஒட்டச்சந்தரத்துல போயி உளுந்துருவே! அப்பறம் உன்னைய டைவர்ஸ் பண்ணிட்டு, அப்பாவ கீர்த்தி சுரேஸக் கல்யாணம் பண்ணிக்கச் சொல்லீருவேன்" என மிரட்டிவிட்டு, தீனியை அதக்கியபடி ஓடுவாள் மெடில்டா.

கௌதம் வெர்சஸ் சித்தார்த்

அடுத்த வீடான ரஞ்சிதா வீட்டிலும் சத்தம் ரவுசுக்குக் குறைவிருக்காது.

கௌதமுக்கு 7 வயது, சித்தார்த்துக்கு 5.

சித்தார்த் ரொம்பவும் மெலிந்து பலவீனமாக இருப்பான் அவனை எல்லோரும் எலிக் குஞ்சு என்றுதான் கூப்பிடுவார்கள்.

கௌதமுக்கு வயதுக்கு மீறிய வளர்ச்சி. ஒரு வயதுக் குழந்தையாக இருந்தபோதே பிரம்மாண்ட குண்டு குழந்தையாக இருந்தான் தூக்கி வைத்துக் கொஞ்சவெல்லாம் முடியாது. அதீத உடல் வளர்ச்சிக் குறைபாடு நிரந்தரமாகத் தங்கிவிடுமோ என்று கூட பயந்துகொண்டிருந்தார்கள். ஆனால், மூன்று வயதுக்கு மேல் அவனுடைய உடல் மெலிந்து கொஞ்சம் சராசரியாக ஆகிவிட்டான். எனினும் மற்றவர்களோடு ஒப்பிடுகையில் வயதுக்கு மீறிய உயரமும் உடல் பருமனும் கொண்டவன். அதனால் அவனை காளியா என்று சிறார்கள் கேலியாக அழைக்கத் தொடங்கி, இப்போது அதுவே பட்டப் பேராகிவிட்டது.

மற்ற சிறுவர்களுடன் இணக்கமாக நடந்துகொள்ளக் கூடிய அவன், தம்பியிடம் எப்போதும் ஆதிக்கம் காட்டுவான். அது மட்டுமன்றி அவனைக் காரணமின்றி அடிப்பது, துன்புறுத்துவது போன்ற சேட்டைகளைச் செய்துகொண்டும் இருப்பான். அதனால் சித்தார்த்தின் அழுகையும் வீறிடலும் அவ்வப்போது ஒலித்துக்கொண்டே இருக்கும்.

அவன் அழுகிறான் என்றாலே ரஞ்சிதா வந்து பார்த்து, கௌதம்

அங்கிருந்தால் ஏன், எதற்கு, எப்படி என்று கேட்காமலேயே அவனை மொத்துவாள். சித்தார்த் தானாக ஓடி விழுந்து அழுதிருந்தாலும், கௌதம் அங்கிருந்தால் அவன்தான் தள்ளிவிட்டிருப்பான் என்று அடி விழும். அதனால் தம்பியை அழ வைத்துவிட்டு அடுத்த வினாடியில் கௌதம் காணாமல் போய்விடுவான். அவனைத் தேடிக்கொண்டு ஓடி, அகப்பட்டால் மொத்துவது; இல்லையெனில், “அடேய், வளந்து கெட்டவனே! தடிமாடு! உன்னோட நொட்டுக் கையுங் காலையும் வெச்சுட்டு சும்மாவே இருக்க மாட்டயா? ஏன்டா எப்பப் பாத்தாலும் அந்தப் புள்ளைப்பூச்சிய அளுக வெச்சுட்டே இருக்கற? எங்க எஸ்கேப்பானாலும் கொட்டிக்கறக்கு இங்கதான வந்தாகணும். அப்ப இருக்குது பூசை” என்று சத்தம் போட்டுக்கொண்டிருப்பாள்.

மாறு செய்யப் பிறந்தவர்கள்

ஆறாவது வீட்டில் இதற்கு முன் இருந்தவர்கள் மெடிக்கல்காரர் குடும்பம். மத்திய நடுத்தர வர்க்கம். இங்குள்ளவர்களிலேயே அதிக வருமானம் கொண்டவர்கள் அவர்கள்தான். காம்பௌண்ட் வீட்டு ஏழைகளிடையே அவர்கள் பணக்காரர்களாகவே பார்க்கப்பட்டனர். அவர்களின் உடைகள், வீட்டு உபயோகப் பொருட்கள், உணவு வகைகள் யாவும் உயர் விலை கொண்டதாகவும், நவீன ரகமாகவும் இருக்கும். கார் நிறுத்த வசதியில்லாததால்தான் பைக் வைத்துக்கொண்டிருக்கிறார்கள் என்ற பேச்சும் நிலவியது. இங்கே குளிர்சாதனப் பெட்டி, அகலத் திரை எல்.ஸி.டி. தொலைக்காட்சி உள்ள ஒரே வீடு அதுதான்.

மெடிக்கல் தம்பதியும் மரவள்ளி தம்பதி போலவே மற்ற குடும்பங்களுடன் நெருங்கிப் பழகுவதில்லை; யார் வீட்டுக்கும் போகவும் மாட்டார்கள். வீட்டு வைபவங்களுக்கு அழைப்பு விடுத்தால் திருமதி மெடிக்கல் மட்டும் வந்து ப்யூட்டி பார்லர் தலையைக் காட்டிவிட்டுப் போவாள். அவர்களின் வீட்டு வைபவங்களுக்கு இங்குள்ள யாரையும் அழைப்பதில்லை. மரவள்ளி தம்பதியாவது மற்றவர்களிடம் தேவைக்கேனும் பேசுவார்கள்; இவர்கள் அதுவும் கிடையாது. எப்போதாவது

சில சமயம் மெடிக்கல்காரர் அறிவரசு, அன்பரசு ஆகியோருடன் வழியில் நின்று இணையம், கணினி தொடர்பாக ஏதேனும் விசாரித்துப் பேசக் காணலாம். தம்பதியர் தங்களுக்குள்ளோ, மற்றவர்களுடனோ மிருதுவான குரலில், சாத்வீகமாகவே உரையாடுவார்கள். அவர்கள் அலைபேசியில் பேசுவதும் - காதல் குமரிகள் காதலன்களுடனும், கேர்ள் ஃப்ரண்டுகள் பாய் ஃப்ரண்டுகளுடனும் பேசுவது போல அவ்வளவு ஒலிக் குறைவாக, ஃபோனுக்கே கேட்குமோ கேட்காதோ என்றிருக்கும்.

பிள்ளைகள் இதற்கு மாறுசெய்யவே பிறந்தவர்கள்.

எட்டாம் வகுப்பு மகன் பேரரசு, பள்ளிக்கோ ஊர் சுற்றவோ போகும் நேரம் தவிர வீட்டில் உள்ள நேரமெல்லாம் ஆங்கில அனிமேஷன் படங்களைப் போட்டு அலறவிட்டுக்கொண்டிருப்பான்.

"எதுக்குடா இப்படி காது ஜவ்வு கிளியற மாதிரி சவுண்டு வெச்சிருக்கற? அளவா வெச்சுக் கேட்டுத் தொலை!" ப்ளஸ் ஒன் மகள் ராணி அதைவிட அலறுவாள்.

விடாக்கண்டன் குல்ஸார்

ஏழாவது வீடு முஸ்தாக்குடையது. அவனது ஒரே மகன் குல்ஸாருக்கு 6 வயது. கான்வென்ட்டில் படித்துக்கொண்டிருந்தான். சூட்டிகையான பையன். காய்கறி, வெங்காயம், கீரை, வாழைப் பழம், பூ, இட்லி மாவு, கோலப்பொடி, பப்ஸ் ஆகியவற்றை விற்க வருகிறவர்களின் குரலோ, பதிவு செய்யப்பட்ட ஒலிபெருக்கி விளம்பர வாசகங்களோ கேட்டால் அதை அப்படியே மிமிக்ரி செய்து குரல் கொடுப்பான்.

அவனுக்கு அதிகமான தந்தைப் பாசம். முஸ்தாக் வெளியில் போகும்போது அவனிடம் வழியனுப்பு வாக்கியங்களைத் திரும்பத் திரும்பச் சொல்வான். அவன் எவ்வளவு முறை என்ன சொன்னாலும் உரிய பதிலை முஸ்தாக் கொடுத்தே ஆகவேண்டும்.

"போயிட்டு வர்றேன். டாட்டா" என்று விடை பெற்றுச் செல்லும்போது, "சரிப்பா, டாட்டா. பத்திரமாப் போயிட்டு

வாங்க” என்பான்.

“சரிப்பா, பத்திரமாப் போயிட்டு வர்றேன்.”

“நேரத்துல வீட்டுக்கு வந்துருங்க.”

“சரி. நேரத்துல வீட்டுக்கு வந்தர்றேன்.”

“டாட்டா. பை - பை.”

“டாட்டா. பை - பை.”

“பத்திரமாப் போயிட்டு வாங்க”

“ஓ.கே.”

“ஓ.கே.ன்னு சொல்லாதீங்க. ‘பத்திரமாப் போயிட்டு வர்ரேன்’னு அளகா, வாய் நெறையச் சொல்லுங்க.”

“சரி... பத்திரமாப் போயிட்டு வர்ரேன்.”

“நேரத்துல வீட்டுக்கு வந்துருங்க.”

முஸ்தாக் விடைபெற்றுச் சென்றுகொண்டிருக்க, குல்ஸார் வீட்டில் இருந்தபடி, குரல் கொடுத்துக்கொண்டே இருப்பான். சொன்னதையே திரும்பத் திரும்ப எத்தனை முறை அவன் சொன்னாலும் சலிக்காமல் பதில் சொல்லியே ஆக வேண்டும். அப்படி பதில் சொல்லாமல் போய்விட்டால் அழுது ஆர்ப்பாட்டம் செய்யத் தொடங்கிவிடுவான். மற்ற எந்த வீட்டில் காலை நேரக் களேபரம் நடக்கிறதோ இல்லையோ, நிச்சயமாக முஸ்தாக் வீட்டில் இந்தச் சம்பவம் தவறாமல் அரங்கேறும்.

குறுகலான நுழைவாயில் என்பதால் ஆட்டோவைக் காம்பௌண்ட்க்குள் கொண்டு வர முடியாது. அதனால் இரவில் மேபுறம் மூன்றாவதாக உள்ள பூரணி வீட்டு வராந்தாவில்தான் முஸ்தாக் ஆட்டோவை நிறுத்துவது வழக்கம். சில சமயம் குல்ஸார் முஸ்தாக்குடன் அங்கே சென்று, ஆட்டோ கிளம்பி தெரு முக்கில் மறைகிற வரை அங்கிருந்து குரல் கொடுப்பான்.

டென்ஷன் அன்பரசு

கடைசி வீடான பட்டீஸ்வரன் குடும்பத்தில் கலகலப்புக்குக் காரணம் இருவர். பட்டீஸ்வரன் தனது நகைச்சுவை,

நையாண்டிகளால் மற்ற வீட்டாரை மகிழ்வித்து, காம்பவுண்டைக் கலகலப்பாக்குவார். டென்ஷன் அன்பரசு எனப்படும் பட்டீஸ்வரனின் இரண்டாவது மகன் அன்பரசு. தனது டென்ஷன்களால் அவர்களின் வீட்டைக் கலகலவெனக் கழன்று ஆடச் செய்துகொண்டிருப்பான்.

அவனுக்கு எல்லாமே டென்ஷன்தான். காப்பியில் சர்க்கரை கம்மியா; டென்ஷன். சூடு அதிகமா; டென்ஷன். சீப்பைக் காணோமா, டென்ஷன்; மின்சாரம் துண்டிக்கப்பட்டுவிட்டதா; டென்ஷன். டவர் கிடைக்கவில்லையா; டென்ஷன். வரவேண்டிய அழைப்பு, ஐந்து நிமிடம் தாண்டியும் வரவில்லையா; டென்ஷன்.

டென்ஷன்... டென்ஷன்... டென்ஷன்.

“சின்னச் சின்ன விசியத்துக்கெல்லாம் எதுக்கு இப்புடி அனாவசியமா டென்சனாயிக்கற? காப்பில சக்கரை கம்மின்னா, வேணுங்கற அளவுக்குப் போட்டுக்கலாமே! சூடு ஜாஸ்தின்னா ஆத்திக்கலாம். உன் சீப்பைக் காணம்னா வேற சீப்புல தலை சீவுறக்கென்ன? கரன்ட்டு கட்டானதுல குடியா முளுகிப்போச்சு?” இத்தியாயி இத்தியாயிகளை அவனது தாய் சுசீலா, அண்ணன் அறிவரசு உட்பட சொந்த பந்தங்கள், காம்பௌண்ட்வாசிகள், நண்பர்கள் எனப் பலரும் கேட்டுள்ளனர்.

பட்டீஸ்வரன் சொல்வார்: “அவன் அன்னந் தண்ணி இல்லாம ஆறு மாசம் வேண்ணாலும் உயிரோட இருப்பான். டென்ஷன் இல்லாம மூணு மணி நேரம் கூட இருக்க முடியாது.”

★★★

2. காம்பௌண்ட் கலகலப்புகள்

வீட்டுக்கு வீடு வாசப்படி என்கிற மாதிரி, இங்கே வீட்டுக்கு வீடு வெவ்வேறு விதமான கலகலப்புகள். குடும்பக் களேபரங்கள் தவிர, பொதுக் களேபரங்கள் தனி. இடைஞ்சல்கள், சிக்கல்கள், தொந்தரவுகள் மிகுந்த தொகுப்பு வீட்டு வாழ்க்கையையும்

இங்கே நகைச்சுவையாகவும், சுவாரஸ்யமாகவும், அழகாகவும், இனிமையாகவும் ஆக்குவது அது.

அதுவும் வேடிக்கை, நகைச்சுவை, போட்டி, போராட்டம், முண்டியடிப்பு, கலவரம் ஆகிய அனைத்தும் ஒருசேர நிகழ்வது காலை நேரத்தில் பொதுக் கழிப்பறையில்தான். 'பந்திக்கு முந்தறமோ இல்லியோ, டாய்லெட்டுக்கு முந்தணும்' என்பார் ஜோதிடர்.

விடியும் முன்பே எழுந்துவிடக் கூடியவர்களான இல்லத்தரசிகளுக்கு இந்தத் தொல்லை இராது. விடிந்த பின் எழும் ஆண்கள், சிறுவர் சிறுமிகள், இளைஞிகள் ஆகியோர்தான் வரிசை பிடித்து மல்லுக்கட்ட வேண்டியிருக்கும். வரிசையில் காத்திருந்து செய்யக்கூடிய காரியங்கள் என்றால் பரவாயில்லை. இது காத்திருந்து செய்யக் கூடியதா? வந்தால் உடனே போயாகணுமே! அதற்கு வரிசை காக்க வேண்டியிருந்தால் என்னென்ன அவஸ்தைகளும், முண்டியடிப்புகளும், சச்சரவுகளும் நேருமோ அவை அங்கு நேரும்.

"அவசரம்... முட்டீட்டு வருது" என்று சிறுவர்கள் ட்ரௌசரைக் கழற்றிக் கையில் வைத்துக்கொண்டு தயாராக நிற்பார்கள். பெரியவர்கள் வயிற்றைப் பிடித்தவாறு நெளிந்துகொண்டிருந்து, கதவு திறந்தவுடன் முட்டி மோதி முந்துவார்கள். சிலர் சத்தமாகவோ, நாற்றமாகவோ பாண வேடிக்கைகளை நிகழ்த்தி, சுற்றுச் சூழலை மாசுபடுத்தி, காதுகளையும் மூக்குகளையும் துளைப்பார்கள்.

"எங்கே நிம்மதி... எங்கே நிம்மதின்னா, இங்கதானப்பா நிம்மதி. சும்மாவா சொன்னாங்க, ஆத்தரத்தை அடக்குனாலும் மூத்தரத்தை அடக்க முடியாதுன்னு. அதுக்கே அந்தப் பாடு; இதுக்கு சொல்லோணுமா? அட-டட-டடா...! இத்தனை நேரம் பட்ட அவஸ்தைக்கு, இப்ப அடைஞ்ச நிம்மதி இருக்குதே,... இது ஈரேளு லோகத்துலயும் கெடைக்கவே கெடைக்காது!" நஞ்சப்பன் சிலாகிப்பார்.

மலச்சிக்கல்காரரான ஜோதிடர் உள்ளே போனால் தாமதமாகும்.

வெளியே இருந்து கதவு தட்டுவார்கள். "தட்டாதீர்கள்; திறக்கப்படாது!" என்பார் அவர்.

மற்ற இரு கழிப்பறைகளில் கதவு தாக்குதல் தொடங்கும்.

குளியலறைகளில் இத்தகைய அவஸ்தைகள் இல்லை. ஆனால், ஸ்கூலுக்கு நேரமாச்சு, காலேஜுக்கு நேரமாச்சு, வேலைக்கு நேரமாச்சு என்று உள்ளே முந்திச் செல்லவோ, வெளியிலிருந்து அவசரப்படுத்தவோ செய்வார்கள். பாதிக் குளியலில், முகத்தில் சோப்பு நுரைத்துக்கொண்டிருக்கும்போது தண்ணீர் நின்றுவிடும். பெண்களை பயப்படுத்துவதற்கென்றே அவதரித்த கரப்பான்பூச்சிகள் அவர்களை முற்றுகையிட்டு மீசை நீட்டி மிரட்டும்.

இத்தகைய கஷ்டங்கள் பல இருந்தாலும், எல்லோரும் ஓரினம், எல்லோரும் ஓர் குலம் என்ற ஒற்றுமையைக் காலங் காத்தாலயே உணரச் செய்வது இந்தப் பொதுக் கழிப்பறை குளியலறைப் போராட்டங்கள்தான்.

★★★

வார நாட்களின் பகல் பொழுதுகள் வீட்டு மனைவிகள், வீட்டுக் குழந்தைகள், முதிய இளம் தாய்மார்கள் ஆகியோரின் ஆதிக்கத்தில் இருக்கும். வீட்டுப் பெருசுகள் அந்த ஆதிக்கங்களுக்குக் கப்பம் கட்டிக்கொண்டிருப்பார்கள்.

குழந்தைகளின் விளையாட்டுகள், அழுகை, அடம் ஆகியவற்றினிடையே சீரியல்கள் ஓடிக்கொண்டிருக்க, சுசீலா, பாயம்மா ஆகியோர் இவர்களில் யாராவது ஒருவரின் வீட்டில் கூடி, சீரியல் குடும்பங்களின் பிரச்சனைகளுக்காக அங்கலாய்ப்பு, ஆற்றாமை, ஆவலாதி, ஆவேசம், இரக்கம், வெறுப்பு, கோபம் என உணர்ச்சிக் கொந்தளிப்பாகி, "போடு அவளைப் பொடனிலயே! ரை... ரை...ன்னு கன்னத்துலயும் ரெண்டு வெய்யி! அதே அவ பாரு என்ன பண்றான்னு! மொதல்ல அவ கையக் கால ஒடைச்சு மூலைல போட்டாத்தான் செரியாகும்" எனக் குமுறிக் கொட்டிக்கொண்டிருப்பார்கள். உள்வாசிகள் அல்லது புறவாசிகளின் குழந்தைகள் எதையாவது இடுப்பில்

தூக்கிக்கொண்டு இமயத்தரசியம்மாவும் வந்து சேர்ந்து, "சீரியல் பொம்பளைக வில்லத்தனத்துக்கு, சினிமா வில்லனுக கால் தூசிக்குச் சமமாக மாட்டானுக!" என்பாள்.

வேலையில்லாத நாட்களில் சில சமயம் ரஞ்சிதாவும் அவர்களோடு கலந்துகொள்வதுண்டு. பட்டீஸ்வரன் வீட்டில் என்றால் படிக்கட்டில் அமர்ந்தபடியும், மற்ற இருவர் வீடுகள் எனில் உள்ளே சென்றும். விஜி, ரஞ்சிதா வீடு தவிர வேறெங்கும் போக மாட்டாள். "விஜி, வைசாலியெல்லாம் ஒரு டைப்" என்று மற்ற பெண்கள் பேசிக்கொள்வார்கள். பெண்களின் உலகில் அவர்கள் தேச விரோதிகள். சீரியல் பார்க்காத, புறம்பேசாத பெண்களை நாடு கடத்த வேண்டாமா?

புறவாசி அண்டை அயல்காரிகளான பூரணி, முருகேஸ்வரி ஆகியோரும் ஓரிரு நாட்களுக்கு ஒரு முறையாவது அவர்களுக்கு ஓயும் நேரங்களில், முற்பகலிலோ பிற்பகலிலோ, அயல்வீட்டு வம்பளப்பு, அண்டை வீட்டுப் பொறாமை ஆகியவற்றோடு அரட்டைக்கு வந்து சேர்வார்கள். இருவரும் முப்பதுகளில் உள்ள இளந்தாய்கள் என்பதால் அவர்களின் வயதுள்ள விஜி, ரஞ்சிதா, ரொஹைனா ஆகியோரையே அதிகமும் நாடுவர்.

சொந்த வீட்டுக்காரியான பூரணி ஒரு வெள்ளந்தி. கள்ளம் கபடமின்றிப் பேசுவாள், பழகுவாள் என்பதோடு, அவள் பேசுவதைக் கேட்டால் மண்டைல மசாலாவே கெடையாதா, மூணாம்ப்புக்கு மேல மூளை வளருலயா என்று எண்ணத் தோன்றும். ஒரு பிரி கழன்றவளோ என்கிற லேசான சந்தேகமும் இங்குள்ள பலருக்கும் இருக்கிறது.

"எங்க வீட்டுக்கார்ரு என்னைய தமன்னா, தமன்னான்னே கூப்படறாருக்கா. நானென்ன அவ்வளவு அளகாவா இருக்கறேன்!?" என்பாள், பேக்கு என்பதைப் புரிந்துகொள்ளாமல்.

"நீ அப்புடி அளகில்லாமயா உம் புருசன், கட்டுனா உன் தங்கச்சியத்தான் கட்டுவேன்; இல்லாட்டி, வீட்டை எளுதி வெச்சா உன்னையத்தான் கட்டுவேன்னு ஒத்தக் கால்ல நின்னு உன்னையக் கட்டுனான்?" என ஓட்டுவாள் விஜி.

முருகேஸ்வரி, தெருவின் எதிர்ச்சாரியில், இந்தக் காம்பௌண்டுக்கு நேர் தென்புறத்தில் உள்ள எலக்ட்ரீஷியன் வீட்டில் போக்கியத்துக்குக் குடியிருப்பவள். அவளது கணவன் காளிமுத்து தள்ளுவண்டிக் காய்கறி வியாபாரி. முருகேஸ்வரிக்கு இந்தக் காம்பௌண்ட்வாசிகளின் பழக்கவழக்கங்களைப் பார்த்து, அவளுக்கும் இங்கே குடி வர வேண்டும் என்று ஆசை. “நீங்க யாராவது நாங்க இருக்கற வீட்டுக்குக் குடி வந்துருங்க. நாங்க இங்க வந்துக்கறோம்” என்று சொல்லுவாள்.

“இதென்ன வீடு எக்சேஞ்சு ஆப்பரா? நீ இங்க வந்து சந்தோசமா இருக்கணும்னு ஆசைப்படறது செரி. அதுக்கு வேண்டி நாங்க அங்க வந்து லோல்படோணுமா?” என்பார்கள் இவர்கள்.

★★★

வெயிலைக் காயப்போட்டிருக்கிற விளையாட்டு வாசலில் நிழல் நீளும் வேளை, பள்ளிக் குழந்தைகளும் சிறார்களும் பரணி பாடி மீள்வார்கள். காம்பௌண்ட் குழந்தைகள், சிறார்கள் தவிர, அவர்களின் தோழர்களான தெருக் குழந்தைகள், சிறார்கள் ஆகியோரும் அவர்களோடு சேர்ந்து அங்கு கொட்டமடிப்பார்கள். குழந்தைகள் ஒரு குழு, சிறுமிகள் ஒரு குழு, சிறுவர்கள் இரண்டு மூன்று குழு என விளையாட்டு வாசலை அவர்கள் அதகளமாக்கும்போது, அந்த வாசலே அவர்களுக்காகத்தான் பிறந்தது என்பது உறுதிப்பட்டு, அவர்களே அந்த வாசலிலிருந்து முளைத்து வந்தவர்கள்தானோ என்ற எண்ணம் ஏற்படும்.

தாய்மார்கள் வாசல் பெருக்கிக் கோலமிடும் நேரத்திலிருந்து தந்தைமார்கள் வீடு திரும்பத் தொடங்குவார்கள். அந்தி சாய்கையில் அவ்வாண்கள் சேர்ந்து, படிக்கட்டுகளிலும் வாசலில் போடப்பட்ட நாற்காலிகளிலும் அமர்ந்து அரட்டைக் கச்சேரியில் லயிப்பார்கள். இதற்கு படிக்கட்டு சபை என்று பெயர். சபை பெரும்பாலும் பட்டீஸ்வரன் வீட்டுப் படிக்கட்டிலும், சில சமயம் சூரி, வேலுச்சாமி ஆகியோர் வீட்டுப் படிக்கட்டிலும் நடக்கும். பட்டீஸ்வரன் இருந்தால்தான் கச்சேரி களைகட்டும் என்பதைச் சொல்ல வேண்டியதில்லை. தனது

வேடிக்கை, நகைச்சுவை, நையாண்டிகளால் அனைவரையும் உற்சாகப்படுத்தி, சிரித்து மகிழச் செய்துகொண்டிருப்பார்.

உள்வாசிகள் தவிர, மூன்று புறவாசிகளும் சபை அங்கத்தினர்கள். சபை தொடங்கிய சற்று நேரத்தில் தெம்பறத்துக் காம்பௌண்ட் காய்கறி காளிமுத்து வீறுநடை போட்டுக்கொண்டும், மேவறத்து வீடு பூரணி புருசன் அன்ன நடை போட்டுக்கொண்டும் வந்து சேர்வார்கள். நான்காவது வீதியிலிருந்து ரெண்டு ஆள் பருமன் கொண்ட மாமிசக் கோளமான மகா பெரியவர் தர்மராஜ், மெது மெதுவே உருண்டு வந்து, படிக்கட்டில் பதியமிட்டு, ஒரு குண்டியைத் தூக்கி டர்ர்ர்ரென்று பலமான புறுக்கு போட்டுவிட்டு, "அதுல வந்து பாரு பட்டீஸ்வரா..." என்று கருத்தைச் சொல்ல ஆரம்பிப்பார்.

வேலுச்சாமி ரெண்டு காலில் வந்திருந்தால் கோட்டர் வாசம் வராதபடி எட்ட அமர்ந்து படிக்கட்டு சபையில் கலந்துகொள்வான். நாலு காலில் வந்திருந்தால், மரியாதைக் குறைவாகிவிடும் என்று இங்கே வரமாட்டான். ஆனால், ரஞ்சிதா அவனை அறிவிருக்குதா நெனவிருக்குதா, களுதை மூத்தரக் குடிக்கி, குடிகாரக் கூமுட்டை என போற்றிப் பாடும் வசைக் கச்சேரி அவர்கள் வீட்டில் தனியே நடந்துகொண்டிருக்கும்.

கொசுக்களின் ட்யூட்டி நேரமான 06:30 07:30க்கு, விளையாட்டுப் பிள்ளைகளும், கச்சேரிப் பெருசுகளும் வீடுகளுக்குள் அடைக்கலம் புகுந்துவிடுவர். பிள்ளைகளுக்கு வீட்டுப் பாடம், குழந்தைகள் சேனல், வீடியோ கேம் ஆகிய கடமைகள் தொடர, தந்தைமார்கள் மீண்டும் படிக்கட்டு, வாசல் நாற்காலிகளுக்குத் திரும்புவர். 08:30 09:00க்கு ராச் சாப்பாட்டு மணி அடிக்கிற வரை அவர்களின் கச்சேரி தொடரும்.

பட்டீஸ்வரன் சிக்கனத் திலகம். சில சமயம் சிக்கனத்துக்கும் கருமித்தனத்துக்குமான எல்.ஓ.சி.யைக் கடந்து, பாகிஸ்தான் தீவிரவாதிகள் மற்றும் ராணுவம், சீன ராணுவம் ஆகியோர் மாதிரி ஊடுருவலும், எல்லை தாண்டிய பயங்கரவாதங்களும் செய்வார்.

நிலாக் காலங்களில் மின்சாரக் கட்டண மிச்சத்துக்காக வெளி

விளக்குகளை அணைத்துவிட்டு, நிலவொளியிலேயே புழங்குவது அவரது குடும்ப வழக்கம். அவர்கள் இங்கு குடிவந்த புதிதில் மற்ற குடும்பத்தார் இதை முதலில் கிண்டலடித்தாலும், பிற்பாடு அதன் பலாபலன்களைக் கருதி அவர்களும் அதைப் பின்பற்றத் தொடங்கிவிட்டனர். எல்லா வீடுகளும் வெளி விளக்கணைத்த பிறகு விளையாட்டு வாசலைப் பார்த்தால், ஒரு டேங்க்கர் லாரி பாலைக் கொட்டியது போல நிலவொளி ரம்மியமாகக் காட்சியளிக்கும்.

இந்தப் பேரழகை இவ்வளவு நாளாக ரசிக்காமல் போய்விட்டோமே என்று அவர்கள் வருந்தியபோது, “எல்லாரும் இங்க உக்காந்து நெலாச்சோறு சாப்புட்டம்னா அருமையா இருக்கும். வீட்டுக்குள்ளயும் அந்த நேரத்துக் கரன்ட்டும் மிச்சம்” என பட்டீஸ்வரன் சொல்ல, மின்சார மிச்சத்துக்காக அன்றி அந்த அழகானுபவத்துக்காக அனைத்துக் குடும்பத்தாரும் உணவு, பாத்திரம் பண்டங்களை அங்கு இடம் பெயர்த்தி, நிலாச்சோறு உண்ணலாயினர். பிறகு அதுவே வழக்கமாகிவிட்டது.

மற்ற நாட்களில் அதைச் செய்கிறார்களோ இல்லையோ, பௌர்ணமிக்கு முந்தைய தினம், பௌர்ணமி, அதற்கு மறுநாள் ஆகிய மூன்று தினங்களிலும் நாலைந்து குடும்பங்கள் விளையாட்டு வாசலில் கூடி, உணவுகளை ஒருவருக்கொருவர் பரிமாறிக்கொண்டு, கூட்டாஞ்சோறாக நிலாச்சோறு சாப்பிடுவது அற்புத அனுபவம். மழை பனிக் காலங்கள் தவிர்த்து, மற்ற பருவத்து நிலாக் காலங்களில் இது தவறாமல் நடக்கும். இதனால் அவர்களுக்கிடையிலான கூட்டு உறவும், கூட்டு உணர்வும் அடிக்கடி தூண்டப்பட்டு வலுப்பட்டதோடு, மாதந்தோறும் செலவின்றி பிக்னிக் போய் வந்த மாதிரியான மகிழ்ச்சியும், புத்துணர்வும் கிடைக்கும்.

கொரோனா காலத்துக்கு முன்பு வரை இது தொடர்ந்துகொண்டிருந்தது.

★★★

அத்தியாயம் 4

முடிவற்ற பெருந்தொற்றுகளும் முதல் ஊரடங்கும்

சீனாவிலிருந்து இத்தாலி, ஃபிரான்ஸ், அமெரிக்கா முதலான உலக நாடுகளுக்குப் பரவத் தொடங்கிய புதிய வகைத் தொற்று நோயான கொரோனா, இந்தியச் செய்தி ஊடகங்களில் முக்கியப் பேசுபொருளாக ஆவதற்கும், சராசரிப் பொது மக்களுக்கு அறியப்படுவதற்கும் முன்பே காம்பவுண்டில் அதுபற்றி அறிந்திருந்தவர்கள் மூவர் மட்டுமே. மெடிக்கல்காரர், அறிவரசு, அன்பரசு.

மூவருமே இணைய வாசகர்கள், ஆங்கிலம் தெரிந்தவர்கள் என்பது பொதுக் காரணம். மெடிக்கல்காரருக்கு இது அவரது துறை மற்றும் தொழில் சார்ந்த விஷயமும் கூட என்பதால் அதுகுறித்து விரிவாகவே

அறிந்துகொண்டிருந்தார். சமூகம், மாநில தேசிய உலக அரசியல், ஆன்மிகம், யோகா, மாற்று மருத்துவம், இயற்கை உணவு ஆகியவற்றில் ஈடுபாடு கொண்டவனான அன்பரசுவும் அதுகுறித்து அறிந்திருந்ததோடு, பல வகைகளில், பல கோணங்களில் அவற்றைப் பற்றி ஆய்வுக் கண்ணோட்டத்திலான தேடல் செய்துகொண்டும் இருந்தான். அறிவரசு முகநூல்வாசி என்பதால் அவனுக்கு அதன் வாயிலாகச் சில அடிப்படைத் தகவல்கள் மட்டும் தெரிந்திருந்தன. மேற்கொண்டு தேடி அறிய அவனுக்கு ஆர்வமோ தேவையோ இல்லை. அவன் இதைப் பொருட்படுத்தவும் இல்லை.

அன்பரசுவிற்கு கொரோனா பற்றிக் கூரிய கவனம் இருந்தது. வழியில் பார்க்கும்போது எப்போதாவது அத்தியாவசியத் தேவைகள், காரியங்களை மட்டும் நின்றபடியே பேசிவிட்டுப் போகும் மெடிக்கல்காரரை இடைமறித்து இதுகுறித்துப் பேசியபோது, "நிச்சயமா அது இந்தியாவுக்கும் வரும்; நம்ம நாட்டுல பாப்புலேஷன், டென்ஸிட்டி ரெண்டுமே அதிகம். அவேர்னஸ் கம்மி. அதனால மத்த நாடுகளைவிட இங்க பாதிப்பு அதிகமா இருக்கும்" என்றார். கோவிட்-19 வைரஸ் அமெரிக்கா குற்றம்சாட்டுவது போல சீனாவின் கிருமிப் போரா, அல்லது சீனா சொல்வது போல அமெரிக்காவின் சதியா, இவை இரண்டும் இன்றி உலக மருத்துவ வியாபாரிகளின் மருந்து விற்பனை உத்தியா என்பது பற்றியும் அவரது கருத்துகளைக் கேட்டு ஐந்து நிமிட உரையாடல் நிகழ்த்தினான். அவர் இரண்டாவது முறையும் மணிக்கட்டைத் திருப்பிப் பார்த்ததால் அதற்கு மேல் உரையாட வாய்ப்பில்லாமல் போய்விட்டது.

இந்தத் தொற்று பற்றி தனது கல்லூரி நண்பர்களிடம் அவன் சொன்னபோது அவர்களே அதைக் கண்டுகொள்ளவில்லை.

"எந்த நாட்டுலயோ இருந்தா நமக்கென்னடா? இந்தியாவுக்கு வந்தாப் பாத்துக்கலாம்", "வருசா வருசம் ஒவ்வொரு சீசன்லயும் சீசன் டிசீஸ் வர்ற மாதிரி, புதுசு புதுசா வைரஸ் உருவாகறதும் சகஜம்தான மச்சி! ஆனா அதெப்பட்றா புயலுக்கும், வைரஸுக்கும் மட்டும் அருமையாப் பேர் வெக்கறாங்க?",

“இந்தியாவுக்கே வந்தாலும் தமிள்நாட்டுக்கு வராதுடா! ஏன்னா, அதைவிடப் பெரிய வைராஸா டென்சன் அன்பரசுனு ஒண்ணு இங்க இருக்குது” என அலட்சியப்படுத்தவும், கலாய்க்கவும் செய்தனர்.

படிக்கிற பட்டதாரிகளான அவர்களே இப்படி எனும்போது, படிப்பறிவு குறைந்தவர்களும், கல்வியறிவு அற்றவர்களுமான காம்பௌண்ட்வாசிகளிடமோ, பெற்றோர்களிடமோ சொல்லிப் பயனில்லை என்று விட்டுவிட்டான். அவனது அலைவரிசையில் இருக்கக் கூடிய ஆன்மிக, யோக, சமூக ஆர்வல, உலக அரசியல் ஆர்வ, மாற்று மருத்துவ நண்பர்களிடம் மட்டும் அவற்றைப் பற்றிப் பேசுவான். அவர்களின் அனுபவங்களும் கிட்டத்தட்ட இவனுக்கு நேர்ந்தது போலவே இருந்தது.

அவர்களில் ஒருவர், “பக்கத்து வீடு பத்தி எரிஞ்சா நமக்கென்ன? நம்ம வீட்டுக்கு வந்தாப் பார்த்துக்கலாம்ங்கற அலட்சியம்தான் நம்ம மக்கள் எல்லாருக்குமே. தன்னோட வீட்டுக்கும் பரவுனதுக்கப்பறம் குய்யோமுறையோன்னு கூப்பாடு போடுவாங்க” என்றார்.

அரசியல் நோக்கரான சரக்கு சஞ்சீவி மண்டையை மண்டையை நாலாபுறம் ஆட்டிக்கொண்டு யூட்யூப் சேனலில் சொன்னார்:

“கவர்மென்ட் நெனைச்சா அந்தப் பேன்டமிக் இங்க வராமத் தடுக்க முடியும். ஆனா, வரும் முன் காப்போம்ங்கறது நம்ம கவர்மென்ட்டுக்கும் இல்ல; மக்களுக்கும் இல்ல. கோவிட் நைன்டீன் உலக நாடுகளுக்குப் பரவீட்டிருக்கறது இன்டியன் கவர்மென்ட்டுக்குத் தெரியாதா? அப்பறமும் ஏன் இன்டர்நேஷனல் ஃப்ளைட் சர்வீஸை ரத்து பண்ணாம இருக்கறாங்க? அ…ர…சியல்ல்ல்…! இங்க எல்லாமே அரசியல்தான்!”

★★★

2020 ஜனவரி பிற்பகுதியில் கொரோனா உலகப் பரவல் செய்தி, இந்தியத் தொலைக்காட்சிகள், அச்சு ஊடகங்கள் வாயிலாக சாமானிய இந்தியப் பொது மக்களுக்கும் தெரியவந்தது.

ஊடகங்கள் மூலமாகவோ, மக்களின் பேச்சுவாக்கிலிருந்தோ காம்பௌண்ட்வாசிகளும் அதை அறிந்துகொண்டனர்.

“ஏப்பா... இந்தச் சீனப் பயணி கொரோனா, ஊகான்லருந்து கௌம்பி, பாஸ்போர்ட் விஸா இல்லாம உலக நாடு முழுக்கச் சூறாவளி சுற்றுப் பயணம் போயி, அமெரிக்காவையே கதிகலங்க வெச்சிட்டிருக்குதே...! இந்தியாவுக்கும் வந்துருமா?” பட்டீஸ்வரன் தனது வீட்டில் கூடிய படிக்கட்டு சபையில் பொதுவாகக் கேட்டார்.

முன்னிரவு வேளை. மூன்று வீட்டுக்கும் சேர்ந்தாற்போல் இணைந்த நீண்ட படிக்கட்டில், அவரது வீட்டுக்கு முன்பாக அவரும் சூரியும் வேலுவும் அமர்ந்திருக்க, அவர்களை நோக்கியவாறு வாசலில் போடப்பட்டிருக்கும் ப்ளாஸ்டிக் நாற்காலிகளில் ஜோதிடரும், மடியில் ஆலிவருடன் நஞ்சப்பனும்.

“என்னையக் கேட்டா, கண்டிப்பா வரோணும்பேன். சீனாவுலயும் இந்தியாவுலயும்தான மக்கள் தொகை ஜாஸ்தி. ஜனத் தொகை கொறையறக்கு இந்த ரெண்டு நாடுகள்ல இப்புடித் தொற்று நோய் வர்றது நல்லதுதான். அங்க ஒரு அம்பது கோடி, இங்க ஒரு அம்பது கோடி ஜனத்தை ஸ்வாகா பண்ணுச்சுன்னா பூமிக்கு பாரம் கொறையும். நம்ம நாடும் வல்லரசா ஆகும்,” ஜோதிடர் கருப்பு கருத்து தெரிவித்தார்.

மற்றவர்கள் சற்று திகைத்தனர்.

“ஏப்பா, நீயென்ன ஜோஸியனா, இல்ல, சூனியக்காரனா?” என்ற பட்டீஸ்வரன் தனது முழங்காலை நீவியபடியே, “தமிழ்நாட்டு க்ளைமேட்டுக்கு கொரோனா வராது; வந்தாலும் இப்ப இங்கிருக்கற பனிக்கு வைரஸ் செத்துப்போயிரும்; தொத்து பரவாதுன்னு நெட்டுல போட்டிருக்கறாங்களாமா. ஆப்பீஸ்ல சொன்னாங்க. அன்பரசுகிட்டயோ அறிவரசுகிட்டயோ கேட்டா விவரம் தெரியும்” என்றார்.

அவரே வீட்டுக்குள் நோக்கிக் குரல் கொடுக்க, அன்பரசு வந்தான்.

“அதை உறுதியா சொல்ல முடியாதுங்ப்பா. ஒவ்வொரு வைரஸ் ஒவ்வொரு மாதிரி. சில வைரஸ் வெயில்ல அழியும், சில வைரஸ் மழைல அழியும், சில வைரஸ் பனில அழியும். சீஸன் வியாதிக அந்தந்த சீஸன்ல வந்துட்டு, அடுத்த சீஸன்ல மறைஞ்சர்ற மாதிரித்தான். ஆனா, சில வைரஸ் எல்லா சீஸன்லயும் உயிர் வாழும், பரவும். புது வைரஸ்ங்கறதுனால இது எப்படிங்கறது இன்னும் வைரஸ் ஆராய்ச்சியாளர்களுக்கே தெரியல. நம்ம நாட்டு க்ளைமேட்டுக்கு வராது, வெயில்லயோ, பனிலயோ பரவாதுன்னு நெட்டிசனுக சொல்லிட்டிருக்கறதெல்லாம் ஆதாரமில்லாம அவங்க பாட்டுக்கு எடுத்துவிடற வதந்தி.”

ழகரத்தை ழகரமாகவே உச்சரித்து அவன் பேசுவது, ளகரக்காரர்களான பெரும்பான்மைத் ‘தமிளர்’களுக்கும் வினோதமாகவே படும்.

“என்னுமோப்பா! புதுசு புதுசா மருந்து கண்டுபுடிச்சுட்டேதான் இருக்கறாங்க. புதுசு புதுசா வியாதிகளும் வந்துட்டேதான் இருக்குது. எங்க காலத்துல எய்ட்சு, சிக்கன்குனியா, பறவைக் காச்சல், பன்னிக் காச்சல், எபோலா கிபோலா, சார்சு கீர்சு,... அப்பறம் வாயில நொளையாத இங்கிலீசுப் பேரெல்லாம் சினிமால சொல்லுவாங்களே... அப்புடி கண்ட கண்ட வியாதிக எதுவுமே இருந்ததில்ல. உங்க காலத்துலதான் அதெல்லாம் உற்பத்தியாயிருக்குது. இப்ப இந்தக் கொரோனா. மனுசனுகளோட பாவம் பெருத்துப் போச்சு. அளிவு காலம் அடுத்திருச்சு. அதனாலதான் இப்புடி” என்றார் நஞ்சப்பன்.

“பாவம் பெருகுனது வாஸ்தவம்தானுங்க. இல்லாட்டி, சிறுமிகள, பச்சைக் கொளைந்தைகள, பாலியல் பலாத்காரம் பண்ணிக் கொல்ற காமவெறி புடிச்ச கொடும்பாவிக மனுச குலத்துல உண்டாகியிருப்பானுகளா? அதுவும் கூட்ட பலாத்காரம், ஆறு மாசமா ஒரு வருசமா அந்தக் கொடுமை நடந்துட்டுக்குதுன்னு நியூஸ் கேக்கும்போது ஈரக்கொலையே நடுங்குது. அடிக்கடி இது மாதிரி அங்க இங்க நடந்துட்டே இருக்குதே! எங்க காலத்துலயே இப்புடிப்பட்ட நியூஸை எங்கயுமே கேட்டதும்மில்ல; பேப்பர்ல வந்ததும்மில்ல. இந்தப் பதனஞ்சு இருவது வருசத்துக்குள்ளதான்

இது. இப்புடிப்பட்ட பாங்கொடுமைகளை, பாம்பாவத்தைப் பண்ணுனா பூமி பொறுக்குமா? சுனாமி, கொரோனான்னு வரத்தான் செய்யும்." பட்டீஸ்வரன் பின் மொழிந்தார்.

"சைன்டிஃபிக்காப் பாத்தா, சுற்றுச் சூளல் மாசு, ஓசோன்ல ஓட்டை, புவி வெப்பமாதல்னு இதெல்லாம்தான் காரணமா இருக்கும். ஏன் அன்பரசு?" வேலுச்சாமி அண்ணாந்து பார்த்துக் கேட்டான்.

"ஆமாங்ணா. வியாதிகளும், வைரஸ்களும் புதுசு புதுசா உருவாகறதுக்கு சுற்றுச்சூழல் சீர்கேடு முக்கியமான காரணம். நம்மளோட வாழ்க்கை முறை, உணவுப் பழக்க வழக்கம், அதுல இருக்கற கெமிக்கல் இப்படிப் பல காரணங்களும் இருக்குதுங்ணா."

"எப்புடிப் பாத்தாலும், எந்த வெசக் கிருமியவிடவும் கடுமையான வெசக் கிருமி மனுசன்தான்! காலரா, ப்ளேக்கு, கொரோனாவைவிட பெரிய பெருந்தொத்து, ஜாதியும் மதமும்தான்!" என்றான் சூரி.

★★★

30 ஜனவரி 2020-ல் இந்தியாவின் முதல் தொற்றாக கேரளாவில் கண்டறியப்பட்ட கொரோனா, பின்னர் நாடெங்கும் கண்டறியப்பட்டு, விரைவாகப் பரவத் துவங்கியதோடு, மார்ச் 07-ல் தமிழகத்திலும் காலூன்றியது.

அடுத்த ஒரே வாரத்தில், மார்ச் 14 அன்று இந்திய அரசு கொரோனாவை தேசியப் பேரிடராக அறிவித்தது.

அன்று நாட்டில் கொரோனா தொற்றுக்கு ஆளானவர்களின் எண்ணிக்கை 80-ஆகவும், உயிரிழப்பு 2-ஆகவும்தான் இருந்தது. அப்போது உலகளவில் கொரோனா வைரஸ் 146 நாடுகளுக்குப் பரவி, 1.6 லட்சம் பேருக்குத் தொற்று ஏற்பட்டு, சுமார் 6,500 பேர் பலியாகியிருந்தனர். அச் சமயத்தில் ஒரே நாளில் பலி எண்ணிக்கை ஐரோப்பிய ஒன்றியத்தின் மூன்று நாடுகளில் சுமார் 500, இத்தாலியில் சுமார் 350, ஸ்பெயினில் சுமார் 100

என்கிற ரீதியில் இருந்தது. தொற்று பரவும் வேகமும், மரண பயமும் உலகத்தையே கிடுகிடுக்க வைத்திருந்தது.

தொற்று அச்சுறுத்தலால் நாட்டில் 10-க்கும் மேற்பட்ட மாநிலங்களில் பள்ளிகளுக்கு விடுமுறை விடப்பட்டது. திரையரங்குகள், வணிக வளாகங்களும் மூடப்பட்டன. இத்தாலி, ஃப்ரான்ஸ் உள்ளிட்ட 7 நாடுகளுக்கு விமானப் போக்குவரத்து நிறுத்தப்பட்டது. வைரஸ் வேகமாகப் பரவுவதால் முகக் கவசம், சானிடைசர் ஆகியவற்றை அத்தியாவசியப் பொருட்கள் பட்டியலில் சேர்த்தது மத்திய அரசு.

பெருந்தொற்று பரவலால் நாடு அப்போதுதான் பீதி கொள்ளத் தொடங்கியிருந்தது. மத்திய, மாநில அரசுகள் விழிப்புணர்வுப் பரப்புரை, தடுப்பு நடவடிக்கைகள், தடைகள், கட்டுப்பாடுகள் ஆகியவற்றில் மும்முரம் காட்டின. கொரோனா பாதுகாப்பு இடைவெளி, வெளியில் போகும்போது முகக் கவசம், அடிக்கடி கைகளை சோப்புப் போட்டுக் கழுவுவது, சானிடைசர் ஆகியவை வலியுறுத்தப்பட்டு, அந்த வழக்கமோ பழக்கமோ இல்லாத மக்களும் அதைக் கைக்கொள்ளும்படியாயிற்று. ஊடகங்கள் அனைத்திலும் இதே செய்திகள்.

“நாங்கல்லாம் மாட்டுக் கறி துன்றவுங்க. எங்குளுக்கெல்லாம் எந்த நோவும் வராது”, “நாங்க ஏசு சாமி புள்ளீங்கோ. சிலுவையக் கண்டா சாத்தானே கிட்ட நெருங்க மாட்டான். வைரஸ் இன்னா பண்ணிரும்?”, “இஸ்லாத்துல தொற்று நோயே கெடையாதுன்னு நபியே சொல்லியிருக்காரு. அதனால முஸ்லீம்களுக்கு எந்தத் தொற்று நோயுமே வராது”, “ப்ளேக் மாரியாத்தாளக் கும்புட்டு நெத்தீல துன்னூறு பூசிக்கினு, கதவுல சூலம் சொஸ்திக்கு வரைஞ்சு வெச்சீன்னு வெச்சுக்கோ... அப்பாலே கோவிட் நைன்டீன் இன்னா, எய்ட்ஸ் கூட அந்தத் தெருவாண்டயே அண்டாது.” ‘பெரியார் மண்’ தொலைக்காட்சிகளில் மக்கள் பகுத்தறிவுக் கருத்துகளைத் தெரிவித்துக்கொண்டிருந்தனர்.

ஆனால், இன்னொரு புறம், தமிழகத்தில் கோவை, மேட்டுப்பாளையம், ஈரோடு, திண்டுக்கல், பெரம்பலூர், மதுரை என ஆங்காங்கே சில பகுதி மக்கள், மஞ்சள், பூண்டு,

வேப்பிலை ஆகியவை கலந்த இயற்கைக் கிருமி நாசினியை வீட்டுத் தயாரிப்பாகக் கலந்து, வீடுகள், தெருக்கள், பேருந்து நிறுத்தங்கள் என ஊர் முழுதும் தெளித்துக்கொண்டிருக்கிற செய்திகள் நாளிதழ்களிலும், பிற ஊடகங்களிலும் வெளியாகிக்கொண்டிருந்தன. வீடுகளில் வேப்பிலைத் தோரணமும் கட்டப்பட்டது. கோவையில் மாநகரப் பேருந்துகளிலேயே மஞ்சள் நீர் தெளித்து, வேப்பிலை கட்டி ஓடிக்கொண்டிருந்தன.

காம்பௌண்டிலும் அதைச் செய்ய வேண்டும் என்ற யோசனை ஏக காலத்தில் அன்பரசு, பட்டீஸ்வரன், முஸ்தாக், ரஞ்சிதா, வேலுச்சாமி, நஞ்சப்பன் ஆகியோருக்கு ஏற்பட்டது. அனைத்து வீடுகளுக்கும் சென்று திட்டத்தை அறிவித்து, ஒவ்வொரு வீட்டிலிருந்தும் அவர்களின் பங்களிப்பாக மஞ்சள் தூள், பினாயில், டெட்டால், உப்பு, கற்பூரம் ஆகியவற்றை வாங்கிக்கொண்டனர். ஆண்கள் வேப்பிலை பறித்து வர, பெண்கள் மாடு வளர்ப்பு வீடுகளுக்கும், அவை மேய்க்கப்படும் புல் பகுதிகளுக்கும் சென்று சாணம், கோமியம் சேகரித்து வந்தனர்.

“வேப்பெலைய சும்மா மஞ்சத் தண்ணில போடறதை விட, அம்மை பாத்தவீகளுக்குக் குளிக்கும்போது மேலுக்குத் தேய்க்கறக்கு செய்யறாப்புடி, மஞ்சளோட சேத்து அரைச்சுக் கலக்குனா, வேப்பெலையோட சத்து முளுசாக் கெடைக்குமே” என்றார் காரமடையான்.

ராமாத்தாளும் ரஞ்சிதாவும் மோட்டார் ரூம் பக்கம் உபயோகமற்றுக் கிடக்கிற பழைய ஆட்டாங்கல்லில் வேப்பிலையும் மஞ்சளும் சேர்த்து அரைத்துக் கொடுத்தனர்.

ட்ரம் தண்ணீரில் மூலப் பொருள்கள் அனைத்தும் கலந்து, வீரியக் கிருமிநாசினி தயாரிக்கப்பட்டது. காம்பௌண்டுக்கு உள்ளேயும், வெளியே நாற்புறமும், இண்டு இடுக்கு பாக்கியில்லாமல் தெளித்தனர்.

“கொரோனா பக்கத்துக் காம்போண்டுக்கே வந்தாலும், நாம

போட்டிருக்கற ஹெவி டோஸ் கிருமி நாசினியைத் தாண்டி நம்ம காம்போண்டுக்குள்ள காலெடுத்து வெக்க முடியாது" என்றான் சூரி.

★★★

40-45 வருடங்களுக்கு முன்பு, தமிழக கிராமங்களில், தலையில்லாத முண்டம் வீடு வீடாக வந்து கதவு தட்டிக்கொண்டிருந்தது. அதனிடமிருந்து தப்பிப்பதற்காக கிராமவாசி இந்துக்கள் தங்களின் வீட்டுக் கதவில் காவி, சுண்ணாம்பு, மஞ்சள் ஆகியவற்றால் சூலம், ஸ்வஸ்திக், கை அச்சு ஆகியவற்றைப் பதித்து வைத்தனர். நஞ்சப்பனுக்கும் ராமாத்தாளுக்கும் அந்த நினைவு. அதோடு, "அன்னைக்கு டீவிலயும் கொரோனாவுக்கு அதையப் பண்ணலாம்னு மெட்ராஸ்கார்ரே சொன்னாரே!" என்று, அவர்களின் வீட்டுக் கதவில் சூலம், ஸ்வஸ்திக் வரைந்தும், கை அச்சு பதித்தும் வைத்தனர்.

அதன் பின் அங்கு வந்திருந்த விஜியின் பெற்றோருக்கு அதைக் கண்டு எரிச்சல். விஜியின் தாய், அந்த இந்துச் சின்னங்களை அழித்துவிட்டு, சிலுவை வரைந்து, 'அப்பலெ பே சத்தானே' என எழுதியும் வைத்தாள்.

நஞ்சப்பன் வெகுண்டுவிட்டார்.

"எங்க சூலத்தை, சொஸ்த்திக்க எதுக்கு அளிச்ச? அப்பால போ சாத்தானேன்னு வேற எளுதி வெக்கற? என்ன ஒரு நவுரு உனக்கு? எங்க சாமிகன்னா உங்குளுக்கு அவ்வளவு எளக்காரமா? இந்தியாவுல இருந்துட்டு, இந்து மதத்துல பொறந்துட்டு, எச்சைச் சோத்துக்கும் பிச்சைக் காசுக்கும் மதம் மாறிட்டு, இந்துக் கடவுள்களை கல்லு, சாத்தான்னு தூசணம் பண்ணிட்டிருக்கற பீ தின்னிப் பன்னிக! பொம்பளையாச்சேன்னு பாக்கறேன். இதையே உம் புருசன் பண்ணியிருந்தா இன்னேரம் அவன் மண்டையப் பொளந்திருப்பேன்!" என சன்னதம் கொண்டவராகக் குதித்தார்.

அவரது ஆவேசத்தைக் கண்டு விஜியின் பெற்றோர் அரண்டுவிட்டனர். விளையாடிக்கொண்டிருந்த மெடில்டா

மிரண்டு எழுந்து போய் அம்மாவிடம் ஒண்டிக்கொண்டாள்.

விஜிக்கும் வெலவெலப்பு. எனினும், "அனாவசியமா பன்னி - கின்னின்னெல்லாம் பேசாதீங்க மாமா" என்றாள்.

"எங்க சாமிகளை சாத்தான்னு தூசணம் பண்றவங்களைப் பன்னி, நாயின்னா என்ன தப்புன்னு கேக்கறேன். அது உங்க பாஸ்டரு, பிசப்பா இருந்தாலுஞ் செரி; உங்க அப்பனாத்தாளா இருந்தாலுஞ் செரி."

"நான் ஒண்ணும் உங்க சாமியப் பளிக்குல. கொரோனாவத்தான் அப்பால போ சாத்தானேன்னு எளுதி வெச்சேன்" என்றாள் விஜியின் தாய்.

"அப்புடியே வேண்ணாலும் வெச்சுக்குவோம். சூலத்தையும் சொஸ்திக்கையும் எதுக்கு அளிக்கற? உங்க வீட்டுலன்னா செரி. இது எம் மகன் வீடு. இங்க அதைய அளிக்கறக்கு உனக்கு என்ன ரைட்சு?"

"இது எங்க மக வீடு. அதனால எங்குளுக்கும் ரைட்சு இருக்குது. உங்க பையனும் மதம் மாறித்தான் எங்க மகளைக் கல்யாணம் பண்ணுனாரு. அப்புடி இருக்கும்போது, அவுங்க வீட்டுல வேற மத சாமியோ, சின்னமோ இருக்கக் குடாது."

"எங்க பையனும் அப்புடி ஒரு ஈசு கெட்ட காரியம் பண்ணித் தொலைச்சுட்டான். கருமாந்தரம் புடிச்ச காதலுக்காக அதைப் பண்ணுனானே தவுத்து, கண்டவீகளாட்ட சோத்துக்கு, காசுக்குப் பண்ணுல. கிறிஸ்துவ மதத்துக்கு மாறுனதுக்கப்பறம், தலித் கிறிஸ்துவரு, கிறிஸ்துவ நாடாருன்னு ஜாதிய வெச்சுட்டு, மதத்தைக் காமிச்சு அங்கயும் திங்கோணும், ஜாதி சலுகைல இங்கயும் திங்கோணும்னு ரெண்டு கைல திங்கவுமில்ல..."

விஜியின் அப்பா இடைமறித்து, "இங்க பாருங்க. தேவையில்லாம சாதியப் பத்திப் பேசாதீங்க" என ஒற்றை விரல் காட்டி எச்சரித்தார்.

"வெரலாட்டற வேலைய எங்கிட்ட வெச்சுக்காத. நடக்கறதே வேற. ஜாதிய சொல்லித் திட்டுனான்னு கேஸ் குடுப்பியோ? எங்க

ஜாதிக்காரனுகளையும் சேத்துத்தான சொன்னேன். நாங்களும் தாள்த்தப்பட்ட ஜாதிதான். அம்பது வருசத்துக்கு முந்தி தலித்துகளாட்ட இருந்தவுங்கதான். போலீசு, கேசு எதுன்னாலும் பயக்க மாட்டேன். இப்ப காம்பௌண்டிலிருந்து வெளிய போயி தெருவுல நின்னு, எங்கூட்டுல நாங்க வரைஞ்சிருந்த சூலம்-சொஸ்திக்க ஒரு கிறிஸ்துவச்சி அளிச்சுட்டான்னு ஒரு சத்தம் போட்டன்னா என்ன நடக்கும் தெரியுமா?"

ஆட்டப்பட்ட விரல் ஆட்டத்தை நிறுத்தித் தாழ்ந்தது.

நஞ்சப்பன் மீண்டும் விஜியின் தாயிடம் திரும்பினார்.

"இந்த வீட்டுல வேற மத சாமியோ, சின்னமோ இருக்கக் குடாதுன்னு சொல்றக்கு நீ யாரு? மகளைக் குடுத்த எடத்துல என்ன ரைட்சு உனக்கு? எங்க மகன் வீட்டுல எங்குளுக்கு உரிமையா, உங்குளுக்கு உரிமையா?"

அவள் ஒன்றும் பேசவில்லை.

ஆலிவரை இடுப்பில் ஏந்தியிருந்த ராமாத்தா, "சாதி, மதம் பாக்காம உங்க மகளை மருமகளா ஏத்துக்கிட்டவங்க நாங்க. நீ சிலுவைய வரைஞ்சத நாங்க வேண்டாங்கப் போறதில்ல. நாங்க வரைஞ்ச சூலத்தையும், சொஸ்திக்கையும் ஏன் அளிக்கற? எங்க மகன் மதம் மாறாம இருந்து, உங்க புள்ளையக் கல்யாணம் பண்ணீட்டு வந்திருந்தாலும், அவ கிறிஸ்துவச்சியாவே இருக்கறதுக்கும், எங்க வீட்டுலயே ஏசுவைக் கும்படறதுக்கும் நாங்க தடை சொல்ல மாட்டோம். இங்கீன்னு இல்ல; ஊர்ல எங்க சொந்த வீடு இருக்குதே, அங்க இவுங்க வந்து குடித்தனம் பண்ணுனாலும் ஏசு படத்தையும், சிலுவையையும் எங்க சாமி படங்களோட சேத்து வெச்சுக்கறதுல எங்குளுக்கு எந்த ஆட்சேபணையும் இல்ல. முப்பத்து முக்கோடி சாமிகள்ல இன்னொண்ணா, ஏசுவையோ அல்லாவையோ சேத்திக்கறதுல இந்துக்களுக்கு ஒரு தடையும் கெடையாது. உங்குளுக்கு அந்தப் பெருந்தன்மை இல்ல. உங்க சாமி மட்டும்தான் ஒரே சாமி; உங்க சாமியத் தவுத்து வேற சாமிகளே உலகத்துல கெடையாது; மத்த மதத்து சாமிகல்லாம் சாத்தான்; மத்த மதத்து சாமிகல்லாம்

போலிச் சாமின்னு ஏசுவீங்க. மதவெறி புடிச்ச மதங்களா இருந்தா இப்புடித்தான்!" என்றாள்.

"அதெப்புடியோ ஆகுட்டும். மொதல்ல, நீ செஞ்ச பாவத்துக்கு மன்னிப்பு கேட்டுட்டு, பளையபடியே, உங் கையாலயே, சூலமும் சொஸ்திக்கும் வரைஞ்சு வெச்சுட்டுப் போ!" என்றார் நஞ்சப்பன்.

"மன்னிச்சிருங்க" என்றாள் விஜியின் அம்மா.

"எங்கிட்ட எதுக்கு மன்னிப்பு கேக்கற? நீ செஞ்சது சாமி குத்தம். 'ஆத்தா மகமாயீ,... அப்பனே விநாயகா... நான் செஞ்சது மகா பாவம். என்னைய மன்னிச்சிருங்க'ன்னு சாமிகிட்ட வேண்டிக்க. உஞ் சாமியோ, அடுத்தவீக சாமியோ; சாமி சாமிதான்ங்கற நெனப்பு இப்பவாச்சும் வந்துச்சுன்னா, மனசார வேண்டிட்டு, நீ அளிச்ச சூலம் சொஸ்திக்க நீயே வரை."

அவள் தயங்கியாள். பிறகு பழந்துணி நனைத்து வந்து, பரபரவென தான் வரைந்த சிலுவையையும், எழுதிய எழுத்துகளையும் அழித்துவிட்டு, இறுமாப்புடன் தன் கணவனையும் இழுத்துக்கொண்டு போய்விட்டாள்.

★★★

முஸ்தாக் தனது வீட்டிலும், ஆட்டோவிலும் வேப்பிலைக் கொத்துகளைக் கட்டிவிட்டதற்கு அவனது அண்ணன், தங்கை கணவர், மற்ற இஸ்லாமியர்கள் சிலர் ஆகியோரிடமிருந்து பலத்த எதிர்ப்பு.

"காபிர்களோட வளக்கத்தை நாம செய்யறது ஷிர்க். மஞ்சத் தண்ணி தெளிச்சது கூட பரவால்ல. பொதுவான கிருமிநாசினிங்கலாம். வேப்பெலைத் தோரணம் கட்டறது இந்துக்களோட பக்தி வளக்கம்" என்றனர்.

"வேப்ப மரம் இந்து மதமா? ஈச்ச மரம் என்ன, இஸ்லாம் மரமா? ஈச்சம் பளத்தை இந்துக்களோ, கிறிஸ்துவர்களோ சாப்படறதில்லையா? மதம் - மதம்னு ஏந்தான் இப்படி எல்லாத்துலயும் மதத்தைத் திணிக்கறீங்களோ? இஸ்லாத்துல தொற்றுவியாதி இல்லேங்கற ஆளுகதானே நீங்களும்?

வியாதிக்கும் மருந்துக்கும் மதம் இருக்குதா? வேப்பெலைய இந்துக்கள் பக்திக்குப் பயன்படுத்தறதுனாலயோ, அதை அம்மன் அம்சமாக் கொள்றதுனாலயோ, அதோட மருத்துவ குணம் இல்லாமப் போயிருமா? அதைய முஸ்லீமுக மருந்தாப் பயன்படுத்தக் கூடாதா?" என்று வாதிட்டான்.

"முஸ்லீமுகன்னா குடிக்கற தண்ணி, திங்கற சோறு, சுவாசிக்கற காத்துல கூட மதம் பாக்கணும்பாங்களாட்ட இருக்குது. இவுங்கல்லாம் இஸ்லாம் தண்ணி குடிச்சு, இஸ்லாம் சோறு தின்னு, இஸ்லாம் காத்தை சுவாசிச்சுத்தான் உயிர் வாள்வாங்களாட்ட இருக்குது" என பாயம்மாவும் சொன்னாள்.

இஸ்லாமியர்களுக்கும் இஸ்லாத்துக்கும் எதிராக ஒரு இஸ்லாம் பெண் அதுவும் இஸ்லாமிய ஆண்கள் முன்பு - இப்படிப் பேசுவதா என்று மருமகனும், மற்ற இஸ்லாமிய ஆண்களும் ஆவேசப்பட்டனர். விட்டால் ஜமாத் விசாரணைக்கும், சமூகத்திலிருந்து தள்ளிவைக்கும்படியான தீர்ப்புக்குமே போய்விடுமோ என்கிற பயம் முஸ்தாக்கிற்கு ஏற்பட்டுவிட்டது. அம்மாவைக் கடிந்து உள்ளே போகச் சொல்லிவிட்டு, வந்தவர்களிடம் மன்னிப்பு கேட்டுக்கொண்டு, சமாதானப்படுத்தி அனுப்பிவைத்தான்.

அவர்கள் சென்ற பிறகு குல்ஸார் கேட்டான்: "மதம்னா என்னப்பா?"

"அது கொடிய மிருகங்களுக்கு இருக்கற கொடிய வியாதி. கொரோனா மாதிரி, அது சில மனுசங்களுக்கும் பரவிரும். அப்பறம் ஜாம்பி இருக்குதல்ல, அந்த மாதிரி ஆயிருவாங்க. அவுங்க மூலமா, அவங்களோட சேர்ற மனுசனுங்களுக்கும் அந்தத் தொற்று வியாதி பரவும்; அவுங்க உலகம் முளுக்க அந்த வியாதியப் பரப்புவாங்க."

★★★

கொரோனா பரவலைக் கட்டுப்படுத்துவதற்காக மார்ச் 25 முதல் ஏப்ரல் 14 வரை மூன்று வாரத்துக்கு தேசிய ஊரடங்கு என அறிவிக்கப்பட்டது.

இந்திய மக்களில் அரிதிற் பெரும்பான்மையானவர்களுக்கும் இது ஒரு புது அனுபவம். அரசியல், சமூகம், தொழில் ஆகிய காரணங்களால் எப்போதாவது மாவட்ட, மாநில, தேசிய அளவிலான வேலை நிறுத்தம், கடையடைப்பு ஏற்படுவது இயல்பு. அரசியல் நெருக்கடி, ஜாதி மதக் கலவரச் சூழல்கள் ஆகியவை ஏற்படும்போது போர்க்கால அடிப்படையில் குறிப்பிட்ட பகுதிகளிலோ, மாநிலம் அல்லது தேசிய அளவிலோ ஊரடங்கு உத்தரவு அமலில் இருக்கும். நோய்க்காக ஊரடங்கு போடப்பட்டது எப்போதேனும் எங்கேனும் சில பகுதிகளில் நிகழ்ந்திருக்கலாம். தொற்று பரவல் தடுப்புக்காக தேசிய ஊரடங்கு என்பது சுதந்திரத்துக்கு முன்புதான். அதனால் அதுபற்றி மக்கள் வியந்து பேசிக்கொண்டிருந்தனர்.

ஊரடங்கு வரவிருப்பதால் அவர்கள் முன்கூட்டியே ஒரு மாதத்துக்கு வேண்டிய மளிகை, மருந்து, பிற அத்தியாவசியப் பொருள்கள் ஆகியவற்றை வாங்கி வைத்துக்கொள்ள வேண்டியதாயிற்று. சந்தர்ப்பத்தைப் பயன்படுத்தி வியாபாரிகள் அத்தியாவசியப் பொருட்கள் அனைத்துக்கும் விலை ஏற்றி வைத்து விற்று, அதிக லாபம் அடைந்தனர். மக்கள் வேறு வழியின்றி வாங்கியே ஆகவேண்டியிருந்தது.

“ஒரு மாசத்துக்கு மளிகை வாங்கிப் போடறக்கு நாமென்ன மாசச் சம்பளக்காரங்களா? அன்னாடங்காச்சிக. சேந்தாப்புடி நாலு நாளு வேலையில்லீன்னா வகுத்துல ஈரத் துணியக் கட்டீட்டுத்தான் படுக்கோணும். ஏதோ இருக்கறதை வெச்சு, அங்க இங்க மொள்ளை வாங்கி, பத்து நாளுக்கு ஆகறாப்புடின்னாலும் மளிகை வாங்கிப் போட்டுக்கலாமேன்னு போனா... எரியற ஊட்டுல புடுங்குனது லாவம்னு கொள்ளையடிக்கறானுக, கொள்ளை நோவுக்குப் பொறந்தவனுக.” கட்டைப் பையில் மளிகை சாதனங்கள் வாங்கிக்கொண்டு போகும் சுப்பம்மா வெளியே தெருவில் புலம்பித் திட்டிக்கொண்டே போவது, தன் வீட்டுப் படிக்கட்டில் தனியே அமர்ந்திருந்த மரவள்ளிக்காரருக்குக் கேட்டது.

அன்றாடங் காய்ச்சி என்று சொல்கிற அளவுக்கு இவர்கள்

வறியவர்கள் அல்ல. சொல்லப்போனால் வடக்கு வரிசை வீட்டுக்காரர்களில் சிலரைக் காட்டிலும் கூடுதல் வருமானம் உடையவர்கள். சுதேவனுக்கு மரவள்ளி வியாபாரத்திலேயே அந்த அளவுக்கு இருக்கும் என்பதோடு, வைஷாலி பெண்களின் ஆடைகளுக்கான ஆரி வொர்க் எனப்படும் அலங்காரத் தையலைக் கடந்த மூன்று ஆண்டுகளாக வீட்டிலிருந்தே செய்துகொண்டிருந்தாள். துவக்கத்தில் கூடுதல் வருமானம் என்கிற அளவுக்கு ஊக்கத் தொகை போல மட்டுமே இருந்த அது, பின்னர் இவரது மாதச் சம்பளம் அளவுக்கே வரத் தொடங்கிவிட்டது. இருவரின் வருமானத்தில் இப்போது எட்டாயிரம், பத்தாயிரம் வாடகை கொடுத்து தனி காம்பௌண்டில், வசதியான வீட்டிலேயே வாழ முடியும். ஆனால், சொந்த வீடு கட்டுவதற்காக பணம் சேர்த்துக்கொண்டிருக்கிறார்கள். பதினொரு வருடங்களுக்கு முன்பு புற நகரில் இடம் வாங்கிப் போட்டாயிற்று. இன்னும் ஓரிரு வருடங்கள் பணம் சேர்த்தினால், கூட கொஞ்சம் கடனும் வாங்கி, வீடு கட்டிவிடலாம்.

வடக்கு வரிசை வீட்டுக்காரர்களைப் போலவே இவர்களுக்கும் இந்த ஊரடங்கினால் வருமானம் இல்லாததால் கஷ்டம் என்பது வரப்போதில்லை. மற்ற கஷ்டங்கள்தான்.

எதிர் வீட்டில் படிக்கட்டு சபை கொரோனா இடைவெளியோடு நடந்துகொண்டிருந்தது. கிட்டத்தட்ட அன்றாடங் காய்ச்சி நிலையில் உள்ளவர்களான சூரி, வேலுச்சாமி ஆகியோரும், முஸ்தாக்கும் தங்களின் நிலைமைகளைச் சொல்லி ஆவலாதிப்பட்டுக்கொண்டிருப்பது கேட்டது.

வேலுச்சாமி: "கடன் வாங்கிக் களித்தல்லதான் நம்ம வாள்க்கையே ஓடீட்டிருக்குது. ஆனா, வாங்கறக்கும் களிக்கறக்குமே செரியாப் போகுது. இதுல மொத்தமா மூணு வாரத்துக்கு வேலைக்கு, தொளிலுக்குப் போகாம, வருமானமில்லாம இருந்தா வாடகைக்கு எங்க போறது?"

முஸ்தாக்: "உங்குளுக்காச்சும் தேவுல. நான் லோனையும் வேற அடைக்கோணும்."

சூரி: "அட, அதை உடுங்கப்பா. ஒரு மாசம் தவணை சொன்னாப் போச்சு. காசு பணம் ரெண்டாவது. நமக்கு ஒளைச்சே பளக்கப்பட்ட ஒடம்பு. மூணு வாரம் வேலை செய்யாம எப்புடி இருக்கறதுங்கறதுதான் எனக்கு வெசனம்."

மற்ற இருவரால் கவலைச் சூழல் நிறம் மாறியது.

ஜோதிடர்: "வேலை செய்யாம இருக்கறது எப்புடிங்கறதை பட்டீஸ்வரனைக் கேட்டுத் தெரிஞ்சுக்கப்பா. கவர்மென்ட் வேலைன்னு பேருதானே தவுத்து, கவர்மென்ட்டு ஊளியருக, அதிகாரிக வேலை எங்க செய்யறாங்க? வேலை செய்யாம இருக்கறக்குத்தான் அவுங்குளுக்கு கவர்மென்ட்டு சம்பளமே!"

பட்டீஸ்வரன்: "அரசுப் பணியாளர்கள், அரசு ஊளியர்கள், அரசு அலுவலர்கள், அரசு அதிகாரிகள் இப்புடித்தான் இருக்குதே தவுத்து, அரசு வேலைக்காரர்கள்ங்கறதே கெடையாதப்பா! அப்பறம் நாங்க எப்புடி வேலை செய்ய முடியும்?"

அப்போது பணியிலிருந்து முகக் கவசத்தோடு திரும்பிய காரமடையான், நேரே குளியலறைக்குச் சென்று, சோப்பினால் கை கால் முகம் கழுவிவிட்டு வந்து தன் வீட்டு முன்பு கொடியில் போட்டிருக்கும் துண்டை எடுத்து ஈரம் துடைத்தபடியே சுதேவனிடம் பேச்சுக் கொடுத்தார்.

மெடிக்கல்காரருக்கு கடையில் கொழுத்த வியாபாரமாம். சூழ்நிலையை முன்கூட்டியே துல்லியமாக அனுமானித்திருந்த அவர் ஏற்கனவே முகக் கவசம், சானிடைஸர், பாராசிட்டமால் ஆகியவற்றை அதிக அளவில் வாங்கி இருப்பு வைத்திருந்தார். அதனால் இப்போது அமோக விற்பனை.

"மாஸ்க்கு, சானிடைசரெல்லாம் இப்ப எல்லாக் கடைலயுமே கண்டமானிக்கு வெலை வெச்சு விக்கறாங்க. ஒரு கடைல பத்து ருவாய்க்கு விக்கற அதே மாஸ்க்கு, இன்னொரு கடைல இருவது இருவத்தஞ்சு. கேட்டா, 'வேணும்னா வாங்கு; வேண்டாட்டி, பத்து ருவாய்க்குக் கெடைக்கற பக்கமே போய் வாங்கிக்கோ'ங்கறான். டிமாண்டு, வேற கடைகள்ல கெடைக்கறதில்லங்கறதுனால, கெடைக்கற பக்கம் சொன்ன

வெலை குடுத்து வாங்கிட்டு வர வேண்டீதா இருக்குது. நம்ம மெடிக்கல்கார்ராச்சேன்னு இவுரு கடைக்குப் போனா, அங்கயும் இதே கதை. மத்த மெடிக்கல்சாப்புல விக்கறதைவிட அஞ்சு - பத்து அதிகமாத்தான் இவருகிட்ட ரேட்டு. உடுமலைப்பேட்டை ஈயோட்டி டாக்டருக்கு சிக்கன்குனியா சமயத்துல பேசன்ட்டுக குமிஞ்சு, அந்தப் பணத்துலயே ஆஸ்பத்திரி கட்டுன மாதிரி, இவுரு கொரோனா சேல்ஸ்லயே சொந்த வீடு கட்டீருவாரு."

பெரும்பான்மையானவர்களுக்கு நஷ்டத்தையும் கஷ்டத்தையும் தரக்கூடிய சூழல், சிலருக்கு லாபத்தைத் தருகிற நிலையைப் பற்றி சுதேவன் எண்ணிக்கொண்டார்.

★★★

ஊரடங்குக்கான நாட்கள் நெருங்கிக்கொண்டிருந்தன. நாட்டு மக்கள் மூன்று வாரம் வீட்டில் முடங்கியிருப்பதற்குத் தேவையான முன்னேற்பாடுகளைச் செய்துகொண்டும், அதற்கு ஆயத்தமாக மனதைத் தயார்படுத்திக்கொண்டும் இருக்கையில், காம்பவுண்ட்வாசிகளை காலனி மக்களும், பிற சொந்த பந்தங்களும், "காம்பௌண்டுக்குள்ள கொரோனா வந்தாக் கூண்டோட கைலாசம் போயிருவீங்க" என எச்சரிக்கவும், அச்சுறுத்தவும் செய்தனர்.

"கொரோனா எங்க காம்போண்டுக்கு வரவே வராது. நாங்கதான் டபுள் ஸ்ட்ராங்கா கிருமி நாசினி தயாரிச்சு, ஊசி நொளைய எடம் இல்லாத அளவுக்கு ஊத்தியுட்டிருக்கறமே" என்றனர் சூரி, வேலுச்சாமி, ரஞ்சிதா ஆகியோர்.

"லச்சுமணக் கோட்டைத் தாண்டி ராவணன் உள்ள வர முடியாது; சீதை வெளிய போனா ராவணன் கிட்நாப் பண்ணிட்டுப் போயிருவானே" என்றார் பட்டீஸ்வரன்.

அன்பரசு அதை ஆமோதித்து, முகக் கவசம், கொரோனா இடைவெளி, அடிக்கடி சோப்புப் போட்டுக் கைகளைக் கழுவுவது, சானிடைஸர், வாங்கி வரும் பொருள்களுக்கு கிருமிநாசினி ஸ்நானம் ஆகியவற்றை வலியுறுத்தினான். மெடிக்கல்காரரர் வீடு, ஜோதிடர் வீடு தவிர மற்ற எல்லா

வீடுகளுக்கும் சென்று கூறவும் செய்தான். வாட்ஸப் செயல்பாட்டாளனான அவன் கொரோனா விழிப்புணர்வு, தடுப்பு முறைகள், நோய் எதிர்ப்பு சக்திக்கான உணவுப் பழக்க வழக்கங்கள் ஆகியவை தொடர்பாகக் கிடைக்கும் செய்திகள், பதிவுகள் அனைத்தையும் உற்றார் உறவினர்கள் அனைவருக்கும் பகிர்ந்துகொண்டிருந்தான். பின்னர் அவற்றை ஆண்ட்ராய்ட் ஃபோன் உள்ள காம்பௌண்ட்வாசிகளுக்குத்தான் முதலில் அனுப்புவது என்றானது.

தொற்றுத் தடுப்பு முறைகள், நோய் எதிர்ப்பு சக்திக்கான உணவுப் பழக்க வழக்கங்கள் ஆகியவற்றில் அனைத்தையும் கடைப்பிடிப்பது எல்லோருக்கும் சாத்தியமாகவில்லை. சிலர் ஏதோ ஒன்றிரண்டு காரியங்களை மட்டும் செய்தனர். சிலர் எதையும் பொருட்படுத்தவில்லை. நமக்குத் தொற்று வராது என்ற நம்பிக்கை அல்லது அலட்சியம். நோய் எதிர்ப்பு சக்திக்காக சத்துள்ள காய்கறிகள், பழங்கள் ஆகியவற்றை உண்பது என்பதும் ஏழைகளுக்கு இயலக் கூடியதல்லவே!

“அரைக் கஞ்சி காக் கஞ்சி குடிக்கறதே பெருசு. இதுல சத்தான பளம், காய்கறிக்கு நாங்க எங்க போறது?” ராமாத்தா சொல்லவும், “சரிதானுங் பாட்டி. அது முடியலன்னாலும் பரவால்ல. நோய் எதிர்ப்பு சக்திக்கு நிலவேம்புக் கஷாயம், கபசுரக் குடிநீர், இஞ்சி மஞ்சள் டீ; இதுல ஏதாச்சும் ஒண்ணோ ரெண்டோ ரெகுலரா எடுத்துட்டாலும் போதும்” என்றான்.

மெடிக்கல் குடும்பம், அறிவரசு, அன்பரசு ஆகியோர் இவற்றை மட்டுமன்றி, கொரோனா பாதுகாப்புக்கு என்னவெல்லாம் உண்டோ, அத்தனையும் கடைப்பிடித்தனர். ஆங்கில மருத்துவத்துக்கு எதிரானவனான அன்பரசு, சித்தா, ஆயுர்வேதம், யுனானி, அக்கு ப்ரஷர், அக்கு பஞ்சர் ஆகியவற்றில் வழிமுறைகள் உண்டா, இருப்பின் அவை என்னென்ன என்று தீவிரமாக இணையத்தில் தேடிக்கொண்டிருந்தான்.

சிக்கனத் திலகமான பட்டீஸ்வரன் இவற்றிலும் சிக்கன முறைகளைக் கடைப்பிடித்தார்.

“அத்தனை வெலை குடுத்து சானிடைஸர் வாங்கறக்கு எங்க போறது? பினாயில் தண்ணில கைதொடைச்சுட்டு, அந்த நாத்தம் போறக்கு சோப்புப் போட்டுக் கைகளுவிக்க வேண்டிதுதான். விக்கற வெலைவாசில சத்தான பளம், காய்கறி வாங்கி நம்முளுக்குக் கட்டுப்படியாகுமா? செலவே இல்லாம, பிராணாயாமம் பண்ணுனாப் போதும்; எதிர்ப்பு சக்தி, ஏளாம் அறிவு எல்லாம் கெடைச்சுரும்.”

அன்பரசு தன் பங்குக்கு, வீட்டில் எல்லோருக்கும் காஃபிக்கு பதிலாக காலையில் நிலவேம்புக் கஷாயம், மாலையில் கபசுரக் குடிநீர் ஆகியவற்றை வைக்குமாறு சுசீலாவிடம் சொல்லி, பொடிகளைக் கொடுத்தான். அந்த ஏற்பாட்டுக்கு பட்டீஸ்வரனிடமிருந்து ஏகோபித்த வரவேற்பு. “தந்தைக்கு இளைய மகன்ங்கறது கரெக்ட்டாத்தான் இருக்குது” என வாய்மொழிப் பாராட்டுப் பத்திரமும் கொடுத்தார்.

சுசீலா கொடுத்த நிலவேம்புக் கஷாயத்தை ஒரு மிடறு குடித்ததுமே அவரது முகம் பலமுக மன்னன் ஜோ மாதிரி அஷ்ட வக்கிரமாகிவிட்டது.

“இதுதான், வல்லவனுக்கு வல்லவன் வையகத்துல உண்டுங்கறது” என்றுவிட்டுப் போனாள் அவள்.

நிலவேம்பைச் சொல்கிறாளா, அன்பரசுவையா, அல்லது அவளையேவா என்பது தெரியவில்லை.

தொற்று பீதியைக் காட்டிலும் ஊரடங்கு பற்றிய பேச்சே எங்கும் போல் இங்கும் அதிகமாக நிலவியது. வீட்டிலேயே அடைந்து கிடப்பதின் கஷ்டம், வேலை தொழில் வியாபாரம் ஆகியவை முடங்குவதால் ஏற்படப்போகும் வருமானமின்மை ஆகியவை இருப்பினும், ஊரடங்கை மக்கள் ஆர்வத்தோடு எதிர்பார்த்தனர். பல்வேறு சிரமங்கள் இருப்பினும் இந்த முடக்க நாட்களை எப்படிப் பயனுள்ளதாகக் கழிக்கலாம் என ஊடகங்களில் பலரும் நிலைத் தகவல்கள், கட்டுரைகள், காணொளிகள் வாயிலாகத் தெரிவித்துக்கொண்டிருந்தனர்.

சிறார்களும் குழந்தைகளும் தீபாவளி, பொங்கல், ஊர்த்

திருவிழா ஆகியவற்றை எதிர்பார்ப்பது போல ஊரடங்கை எதிர்பார்த்திருந்தனர். பெண்கள் நிச்சயிக்கப்பட்ட திருமணத்தை ஆவலோடு காத்திருப்பது போல நாட்களை எண்ணி, “லாக்டௌனுக்கு இன்னும் அஞ்சு நாள்தான் இருக்குது நாலு நாள்தான் இருக்குது” என்று ஒருவருக்கொருவர் ஞாபகப்படுத்தி, “பாஞ்சு நாள் எப்புடித்தான் ஊட்டுக்குள்ளயே ஒருத்தர் மூஞ்சிய ஒருத்தர் பாத்துட்டு அடைஞ்சு கெடக்கறதோ” என இனிய அலுப்புடன் சொல்லிக்கொண்டார்கள். “மூணு வார லாக் டௌன் முடிஞ்சதும் ரெண்டு காரியம் உறுதி. நெறைய டைவர்ஸ் நடக்கும்; ஒம்பது மாசம் களிச்சு நெறைய கொளந்தைக பொறக்கும்” என்றார் பட்டீஸ்வரன்.

★★★

ஊரடங்கு முதல் நாள் விடிகாலையில் குளித்து முடித்து, சாமி படங்களைக் கும்பிட்டு திருநீறு பூசிக்கொண்டு, பக்தி சிரத்தையாக சூரிய நமஸ்காரம் செய்ய வாசலுக்கு வந்த பட்டீஸ்வரனுக்கு, எதிர்வீட்டு வாசலில் கோலமிட்டுக்கொண்டிருந்த ஆதிராவைக் கண்டதும் பளிச்சென மெர்க்குரி பல்ப் எரிந்தது.

“கப்பைக் குட்டி,... ஹேப்பி ஊரடங்கு!” ஆசீர்வாதம் போலக் கை உயர்த்தி வாழ்த்துச் சொன்னார்.

அவளும் சிரித்து, “ஸேம் ட்டு யூ அங்க்கிள்!” என்றாள்.

பொதுக் குளியலறை முன்பு காத்திருப்போர் வரிசையைக் காணோம். ஒரு அறையில் மட்டும், உள்ளே ஆள் இருக்கிறது என்பதின் அடையாளமாக, ப்ளாஸ்டிக் கதவுக்கு மேலே சிவப்புத் துண்டு போடப்பட்டிருந்தது.

கண்ணுக்குத் தெரியாத சூரியனுக்கு திசை பார்த்து ஒரு கும்பிடு போட்டுவிட்டு மேற்கே சென்றவர், சூரி வீட்டு வாசலில் நின்று அவனை அழைத்து, “ஏப்பா, ஊரடங்குங்கறதுனால நீங்க யாரும் குளிக்கறக்குப் போகுலியா? ஊரடங்குல குளிக்கறக்கு, டாய்லெட் போறக்கெல்லாம் தடை கெடையாதப்பா!” என்றுவிட்டு, “உனக்கும், குடும்பத்தாருக்கும் இனிய ஊரடங்கு வாழ்த்துக்கள்!” என்றார்.

அவரது சத்தம் கேட்டு நஞ்சப்பன், விஜி, பக்கத்து வீடுகளிலிருந்து வேலு, ரஞ்சிதா, கௌதம், முஸ்தாக் ஆகியோர் கதவிலோ ஜன்னலிலோ எட்டிப் பார்க்க, அவர்களுக்கும் அவ்வாறே வாழ்த்துத் தெரிவித்தார். அனைவரும் கேட்டுச் சிரிக்க, காம்பவுண்டில் ஊரடங்கு சிரிப்பாகவே மலர்ந்தது.

இதோடு நில்லாமல் அவர் சொந்த பந்தங்கள் பலருக்கும் அலைபேசி செய்து ஹேப்பி ஊரடங்கு தெரிவிக்கவே, அன்பரசு டென்ஷனானான். "ஏம்ப்பா, உங்களுக்கு வேற வேலையே இல்லையா? எதுக்கு இப்படி ஒவ்வொருத்தராக் கூப்புட்டு எளக்கநாட்டம் பண்ணிட்டிருக்கறீங்க? அவனவன் ஏற்கனவே நொந்து நூடுல்ஸா, வெந்து சந்தகையா ஆகியிருப்பான். இதுல நீங்க வேற...!" என்றான்.

"எல்லாரும் என்னோட வாள்த்தைக் கேட்டு நித்தியானந்தமா சிரிக்கறாங்க. நீ எதுக்குடா டென்ஷனாயிட்டிருக்கற? எனக்குப் போயி இப்புடியொரு புள்ளை! ஆசுவத்திரில நர்சுக புள்ளைய மாத்திக் குடுத்துட்டாங்கன்னு நெனைக்கறன்."

அவன் உர்ர்ரென்று முறைத்துவிட்டு கூண்டுக்குள் போய்விட்டான்.

காம்பௌண்ட்வாசிகள் அன்றைய முற்பகல் பொழுதில் வீடுகளுக்கு வெளியில் வராமல், குழந்தைகள், சிறார்கள் ஆகியோரையும் வெளியே விடாமல் உள்ளேயே முடங்கியிருந்து, தொலைக்காட்சி செய்தி சேனல்களை மாற்றி மாற்றிப் பார்த்துக்கொண்டிருந்தனர்.

ஊரடங்கு நாட்களில் மக்கள் வீடுகளை விட்டு வெளியே வரவேண்டாம் என கைகூப்பிக் கேட்டுக்கொள்வதாக பிரதமர் வேண்டுகோள். அத்தியாவசியப் பொருட்கள் தடையின்றிக் கிடைக்கும் எனத் திட்டவட்டம். ஏழை மக்களுக்குத் தேவையான உதவிகள் கிடைக்க வேண்டும் என்று மாநில அரசுகளுக்கு வலியுறுத்தல்.

இந்தியாவில் கொரோனா வைரஸ் தொற்றுக்கு உயிரிழப்பு 11 ஆக உயர்ந்து, பாதிக்கப்பட்டவர்களின் எண்ணிக்கை ஆயிரத்தைத் தாண்டியிருந்தது. தமிழகத்தில் முதல் உயிரிழப்பு.

மதுரை மருத்துவமனையில் சிகிச்சை பலனின்றி ஒருவர் பலி. சானிடைஸர், வென்டிலேட்டர் ஏற்றுமதிக்குத் தடை. உள்நாட்டில் பற்றாக்குறை ஏற்படாமல் இருக்க மத்திய அரசு நடவடிக்கை. அனைத்து அரிசி குடும்ப அட்டைதாரர்களுக்கும் நிவாரண உதவியாக தலா ஆயிரம் ரூபாய் வழங்கப்படும் என முதலமைச்சர் அறிவிப்பு.

மாலையில் வழக்கம் போல பட்டீஸ்வரன் வீட்டு முன்பு சபை கொரோனா இடைவெளியுடன் கூடியது. ஜோதிடர் மட்டும் இல்லை.

"அமெரிக்காவுல ஒரே நாள்ல நூத்தி முப்பது பேருக்குக்கு மேல செத்திருக்கறாங்க. அம்பதாயரம் பேர் பாதிப்பாமா. இத்தாலில எள்நூத்தம்பது, ஸ்பெய்ன்ல ஐநூறு பேரு பலி. உலகம் முளுக்க கொரோனாவுக்கு இதுவரைக்கும் பதனெட்டாயரத்து ஐநூறு பேர் செத்திருக்கறாங்க. பாதிப்பு நாலு லட்சத்துக்கு மேலயாமா. பெருந்தொற்றுங்கறது செரியாத்தான் இருக்குது" என்றான் வேலுச்சாமி.

காரமடையான், "தொத்து நோவுங்கறதைவிட, இதுதானப்பா கொள்ளை நோவுங்கறது. சுதந்தரத்துக்கு முந்துன வருசம் நான் பொறந்தேன். நான் பொறக்கறக்கும் முன்னாடி, நம்ம நாட்டுல காலரா, ப்ளேக்குன்னு கொள்ளை நோவுக வந்திருக்குது. அதுல இப்புடித்தான் கொத்துக் கொத்தா சனம் செத்து உளுகுமாமா. நம்முளுக்கும் தொத்திரும்னு பயந்துட்டு, எடுத்துப் பொதைக்கறக்கு ஆளுக வராம, அப்புடியப்புடியே குடிசையோட தீ வெச்சு உட்டுருவாங்களாமா. இல்லாட்டி எப்புடியாச்சு அப்புடியே ஆத்துத் தண்ணீல அடிச்சுட்டுப் போகுட்டும்னு போட்டுட்டுருவாங்களாமா" என்றார்.

"எய்ட்ஸாட்டம், கொரோனாவுக்கும் மருந்தே இல்ல. பொளைச்சா ஆச்சு. இல்லீனாப் போச்சு. அமெரிக்காவுல எல்லாமே ஐடெக்கா இருக்கும்ங்களே! அங்கயே அம்பதாயரம் பாதிப்பு, நூத்தி நுப்பது சாவு, ட்ரம்ப்பே ஆடிப்போயிட்டாருன்னா... மத்த நாடுக கதி என்னாகறது?" என்றான் சூரி.

★★★

அடுத்த நாள் முகநூல் எங்கும், முதல் நாள் ஊரடங்கு அனுபவங்கள் என்ன என்பது பற்றிய பதிவுகளாகவே தென்பட்டன. மறுநாள், இன்றைக்கு வெற்றிகரமான இரண்டாம் நாள் என்று போஸ்டர். அதற்கு 150 லைக்குகள், சிரிப்பு எமோஜிகள்.

அன்று இஸ்லாமியர்கள் தப்லீக் மாநாடு விவகாரம் கசிவாக வெளியாகி, வாட்ஸாப்பில் பரவத் தொடங்கியது. பிற மதப் பொது மக்கள் அனைவரும் முஸ்லிம்கள் பற்றிய அச்சத்தோடு, அவர்களிடமிருந்து விலகியிருந்தனர். அதிக பழக்கமற்ற முஸ்லிம்களிடம் பழக்கவழக்கங்களைத் துண்டித்துக்கொள்ளவும் செய்தனர். அது பொய்க் குற்றச்சாடு, வாட்ஸாப் வதந்தி எனவும் சொல்லப்பட்டது.

நாடே கொரோனா பீதியில் இருந்தபோதும், யார் என்ன சொல்லியும், ஊரடங்குக்கு முன் காம்பௌண்ட்வாசிகளில் சிலர் கொரோனா பாதுகாப்பு விஷயத்தில் அசிரத்தையாகவே இருந்தனர். தேசிய ஊரடங்கே போட வேண்டிய நிலை வந்துவிட்டது என்றபோது அவர்களுக்கும் அதன் தீவிரம் லேசாகப் புரிந்தது. ஆயினும் கொரோனா எங்கோ இருப்பதால் நம்மை என்ன செய்யப்போகிறது என்ற அலட்சியம் கொண்டிருந்தனர்.

ஊரடங்கு துவங்கிய மூன்றாவது நாள், மார்ச் 27 அன்று, பொள்ளாச்சி அரசு மருத்துவமனையிலிருந்து ஏழு கொரோனா நோயாளிகள் கோவை அரசு மருத்துவக் கல்லூரிக்குக் கொண்டு செல்லப்பட்டுள்ளனர் என்ற ரகசியச் செய்தி கசிந்து, வாட்ஸாப்பில் பரவியபோது, பொள்ளாச்சி வட்டாரமே அதி பீதியில் வெலவெலத்தது. எங்கு பார்த்தாலும் அதே பேச்சு. அலட்சியமாக இருந்த காம்பௌண்ட்வாசிகளும், “பொள்ளாச்சிக்கே வந்துருச்சா?” என மருண்டனர்.

தொலைக்காட்சியிலோ, அச்சு ஊடகங்களிலோ அச் செய்தி வரவில்லை என்பதால் அது வதந்தியாக இருக்கலாம் என்று ஒரு சாராரும், வதந்திதான் என்று ஒரு சாராரும் சொல்லிக்கொண்டிருக்க, அந்த ஏழு பேரும் ஆனைமலையைச்

சேர்ந்தவர்கள் என்று பெயர், முகவரியோடு அடுத்த வாட்ஸாப் செய்தி பரவியது. அந்த ஏழும் இஸ்லாமிய ஆண்களின் பெயர்கள்.

அதையும் வதந்தி என்றார்கள். ஆனால், அது உண்மை என்பது, ஆனைமலையில் சில பகுதிகள் சீல் வைக்கப்பட்டு, வெளியாட்கள் வரத் தடை விதிக்கப்பட்டபோது உறுதியாயிற்று.

வள்ளிநாயகம் காம்பௌண்ட்வாசிகளிடம், "உங்க காம்பௌண்டுக்குள்ளயும் ஒரு முஸ்லீம் குடும்பம் இருக்குதே! ரொம்ப கவனமா இருந்துக்குங்க. பாக்கறக்கு சாதுவாட்டம் இருந்து, நல்லவங்களாட்டப் பளகி, நம்ப வெச்சு, குர்ரான் ஓதிக் களுத்தறுத்துருவாங்க. அதுதான் அவுங்க குணம். இப்ப எத்தனையோ முஸ்லீமுக பப்ளிக்காவே ஃபேஸ்புக்கு, ட்விட்டரு, யூ ட்யூபுலல்லாம் கொரோனா ஜிகாத் அறிக்கை விட்டு, திட்டம் போட்டுப் பண்ணீட்டிருக்கறானுக. நாங்க அப்புடிப் பண்ணுலன்னு பொய் சொல்லி ஏமாத்திட்டு, நாடு முளுக்க கொரோனா ஜிகாத் பண்ணிட்டிருக்கறவனுக லச்சக் கணக்குல இருக்கறானுக. உங்க காம்பௌண்ட் முஸ்லீம் குடும்பமும் அதுல ஒண்ணா இருக்கலாம்" என சுற்றமும் நட்பும், சொந்த பந்தங்களும் எச்சரித்தனர்.

காவிக் கட்சி, அமைப்புகள் ஆகியவற்றைச் சேர்ந்த காலனிக்காரர்கள் சிலர் இதை இன்னும் அழுத்தமாகச் சொன்னதோடு, முஸ்தாக் தப்லீக்கா, தப்லீக்குகள் அவனைச் சந்திப்பதுண்டா, அவனது வீட்டுக்கு அடிக்கடி வருகிறவர்கள் யார், அதில் சந்தேகப்படும்படியான நபர்களோ, நடவடிக்கைகளோ உண்டா, அவனது அண்ணன் பச்சை இயக்கத்துக்காரன்தானே, இப்போது அவர்களின் குடும்பத்தில் யாருக்கேனும் சளி, இருமல், காய்ச்சல் முதலான கொரோனா அறிகுறிகள் உள்ளனவா எனத் துருவித் துருவி விசாரித்தனர்.

மெடிக்கல்காரர் கட்சியோ, அமைப்போ சார்ந்தவரல்ல. ஆனால், அவருக்கு முஸ்லிம்கள் என்றால் எப்போதுமே பயம்.

காம்பௌண்டில் யார் வீட்டுக்கும், எதற்கும் செல்லாத அவர்

முதல் முறையாக, ஊரடங்கின் ஐந்தாம் நாளில், பட்டீஸ்வரன் வீட்டுக்குச் சென்று, இது தொடர்பாக தந்தை தனயர்களிடம் பேச்சுவார்த்தை நடத்தினார்.

"முஸ்லீம்னாலே மதவெறி, மதத் தீவிரவாதம், மத அடிப்படைவாதம்தான். தீவிரவாதின்னா முஸ்லீம், முஸ்லீம்னா தீவிரவாதின்னு சினிமாவுல காட்டறதை வெச்சுட்டோ, குண்டுவெடிப்புகளை அவங்களோட சம்பந்தப்படுத்தி வர்ற நியூஸ்களை வெச்சுட்டோ மட்டும் நான் சொல்லுல. குரான், ஹதீஸ் வசனங்கள்; உலக அளவுல முஸ்லீம் நாடுகள்லயும், மத்த நாடுகள்லயும் அவங்களோட மத அமைப்புகள் செய்யற பயங்கரவாதச் செயல்பாடுகள்; இஸ்லாம் மதத் தீவிரவாதிகளோட குண்டுவெடிப்பு ஜிகாத்; வரலாறு நெடுக மதத்துக்காக அவுங்க செஞ்ச மதப் போர்கள், படுகொலைகள், அவுங்க பண்ணுன மாற்று மத அழித்தொழிப்பு வேலைகள் -இது எல்லாத்தையும் ஆதாரமா வெச்சுத்தான் சொல்றேன். கொரோனா ஜிகாத் உண்மைதான். அதுக்கு ஸ்ட்ராங்கான எவிடன்ஸ் இருக்குது. நியூஸ் பேப்பர்கள்லயே அவ்வளவு வந்துச்சே! அது போக, நெட்டுல நெறைய இருக்குது."

அவரும் அன்பரசு போல 'ழ'வை ழ-வாகவே உச்சரித்து, அவனைப் போலவே அறிவார்ந்தும், தகவல்பூர்வமாகவும் பேசினார். அவரது அமைதியும் மேல்தட்டு நாகரிகமுமே அவனிலிருந்து வித்தியாசப்பட்டவை.

பட்டீஸ்வரன் சொன்னார்:

"நாங்களும் முஸ்லீம்களைக் கண்மூடித்தனமா வெறுக்கறவங்களோ, கண்மூடித்தனமா ஆதரிக்கறவங்களோ இல்லீங்க. நீங்க சொல்றதுல பல உண்மைகள் இருக்கத்தான் செய்யுது. ஆனா, எல்லா முஸ்லீமுகளும் அப்புடியில்லீங்க. குரான்ல இருக்கற நல்ல கருத்துகளை மட்டும் எடுத்துக்கற முஸ்லீமுக நெறைய. என்னைப் பொறுத்தவரைக்கும், அவங்கதான் ஜாஸ்தி. ஆனா, முப்பது வருசத்துக்கு முந்தி இந்தியாவுலயும், தமிழ்நாட்டுலயும் முஸ்லீமுக இருந்த மாதிரி இப்ப இல்ல. படிப்படியா மாறி, கடந்த இருவது வருசத்துல அவங்களுக்குள்ள தீவிரவாதமும்,

மதவெறியும் அடிப்படைவாதமும் பரவீருச்சு. எனக்கு நெட்டு கிட்டெல்லாம் பளக்கமில்லீன்னாலும், நாட்டு நடப்பைத் தெரிஞ்சுட்டுத்தான் இருக்கறேன்."

மெடிக்கல்காரர்: "இந்துக்கள்ல கெட்டவங்களும் இருக்கறாங்க; முஸ்லீம்கள்ல நல்லவங்களும் இருக்கறாங்க. ரெண்டையுமே நான் மறுக்கல. ஆனா, இப்போதைய சூழ்நிலைல முஸ்லீமுககிட்ட இருந்து வெலகி இருக்கறது ரொம்ப நல்லது. நீங்க சொல்ற மாதிரி இருக்கற நல்ல முஸ்லீம்களுக்கும் கொரோனா ஜிகாதிகள் கோவிட் நைன்டீனைப் பரப்பியிருப்பாங்க. அதுவும் இப்ப ரம்ஜான் மாசம். தடைய மீறியும் பல எடங்கள்ல கூட்டுத் தொழுகை நடத்திட்டிருக்கறாங்க. அதுக்குக் காரணமே கொரோனா பரப்பறதுதான். அதனால, நம்ம காம்பௌண்ட்ல இருந்து முஸ்தாக் குடும்பத்தை வெளியேத்தறது நல்லதுன்னு படுது. இப்ப அவுங்க இங்க இருந்தா காம்பௌண்ட்க்கே ஆபத்து. அதுவும் அவங்க வீட்டுக்குப் பக்கத்து வீடுகளா இருக்கற நம்ம ரெண்டு ஃபேமிலிக்கும் ரொம்ப ரொம்ப ஆபத்து. அதனால, அவங்களை இங்கிருந்து உடனடியா காலி பண்ண வெக்கணும்."

அவர்கள் யாரும் அதை ஏற்கவில்லை.

"எந்த முஸ்லீமுக எப்புடியோ, முஸ்தாக் அப்புடியில்ல. அதுக்கு நான் கேரண்டி."

"முஸ்தாக் அண்ணனோட அம்மாவும், வொய்ஃபும் எப்பவுமே பர்தா போடறது கெடையாது. அவரு மதவாதியோ, மத அடிப்படைவாதியோ இல்லேங்கறதுக்கு இதைவிட வேற என்ன ஸார் ஆதாரம் வேணும்?" என்றான் அறிவரசு.

"வேப்பெலை விவகாரத்துல பாயம்மா, அடிப்படைவாத முஸ்லீம்களுக்கு எதிரா, துணிச்சலாப் பேசவும் செஞ்சாங்க. அவுங்களைப் போயி சந்தேகப்படறீங்களே!" என்றான் அன்பரசு, பதற்றத்தில் நடுக்கமாக அதிரும் கைகளோடு.

"அதுக்கு ஏஞ்சாமி நீ டென்சனாகற? அமைதியா இரு!" சுசீலா சாந்தப்படுத்த முற்பட்டாள்.

"அவதூறு சொல்லி முஸ்தாக்கண்ணன் குடும்பத்தை காலி பண்ண வெக்கணும்னு நம்மளை சப்போட்டுக்குக் கூப்படறாரு. இதுக்கு டென்ஷனாகாம வேற எதுக்கு டென்ஷன் ஆகணும்கறீங்க? எந்த வீட்டுக்கும் வராதவரு, நம்ம வீடு தேடி வந்திருக்கறாரேன்னு சந்தோசப்பட்டேன். இப்புடியொரு கெட்ட நோக்கத்தோட வந்திருக்கறாரே! அவுரு போனதும் மொதல்ல அந்த எடத்தை டெட்டால், பினாயில், சானிடைஸர் எல்லாம் போட்டுக் கழுவி விடணும். அந்த அளவுக்குக் கொரோனாவைவிட மோசமா இருக்கறாரே மனுசன்!" என இரைந்தான். கூடுதல் பதற்றத்தில் உடல் முழுதுமே நடுங்கிக்கொண்டிருந்தது.

மெடிக்கல்காரர் எதுவும் சொல்லாமல் எழுந்துவிட்டார்.

அடுத்து அவர் செல்லத்தக்க ஒரே இடம் ஜோதிடர்தான் என்று பட்டது. நேராக அங்கே சென்றார்.

"உண்மைதான் தம்பி. முஸ்லீமுக கூடப் பளகறது, அவுங்களைப் பக்கத்துல வெச்சிருக்கறது எல்லாமே கட்டுச் சோத்துல எலிய வெச்சிருக்கறதுக்குச் சமம். அந்த ஓநாய்களுக்கு அமைதி மார்க்கம், இனிய மார்க்கம்னு ஆட்டுத் தோல் வேற! கொரோனா ஜிகாத்தைப் பொய்யி, அவதூறுன்னு சொல்லிட்டுத் திரியறவனுக எச்சை பிரியாணி திங்கற சொம்பு தூக்கிக. அவனுக சொல்றதைத்தான் இந்தக் காம்பௌண்ட்க்காரங்களும் நம்புவாங்க. காரணம், இவுங்க ஜாதி, கட்சி அப்புடி. இவுங்ககிட்டப் பேசிப் பிரயோஜனமில்ல தம்பி. ஓனருகிட்டப் போயி சொல்லுங்க. பாய் குடும்பத்தைப் பாகிஸ்தானுக்குத் தாட்டிவிடட்டும்" என முறுக்கிவிட்டார் அவர்.

மெடிக்கல்காரர் மறுநாள் வள்ளிநாயகத்தைச் சந்தித்து, புகார் அளித்தார்.

"உங்குளுக்கு பயமா இருந்தா நீங்க வீட்டை காலி பண்ணிட்டுப் போயிருங்க. அனாவசியமா முஸ்தாக் குடும்பத்தையோ, மத்த எந்தக் குடும்பத்தையுமோ காலி பண்ணச் சொல்ல முடியாது." தீர்க்கமாக மறுத்துவிட்டார் அவர்.

★★★

மெடிக்கல்காரர் பட்டீஸ்வரன் குடும்பத்திலும், ஜோதிடரிடமும் சென்று பேசியதும், உரிமையாளரிடம் புகாரளித்து தங்கள் குடும்பத்தைக் காலி செய்விக்க முயற்சித்ததும் தெரிந்து முஸ்தாக் மனதுடைந்துவிட்டான்.

"மூணு வருசத்துக்கு மேல பக்கத்து வீட்டுல இருந்திருக்கறோம். அவுரு இப்புடிப்பட்டவர்னு தெரியவே இல்லீங்ளேண்ணா. அவரு நம்மகிட்டல்லாம் பளக மாட்டாருன்னாலும், அவுரு சம்சாரம், புள்ளையெல்லாம் எங்க அம்மா கூட, சம்சாரத்து கூட சகஜமாப் பளகுவாங்களே..." பட்டீஸ்வரனிடம் வருந்தினான்.

"மெடிக்கல்கார்ரு வெசக் கிருமிங்கறது எங்குளுக்குமே அப்பத்தான தெரிஞ்சுது. நானும், அறிவரசும் தன்மையா பதில் சொன்னோம். அன்பரசு எப்பவும் மாதிரி டென்சன் ஆனாலும், செருப்புல போட்ட மாதிரி கேட்டான். நல்ல மனுசனா இருந்தா அந்தச் சூட்டுலயே திருந்தியிருக்கணும். அந்தாளு நேரா ஜோஸியருகிட்டப் போயிட்டாரு. அவுரு டுவிஸ்ட்டுப் பண்ணியுட்டுத்தான் மெடிக்கல்கார்ரு ஓனருகிட்டப் போயிருக்கறாரு. வைசாலி காதுல அரசல்புரசலா உளுந்ததை இவகிட்டச் சொன்னாளாமா."

தன்னுடைய மதமோ, பிற மதங்களோ, அவற்றில் உள்ள குற்றம் குறைகளை, அநீதி அராஜகங்களை, மத அடிப்படைவாதம், மதவெறி, பிற மத துவேஷம் ஆகியவற்றை நடுநிலையாக இருந்து சுட்டிக் காட்டுவது வேறு. பட்டீஸ்வரன் அப்படிப்பட்டவர். ஆனால், என் மதம் சரி; மற்ற மதங்கள் தவறு, என் மதத்தவர்கள் செய்கிற பயங்கரவாதங்கள் நியாயம்; உன் மதத்தவர்கள் செய்கிற பயங்கரவாதங்கள் அநியாயம் என்பது சரியல்லவே! ஜோதிடர் அப்படிப்பட்டவர். மதக் காழ்ப்பும் உள்ளவர். மதம் சார்ந்த சர்ச்சைக்குரிய சம்பவங்கள் தமிழகத்திலோ, இந்தியாவிலோ, உலக நாடுகளிலோ நடக்கும்போது முஸ்தாக்கிடமும், சூரியிடமும் வாயைப் பிடுங்குவது போல ஏதாவது கேட்கவும், சொல்லவும் செய்வார். குறிப்பாக இஸ்லாமியத் தீவிரவாதம், அடிப்படைவாதம் பற்றி இவனிடமும், கிறிஸ்துவ மத மாற்ற

வேட்டைகள் பற்றி சூரியிடமும் குத்தலாகவோ, நக்கலாகவோ பேசுவார். அவர் சொல்வதில் உண்மைகளும் இருக்கும் என்பதால் மறுத்துப் பேசவும் இயலாது.

“கசப்பான உண்மைகள் எல்லா மதத்துலயும்தானுங்ணா இருக்குது. ஒண்ணப் பேசுனா ஒம்பத்தெட்டுக்குப் போகும். அதையெல்லாம் கிண்டிக் கௌறாம இருக்கறது எல்லார்த்துக்கும் நல்லது” என்று நாசூக்காக வாதங்களைத் தவிர்த்துவிடுவான் இவன்.

அவர் இப்போது தனது இஸ்லாமிய வெறுப்பைத் தணிக்க, இந்தக் கொரோனா ஜிகாத் சூழலையும், மெடிக்கல்காரர் தன்னிடம் வந்ததையும் பயன்படுத்திக்கொண்டிருக்கிறார் என்பது தெரிந்தது.

சுசீலா, “ஜோசியரு செய்யறது புனிதமான தொளிலு; ஆனா, அளுக்கு புத்தி. குரு திசையில்ல; சனி திசை. எப்பவுமே மத்தவங்களை மட்டமாவும், எளக்க நாட்டமாவும்தான் பேசுவாரு. எங்குளுக்கு யாருக்குமே அவுரைப் புடிக்காது. பன்னெண்டு வருசப் பளக்கம்னாலும், நெருக்கமான பளக்கமெல்லாம் இல்ல. வாயளவுல, பேச்சளவுல வெச்சுக்கறதோட சரி. நாம மத்த குடும்பங்கல்லாம் பளகற மாதிரி மனசார, ஒண்ணுக்குள்ள ஒண்ணால்லாம் அவருகிட்டப் பளக முடியாது. அவுரு சம்சாரம் நல்ல மனுசி. யோகேசும் எங்க பசங்க ரெண்டு பேர்க்குமே ஃப்ரண்டு. அதுக்காகப் பாக்கறதுதான்” என்றாள்.

“ஜோஸியரும் மெடிக்கல்கார்ரும் கெடக்கறாங்க, விடு. என்ன பண்ணியும் ஓனர் கேக்கலயில்ல” என்றார் பட்டீஸ்வரன்.

“அவுரு இதையெல்லாம் கேக்க மாட்டாருங்கறது தெரிஞ்சதுதானங்ணா. அப்பறம் உங்க ஆதரவும்மெல்லாம் இருக்குது. அது போதும் எங்குளுக்கு.”

மும்பை குண்டுவெடிப்புக்குப் பிறகு இந்தியா முழுதுமே இஸ்லாமியர்கள் மீது பிற மதத்தவர்களுக்குத் தீவிரவாத அச்சம். பின்னர் பல ஆண்டுகளாக நிகழ்ந்த இஸ்லாமியத் தீவிரவாதிகளின் குண்டுவெடிப்புகளும் அதை வலுவாக்கின.

உலக அளவிலான இஸ்லாமிய பயங்கரவாத அமைப்புச் செயல்பாடுகள், இஸ்லாமிய அடிப்படைவாத அமைப்புச் செயல்பாடுகள், இஸ்லாமிய மதவாதிகளும் மதவெறியர்களுமான மதத் தலைவர்கள், அரசியல் தலைவர்கள், எண்ணற்ற மத அமைப்பினர்கள் ஆகியோரின் இஸ்லாமிய வெறியாட்டங்கள் ஆகியவற்றால் உலக அளவில் இஸ்லாமிய வெறுப்பு இயல்பாகவே உருவாகிவிட்டது. எதிர் மதத்தவர்களின் மதவாதத்தாலும், அரசியலாலும், அவர்கள் கைகளில் உள்ள ஊடகங்கள் துணையாலும் இந்த வெறுப்பு இன்னும் பெரிதாக்கப்பட்டது. இஸ்லாமியத் தீவிரவாத அச்சமும், இஸ்லாமிய வெறுப்பும் காரணமாக இஸ்லாமியர்களுக்குப் பிற மதத்தவர்கள் வாடகைக்கு வீடு கொடுக்காத நிலை இந்தியா முழுதுமே உள்ள ஒன்று. குறிப்பாக மும்பை, டெல்லி, கல்கத்தா, கர்நாடகா உள்ளிட்ட முக்கிய பகுதிகளில் இஸ்லாமியர்களுக்கு பிற மதத்தவர்கள் வாடகைக்கு வீடு கொடுக்க மாட்டார்கள். இஸ்லாமியர்கள் காவல்துறையின் கண்காணிப்பில் உள்ள இடங்களில், புதிதாக வரும் இஸ்லாமியர்களுக்கு, இஸ்லாமியர்களே வீடு கொடுக்க மாட்டார்கள்.

தமிழகத்தைப் பொறுத்தவரை, தமிழகத்தையே உலுக்கிய மாபெரும் தீவிரவாத குண்டுவெடிப்புக் கூட்டப் படுகொலையான '98 கோவை குண்டுவெடிப்புக்குப் பிறகு இஸ்லாமியர்கள் என்றாலே மக்கள் அஞ்சி விலகவும், சந்தேகத்தோடு பார்க்கவுமான நிலை இன்றளவும் உள்ளது. அந்தத் தீவிரவாதம் தவிர, பிறகு சுமார் 15 ஆண்டுகளுக்கு மேலாக தமிழகத்தில் பல்வேறு இஸ்லாமிய அமைப்புகளாலும் இஸ்லாமிய சமுதாயத்தில் ஏற்படுத்தப்பட்டுவிட்ட மத அடிப்படைவாதம், மதவெறி, பிற மதத்தினரிடமிருந்து விலகி தன் மதத்தாருடன் மட்டும் பழக்க வழக்கங்கள் வைத்துக்கொள்வது, போராட்டங்களின்போது பெருங்கூட்டமாகத் திரண்டு வன்மத்தோடு உணர்ச்சிக் கொந்தளிப்புகளை வெளிப்படுத்துவது ஆகியவை அச் சமூகம் மீதான அச்சத்தை இன்னமும் அதிகரித்துள்ளன. அதனால் இஸ்லாமியர்களுக்கு பிற மதத்தவர்கள் வாடகைக்கு வீடு கொடுக்காத நிலை தொடர்ந்துவருவதோடு, பிற மாநிலங்களைக்

காட்டிலும் தமிழகத்தில் அதிகமாக உள்ளதாகவும் முஸ்தாக் கேள்விப்பட்டிருக்கிறான்.

முஸ்தாக் குடும்பத்தாருக்கும் இதன்படியே பல்லாண்டுகளாக நகரின் பல பகுதிகளிலும் வாடகைக்கு வீடு கிடைக்காத நிலை இருந்துவந்தது. இதனால் இஸ்லாமியர்கள் அதிகம் வசிக்கும் பகுதிகளில், இஸ்லாமியர்களின் வீடுகளில் வாடகைக்கு இருப்பதே பெரும்பாலும் சாத்தியமாகும். இவனது அண்ணன் இயக்கங்களில் இணைந்த பிறகு, அவற்றின் கொள்கைகளில் உடன்பாடில்லாதவர்களும், அவ்வியக்கங்களைப் புறக்கணிப்பவர்களுமான நல்லிணக்க இஸ்லாமியர்களும் இவர்களுக்கு வீடு கொடுக்க மறுத்தனர். இயக்க ரீதியிலான அண்ணனின் அடிப்படைவாத, மதவாதப் போக்கு அம்மாவுக்கும் இவனுக்கும் பிடிக்கவுமில்லை. அதனால் இவர்களுக்குள்ளாகவே அடிக்கடி சண்டை சச்சரவுகள். அதனால் அவனிடமிருந்து இவர்கள் பிரிந்துவிட்டனர். அவ்வப்போது சென்றோ, வந்தோ பார்த்துக்கொள்கிற, முக்கியமான குடும்ப காரியங்களின்போது மட்டுமே கலந்துகொள்கிற உறவு மட்டுமே இப்போது.

ஒன்பது வருடங்களுக்கு முன்பு குடியிருந்த வீட்டிலிருந்து குடி மாற வேறு வீடு பார்த்துக்கொண்டிருந்தபோதும் முஸ்லீம் என்பதாலேயே பல இடங்களில் வீடு தர மறுத்தனர். அப்போது தற்செ9யலாக இவனது ஆட்டோவில் வந்த பட்டீஸ்வரனிடம் தனது நிலையைச் சொல்லிப் புலம்பிக்கொண்டிருந்தான். அவர்தான் வள்ளிநாயகத்திடம் இவனைப் பற்றிப் பரிந்துரை செய்து, இங்கே வீடு கிடைக்க ஏற்பாடு செய்தார்.

“நான் சாதி, மதம் பாக்கறவனில்ல. ஆனா, முஸ்லீமுகன்னா அதே பயம் எனக்கும் இருக்குதப்பா. அதனால, முஸ்லீமுகன்னா தீர விசாரிச்சுத்தான் வீடு குடுப்பேன். பட்டீஸ்வரன் சொன்னதுனாலயும், நீயும் உங்கம்மாவும் உங்கண்ணனை ஒதுக்கியே வெச்சிருக்கறீங்கங்கறதுனாலயும்தான் உனக்கு உடனே வீடு குடுக்கறன்” என்றார் வள்ளிநாயகம்.

★★★

மெடிக்கல்காரர் வள்ளிநாயகத்தைச் சென்று சந்தித்ததற்கு மறு நாள், மார்ச் 31 அன்று, "ஆனைமலைல முஸ்லீமுக அதிகமா இருக்கற நெல்லுகுத்திப் பாறை, ஆனைமலை சென்ட்டரு எல்லாம் அதிகாரிக சீல் வெச்சுட்டாங்களாமா. அங்கிருந்து ஒருத்தரும் வெளிய வரவும் முடியாது; வெளியிருந்து உள்ளயும் போக முடியாது. அது மட்டுமில்ல; டெல்லி மாநாட்டுக்குப் போயிட்டு கொரோனாவோட வந்த ஆனைமலை தப்லீக்குக ஏளு பேர் வீட்டைச் சுத்தி ஏளு கிலோ மீட்டர் சுத்தளவுல அத்தனை வீடுகள்லயும் ஆய்வு பண்ணீட்டிருக்கறாங்கன்னு பேப்பர்லயே நியூஸ் வந்துருச்சு. அப்புடீன்னா எந்த அளவுக்கு கொரோனா வீரியமா இருக்கோணும்?" என பொள்ளாச்சி வட்டாரமே கதிகலங்கிக்கொண்டிருந்தது.

காம்பௌண்டுக்கு காலை எட்டு மணி வாக்கிலேயே வள்ளிநாயகம் வந்தார். காரமடையான், பட்டீஸ்வரன், முஸ்தாக் ஆகியோரைத் தனியே அழைத்து, மெடிக்கல்காரர் தன்னைச் சந்தித்த விபரத்தைத் தெரிவித்து முஸ்தாக்கிற்கு தைரியம் சொன்ன அவர், மற்ற வீட்டுத் தலைவர்களையும் அழைத்து, தான் வந்ததற்கான முக்கிய காரியத்தைத் தெரிவித்தார்.

"ஊரடங்குனால உங்கள்ல பலருக்கு வருமானம் இருக்காது. அப்படி இருக்கறவங்கள்ல இந்த மாச வாடகை, அடுத்த மாச வாடகை, ரெண்டு மாசத்து வாடகையும் குடுக்க முடிஞ்சவங்க குடுத்தாப் போதும். இப்பக் குடுக்க முடியாதவங்க, ரெண்டு மாசம் கிருமிச்சு, தவணையா செலுத்திக்கலாம். ரொம்ப சிரமப்படறவுங்க, பாதி வாடகை குடுத்தாலும் போதும். அன்னாடங்காச்சிக குடுக்கவே வேண்டாம்" என்றார்.

எல்லோருக்கும் ஏக மகிழ்ச்சி.

"நமக்குப் பிரச்சனை இல்லீங்க. கவர்மென்ட் சம்பளம் வந்துரும். நான் வாடகை குடுத்தர்றேன். இருந்தாலும், இந்த ஏளைகளுக்கு நீங்க செஞ்சது பெரிய உபகாரமா இருக்கும்" எனப் பாராட்டினார் பட்டீஸ்வரன்.

"ரொம்ப நன்றிங்கய்யா..." ரஞ்சிதா கும்பிடு போட்டாள்.

இதன் பிறகுதான், 'தற்போது உள்ள சூழ்நிலையில், வாடகை வீடுகளில் குடியிருப்போர் வாடகை செலுத்துவதில் உள்ள சிரமங்களை அரசின் கவனத்திற்குக் கொண்டு வந்துள்ளனர். எனவே, மார்ச் மற்றும் ஏப்ரல் மாதத்திற்கான வீட்டு வாடகைத் தொகையை 2 மாதங்கள் கழித்துப் பெற்றுக்கொள்ள வேண்டும் என்று வீட்டு உரிமையாளர்களை அன்புடன் கேட்டுக்கொள்கிறேன்' என்ற முதல்வரின் அறிக்கை வெளியானது.

மறுநாள் அதாவது, ஊரடங்கின் இரண்டாம் வாரம் முதல் நாளான ஏப்ரல் 01 அன்று - தமிழகத்தில் ஒரே நாளில் 57 பேருக்கு கொரோனா தொற்று. பாதிக்கப்பட்டவர்களின் எண்ணிக்கை 124 ஆக அதிகரிப்பு. இந்தியாவில் கொரோனா பரவ அதிக வாய்ப்புள்ள 16 இடங்களைக் கண்டறிந்து வெளியிட்டது மத்திய அரசு. எச்சரிக்கையுடன் இருக்க வேண்டிய நகரங்களின் பட்டியலில் தமிழகத்தில் ஈரோடு இடம்பெற்றது. டெல்லி தப்லீக் ஜமாத் மாநாட்டில் பங்கேற்றவர்கள் 515 பேர் அடையாளம் காணப்பட்டனர். எஞ்சியவர்கள் தாமாகவே முன்வந்து சிகிச்சை பெற அரசு வேண்டுகோள். தமிழகத்திலிருந்து டெல்லி தப்லீக் ஜமாத் மாநாட்டுக்குச் சென்ற அனைவருக்கும் கொரோனா பரிசோதனை. நெல்லை குமரி திருவாரூர் நாமக்கல் மாவட்டங்களைச் சேர்ந்தவர்கள் தனிமைப்படுத்தப்பட்டு கண்காணிப்பு. அவர்கள் குடியிருந்த வீடுகள், தெருக்கள், சென்ற இடங்கள் எங்கும் கிருமிநாசினி தெளிப்பு.

“நான் சொன்னதை யாரும் கேக்கல. இப்ப என்னாச்சு? பொள்ளாச்சில இருந்து ஏழு தப்லீக்குகளைப் புடிச்சது உண்மைதான்ங்கறது பேப்பர் ந்யூஸ்லயே வந்துருச்சு. ஏழு பேருமே ஆனைமலை முஸ்லீம். அந்த முஸ்லீமுக, மத்த முஸ்லீமுகளுக்கு கொரோனா பரப்பியிருப்பாங்க. அவுங்க, பொள்ளாச்சி, சுத்து வட்டாரம் முழுக்கப் பரப்பி, மத்த மதத்து மக்களை சாகடிப்பாங்க. இது தொடக்கம்தான். இனி ஒவ்வொரு ஏரியாவுலயும் இருக்கற கொரோனா ஜிகாதிகளை போலீஸ் கண்டிப்பா தூக்கும். எல்லார்த்துக்கும் அப்பப் புரியும், நான்

சொன்னது எவ்வளவு உண்மைங்கறது." எப்போதுமே உரத்துப் பேசாத மெடிக்கல்காரர், தன் வீட்டு வாசலில் நின்றபடி யாருடனோ அலைபேசியில் உரக்கப் பேசிக்கொண்டிருந்தார்.

காம்பௌண்ட்வாசிகளுக்காகத்தான் அப்படிப் பேசுகிறார் என்பது நன்றாகவே தெரிந்தது. அதை எதிர்த்து யாரும் பேசவில்லை. அவர் சொல்வதில் உண்மை இருப்பதாக எண்ணிக்கொண்டனர்.

மெடிக்கல்காரரின் மனைவி, மகள் ஆகியோர் முஸ்தாக் வீட்டாரோடு பேசுவதும் நின்றிருந்தது. மெடிக்கல் குடும்பத்தார் இவர்களைக் கண்டாலே அச்சத்தோடு தூர விலகிச் செல்வது, இவர்களுக்கு அவமானமாக இருந்தது.

குல்ஸாரிடம் இவர்கள் இந்த விஷயங்கள் எதையும் தெரிவிக்கவில்லை. ஆறு வயதுச் சிறுவனிடம் இத்தகைய மத விவகாரங்களைத் தெரிவித்து, அந்தப் பிஞ்சு மனதின் களங்கமின்மையை மாசுபடுத்த வேண்டாம் என்று தவிர்த்துவிட்டனர். விளையாட்டுக் குழுவில் அவன் எதார்த்தமாகப் பேரரசுவிடம் நெருங்கியபோது, அவன் பின்வாங்கி, "முஸ்லீமுகல்லாம் கொரோனா பரப்பறவங்க. இவங்கூட வெளையாடுனா நம்மளுக்கும் கொரோனா வந்துரும். நான் வெளையட்டுக்கு வல்ல" என்றுவிட்டுப் போய்விட்டானாம்.

குல்ஸார் தெரிவித்தபோது இவர்களுக்கு அளவற்ற வேதனை.

"பேரரசு அண்ணன் சொன்னது நெஜமாப்பா? ஏப்பா முஸ்லீமுக கொரோனா பரப்பறாங்க? அது தப்புதானேப்பா?" குல்ஸார் கேட்டான்.

"நம்ம நாட்டுல முஸ்லீமா இருக்கறதே தப்புதான்" என்றான் விரக்தியாக.

★★★

காம்பௌண்ட்க்கு வெளியிலிருந்தும் இதே போன்ற பேச்சுகள், முஸ்தாக் குடும்பம் மீது சந்தேகம். இரண்டு மூன்று நாட்களாக அவர்கள் யாரும் வீட்டை விட்டு வெளியில் வரவே இல்லை.

வேலு, ரஞ்சிதா, சூரி, பட்டீஸ்வரன், அன்பரசு ஆகியோர் கொடுத்த தைரியத்தில்தான் மெல்ல மெல்ல மற்றவர்களைப் போன்ற நிலைக்கு வந்தனர்.

கொரோனா ஜிகாத் விவகாரம் நாட்டிலும், உலகெங்கிலும் பெரும் கொந்தளிப்புகளை ஏற்படுத்தி, நாட்டில் சில இஸ்லாமியர்களின் உயிர்களை பலிவாங்கவும் செய்தது.

பொள்ளாச்சி துலுக்குவார்பட்டியிலும் இதனால் இரு மரணங்கள். அவ்வூரைச் சேர்ந்த ஒரு இஸ்லாமியக் குடும்பம், கொரோனா ஜிகாத் குடும்பம் என்று அவ்வூர் விஷமி ஒருவனால் தவறாகச் செய்தி பரப்பப்பட்டு, அக் காணொளி வைரலாகி, அவமானம் தாளாமல் அக் குடும்ப இளைஞன் தற்கொலை செய்துகொண்டான். 9 கோள்களும் ஒரே நேர்கோட்டில் வரும் நாளான அன்று, இரவு 9 மணிக்கு சமூக இடைவெளியைக் கடைப்பிடித்து அவரவர் வீட்டில், 9 நிமிடங்கள் மின் விளக்கை அணைத்துவிட்டு அகல் விளக்கு, மெழுகுவர்த்தி, டார்ச் அல்லது செல்போன் ஒளியை ஒளிர விடுவதன் மூலம், நிலவொளியும் அவற்றின் ஒளியும் இணைவதால் ஏற்படும் கதிர்வீச்சில் கொரோனா உயிரிழக்கும் என்று சொல்லப்பட்ட ஏப்ரல் 5ஆம் தேதியன்று இது நிகழ்ந்தது. அதற்கு மூன்றாம் நாளில், ஜிகாத் அமைப்பைச் சேர்ந்தவர்களான அவ்வூர் இஸ்லாமிய இளைஞர்கள் இருவர், பக்கத்து கிராமமான உழவுக்காட்டில், ஏ.ட்டி.எம். எந்திரத்திலும், மளிகைக் கடையில் கொடுத்த பணத்திலும் எச்சில் தடவி கொரோனா பரப்பினார்கள் என்னும் சந்தேகத்தின் பேரில் அங்குள்ள பொதுமக்களால் பலமாகத் தாக்கப்பட்டு, அதில் ஒருவன் மரணமடைந்துவிட்டான்.

இந்தச் செய்திகள் வந்ததுமே சூரி முஸ்தாக்கிடம், "டேய் தம்பீ... நீ கொஞ்ச நாளைக்கு வீட்டை விட்டு வெளிய எங்கயும் போகாத. உங்குளுக்கு என்ன வேணுமோ சொல்லு, நான் வாங்கிட்டு வந்து குடுக்கறேன். நீ போயே ஆகோணும்னு கட்டாயம்னா, என்னையும் கூட்டிட்டுப் போ. பாதுகாப்புக்கு நான் இருக்கறேன். சூரிங்கறது எனக்கு வெச்ச பேரில்லடா. பதனஞ்சு வயிசுலயே ஒரு தகராறுனால, சூரிக் கத்திய இடுப்புல

சொருவீட்டுத் திரிஞ்சவன். அப்புடித்தான் எனக்கு சூரிங்கற பேராச்சு. வக்காலி எவன் வந்தாலும் நான் பாத்துக்கறேன். என்னையக் கொன்னுட்டுதான் உன்னையத் தொட முடியும்” என்றான்.

முஸ்தாக்கிற்கு எதுவும் பேச இயலாமல் தொண்டையை அடைத்துக்கொண்டது.

“இவனோட அண்ணனில்ல; நீதான் என் வயித்துல இவனுக்கு முந்தி பொறந்திருக்கணும்” என்றாள் பாயம்மா.

★★★

அரசியல், மதம் உள்ளிட்ட வியாபாரங்கள், வேலை, தொழில், சேவை, பிற காரியங்கள் ஆகியவற்றுக்காக அன்றாடம் வெளியே சென்று வருகிற ஆண்கள், பெண்கள் ஆகியோருக்கு ஊரடங்கு பெரும் சிரமத்தை ஏற்படுத்தியிருந்தது. ஆனால், எப்போதும் வேலை, தொழில், வியாபாரம் என அதிலேயே தனது காலத்தைக் கழித்து, குடும்பத்தோடு நேரம் செலவழிக்க இயலாமல் இருந்த செல்வந்தர்கள், தொழிலதிபர்கள், பெரிய அதிகாரிகள், நட்சத்திர நடிகர்கள், பிரபல விளையாட்டு வீரர்கள், இரவு பகல் பாராது கடமையாற்ற வேண்டிய நிலையிலோ, நிர்ப்பந்தத்திலோ உள்ள பணியாளர்கள் போன்றவர்களுக்கு இந்த ஊரடங்கு நீண்ட ஓய்வாகவும், வீட்டில் இருந்து குடும்பத்தாரோடு நாட்களைச் செலவழிக்க முடிந்தது ஒரு பேறாகவும் அமைந்துவிட்டது. பிரபலங்கள் அதைத் தொலைக்காட்சிகளிலும், ஊடகத் தொடர்புடையவர்கள் அவற்றிலும் பூரிப்போடு வெளிப்படுத்தி, புகைப்படங்கள், காணொளிகளை வெளியிட்டுக்கொண்டிருந்தனர்.

“அவுங்குளுக்கு அது நல்லது. நம்முளுக்கு அப்புடியா? அதும்மில்லாம, குடும்பம் குட்டி தொல்லை தாங்க முடியாம, முடிஞ்ச வரைக்கும் வீட்டுல இல்லாம வெளில சுத்தீட்டுத் திரியறவங்க கதி என்னாகறது? மூணு வாரம் ஜெயில்ல போட்டு டார்ச்சர் பண்ணுன மாதிரி ஆயிருமே!” என்றான் சூரி.

“ஜோசியர் நெலைமை அப்புடித்தான்” என்றார் பட்டீஸ்வரன்.

“நம்மளை மாதிரி வீடு ஒரு பக்கம், வேலை தொளிலு ஒரு பக்கம்னு இருக்கறவங்களுக்கு, எட்டோ பத்தோ மணி நேரம் பொண்டாட்டி நச்சரிப்பு இல்லாம தப்பிச்சுக்கலாம். அவுரு குடும்பத்தோட இங்கிருந்தபோது, வீடும் ஆப்பீசும் ஒண்ணுங்கறதுனால, கஸ்டமர் இல்லாத நேரமெல்லாம் பொண்டாட்டி சுப்ரபாதம்தான். சொந்த வீடு கட்டிப் போனதுக்கப்பறம் இங்க ஆப்பீஸா மட்டும் இருக்கறதுனால அவுரும் ட்யூட்டி நேரத்துல தப்பிச்சிருந்தாரு. இப்ப வட்டியும் மொதலுமா அவுரு சம்சாரம் வறுத்தெடுத்துட்டிருக்கும்.”

ஊரடங்கால் பள்ளிச் சிறார்களுக்கும் குழந்தைகளுக்கும் கொண்டாட்டமாகிவிட்டது. பள்ளி செல்லும் தொல்லை இன்றி, விளையாடியும், பொழுதுபோக்கியும் மகிழ்ந்தனர்.

அண்டை அயல் சிறார்கள் சேர்ந்து விளையாடுவது இப்போது குறைந்துவிட்டது. தொற்று அச்சம், முன்னெச்சரிக்கை காரணமாக பெற்றோர்கள் பலரும் தங்கள் குழந்தைகளை மற்ற சிறார்களோடு விளையாட விடாததால், வீட்டுக்குள்ளேயே தனித்து அல்லது தமது சகோதர சகோதரிகளுடன் விளையாடிக்கொண்டோ, தொலைகாட்சி, வீடியோ கேம், பெற்றோரின் ஆண்ட்ராய்ட் ஃபோன் ஆகியவற்றில் பொழுதுபோக்கிக்கொண்டோ இருந்தனர்.

மாலைப் பொழுதுகளிலும், விடுமுறைகளிலும் காம்பௌண்டின் விளையாட்டு வாசலில் கூடும் தெருச் சிறார்களில் பலரும் இப்போது இங்கு வருவதில்லை. வருகிற சிலரோடு காம்பௌண்ட் சிறார்கள் வழக்கம் போல குதூகலமாக விளையாடிக்கொண்டிருப்பார்கள். அப்படி விளையாடிக்கொண்டிருக்கையில், “கொரோனா நம்ம நாட்டை விட்டு ரெண்டு... மூணு மாசத்துக்குப் போகவே கூடாது. அப்பத்தான் எங்குளுக்கு ஸ்கூலே தெறக்காம ஜாலியா இருக்கும்” என்றான் கௌதம்.

“ஏன்டா டேய்,... உங்குளுக்கு ஜாலியா இருக்கும்; உங்களையெல்லாம் மேய்க்கறது எங்குளுக்குத்தான பாடு. அது முடியாமத்தான ஸ்கூலுக்குத் தோலியுடறோம்.” முஸ்தாக் வீட்டுப்

படிக்கட்டில் அமர்ந்து, விளையாட்டுச் சிறார்களை வேடிக்கை காட்டிக்கொண்டே ஆலிவருக்கு சோறு ஊட்டிக்கொண்டிருந்த விஜி சொன்னாள்.

“அதுவும் ஒரு மந்தையவே மேய்ச்சாலும் மேய்க்கலாம். இவன் ஒருத்தனை மேய்க்க முடியாம ரஞ்சிதா படற பாடு இருக்குதே...” உடன் இருந்த பாயம்மா.

ரஞ்சிதா வீட்டிலிருந்து தலை நீட்டி, “கொரோனாவுக்குக் கையுங் காலும் மொளைச்சவன். உட்டா ஊரையே நாசமாக்கீருவான். ஸ்கூல் இருக்கீலயே அவன் தொல்லை தாங்காது. இப்ப அடங்காப்பிடாரிய அவுத்துவிட்ட மாற ஆயிருச்சு. எங்கியாச்சு ஆஸ்டல்ல கொண்டு போயி அமுத்தீட்டு வந்தாத்தான் செரியாகும்” என்றாள்.

ஊரடங்கினால் நாடே ஸ்தம்பித்திருந்தது. நகரங்கள் வெறிச்சோடின. கிராமங்களில் அதிக மாற்றமில்லை எனினும் அங்கும் ஊரடங்கின் சுவடுகள் அழுந்தப் பதிந்திருந்தன. மளிகை, காய்கறி, பால், மருந்து உள்ளிட்ட அத்தியாவசியத் தேவைகளுக்காக மட்டும் வீட்டுக்கு ஒருவர் வெளியே சென்று வருவது என்கிற நடைமுறை பொதுவாகக் காணப்பட்டது. ஒரு சிலர் விதிமுறைகளை மீறிக்கொண்டிருந்தனர். டீச்சர்ஸ் காலனியிலும், இந்தத் தெருவிலும், காம்பவுண்டிலும் அப்படியே.

வெளியில் எங்கும் செல்ல முடியாமல் வீட்டோடே அடைந்துகிடக்கும் நடுத்தர வர்க்க ஆடவர்கள், பகல் பொழுதுகளில் தொலைக்காட்சி, முகநூல், யூட்யூப் ஆகியவற்றில் பொழுதுபோக்கிவிட்டு, காலை - மாலை நேரங்களில் முகக் கவசத்தோடு தெரு ஓரத்திலேயே பேட் மிட்டன் விளையாடுவது, மொட்டை மாடியில் சிறார்களோடு பட்டம் விடுவது என பொழுதுபோக்கிக்கொண்டிருந்தனர். காம்பௌண்ட்வாசி ஆடவர்களுக்கு பேட் மிட்டன் என்னும் பணக்கார விளையாட்டு தெரியவும் செய்யாது; வர்க்கப் பொருத்தமானதும் அல்ல. இங்கே பட்டம் விடவும் சௌகரியங்கள் இல்லை.

“வேலைக்கும் போகாம, வெளிலயும் எங்கயும் போக முடியாம,

எத்தனை நேரந்தான் ட்டீவியவே பாத்துட்டிருக்கறது? எதுல பாத்தாலும், எப்பப் பாத்தாலும் கொரோனா கொரோனா; அங்க அத்தனை பாதிப்பு, இங்க இத்தனை சாவு; அந்த ஆஸ்பத்திரில இப்புடி, இந்த ஆஸ்பத்திரில அப்புடி; அங்க சீல் வெச்சுட்டாங்க, இங்க பெருகீருச்சு.... இதேதான்! பாத்துப் பாத்து பேசிப் பேசி, பெரியாஸ்பத்திரி வார்டும், மார்ச்சுவரியும் மண்டைக்குள்ளயே குடியிருக்கற மாற இருக்குது. சினிமாவும் போட்டதையேதான் போட்டுட்டிருக்கறான். சரக்குக்கும் வளியில்ல. என்னதான் பண்ணித் தொலையறது? சீட்டாட்டமாச்சும் போடலாமா?" வேலு கேட்டான்.

"சீட்டாட்டத்துக்கு முஸ்தாக்கு வர மாட்டாப்புடி. வேலையே செய்யாம எனக்கும் ஒடம்பு மசமசன்னு இருக்குதப்பா. உக்காந்த கெடைல இல்லாம, ஒடம்பு அனங்கி, ஓடியாடி ஏதாச்சு செய்யற மாதிரி இருந்தாத் தேவுல" என்றான் சூரி.

காரமடையான் டீச்சர்ஸ் காலனியின் நீட்சியாக உள்ள லட்சுமிபுரத்தில் இருக்கும் பலகாரக் கம்பெனியில் வாட்ச்மேனாகப் பணிபுரிபவர். கம்பெனி இப்போது முடக்கத்தில்தான் என்றாலும், பாதுகாவல் காரணமாக வாட்ச்மேன்களுக்கு வேலை இருக்கிறது. அதனால், வழக்கம்போல அவர் வேலைக்குச் செல்கிறார். நடந்து செல்கிற தூரம்தான். அவருக்கு வாகனங்களும் இல்லை. எனவே, பொடி நடையாகவே போய் வருவார்.

"எங்க கம்பெனிக்கட்டயும் இங்கியாட்டவே ஐக்ளாஸ்காரங்க பெர்முடாஸ் போட்டுட்டு வீதியோரத்துல பேட்மிட்டன் ஆடறாங்கொ; பொம்பளைக, புள்ளைகல்லாம் கொளந்தீக கூட சேந்து மொட்டை மாடில பட்டம் உடறாங்கொ. நம்மளயப் பெலத்தவீக வேப்ப மரத்தடீல குண்டாட்டம் ஆடீட்டிருக்கறாங்கப்பா. உங்களையாட்ட நடுத்தர வயிசுக்காரனுகதான். அதுல என்னையாட்ட ஒரு கௌவனும்மு இருக்கறாரு. அஞ்சு பத்தெல்லாம் கெடையாது. கைக்கு இருவது, அம்பதுதான். பணம் பறக்குது" என்றார்.

"அது டாப்பு! நாமளும் அதையே பண்ணலாமே! பொளுதும்

இன்ட்ரஸ்ட்டாப் போகும்; ஆடி ஓடி வேலை செஞ்சாப்புடியும் ஆச்சு; வருமானத்துக்கு வருமானமும் ஆச்சு!" சூரி குதூகலித்தான்.

தெருவாசிகளில் இவர்களைப் போல உள்ளவர்களைச் சேர்த்துக்கொண்டு, காம்பௌண்டுக்கு வெளியே குறுக்குத் தெருவோரம், புறம்போக்கில் உள்ள தூங்குமூஞ்சி வாகை மரத்தடியில் குண்டாட்டம் தொடங்கினர். அதிலிருந்து அந்த விளையாட்டு வீரர்களைக் கையில் பிடிக்கவே முடியவில்லை. விழித்திரு, விலகியிரு, வீட்டோடு இரு என்பதை வீட்டுக்குள் வைத்துவிட்டு, காலை முதல் மாலை வரை குண்டாட்டத்தில் மும்முரமாகிவிட்டனர்.

★★★

ஊரடங்கின் மூன்றாவது வார முதல் நாளான ஏப்ரல் 08 அன்று, தமிழகத்தில் கொரோனாவிற்கு உயிரிழந்தோர் எண்ணிக்கை 8-ஆக அதிகரித்திருந்தது. ஒரே நாளில் 69 பேருக்குத் தொற்று பாதிப்பு. மொத்த பாதிப்பு எண்ணிக்கை 690 ஆக அதிகரிப்பு.

இந்தியாவில் கொரோனாவால் பாதிக்கப்பட்டோர் எண்ணிக்கை 4,789; உயிரிழப்பு 124.

உலகம் முழுவதும் கொரோனாவுக்கு ஒரே நாளில் 7,314 பேர் உயிரிழப்பு. மொத்த உயிரிழப்பு எண்ணிக்கை 80 ஆயிரத்தை நெருங்கியது. அமெரிக்காவில் கொரோனாவுக்கு நேற்று மட்டும் சுமார் 2 ஆயிரம் பேர் உயிரிழப்பு.

"ஒரே நாள்ல ரெண்டாயரம் பேரு சாவா? அத்தனை பணமும், வசதியும், சௌரியங்களும் இருக்கற ஆனானப்பட்ட அமெரிக்காவுலயே நெலம இப்புடின்னா, மத்த நாடுகள்ல என்னாகறது? ஆப்பிரிக்கா, இந்தியா, சீனா மாற ஏளை நாடுகள்ல லச்சக் கணக்குல சாவு உளுகுமாட்ட இருக்குதே! கருநாக்கு சோசியரு சொன்னது பலிச்சாலும் பலிச்சுருமப்போவ்!" நஞ்சப்பன் கவலை தெரிவித்தார்.

அப்போது படிக்கட்டு சபை சூரி, வேலு ஆகியோர் வீடுகளின் படிக்கட்டிலும் வாசலிலுமாகவே நடந்துகொண்டிருந்தது. ஆனால் அப்போது இளவட்டங்கள் யாரும் இல்லை.

பட்டீஸ்வரன், நஞ்சப்பன், காரமடையான் ஆகிய பெருசுகள் மூவரும்தான் இருந்தனர்.

நஞ்சப்பன் சொன்னதை உள்ளிருந்து கேட்ட ராமாத்தா நிலைப்படியில் வந்து நின்றுகொண்டு, "அமெரிக்காவுலயும், இத்தாலிலயும் நடக்கறது இருக்குட்டும். இங்கியும் இன்னி அதே கதைதான் ஆகுமாட்ட இருக்குது. கொரோனா கட்டுக்கு அடங்கறாப்புடி இல்ல; அதனால ஊரடங்க இன்னியும் நீட்டிப்பாங்கன்னு டிவிலயும் சொல்றாங்களே. இந்தக் கொள்ளைக்கு இன்னியும் மருந்தும் இல்ல; வெச்சுப் பாத்து சிகிச்சை பண்றக்கு ஆஸ்பத்திரியும் பத்தாது. 'எல்லாருக்கும் கொரோனா டெஸ்ட்டு பண்றதே முடியாத காரியம், அதனால ஊட்டுல அடங்கியிருங்க'ன்னு கவர்மென்ட்டும் சொல்லுது. நம்ம மும்மத மூவேந்தருக அன்னைக்கு இங்க கொரோனா வர்றக்கு முந்தி, பெரிய காரியமா காம்பௌண்ட்க்காரங்க கூட சேந்து வேப்பலை மஞ்சள் கிருமிநாசினி தெளிச்சாங்கொ. கொரோனா இப்ப பொள்ளாச்சிலயே அந்தக் காலனில வந்துருச்சு, இந்தக் காலனில வந்துருச்சுன்னு இருக்கற சமயத்துல, இப்ப குண்டாடறக்குப் போயிட்டிருக்கறாங்களே! அதைய மொதல்ல தடுத்து நிறுத்துங்கொ" என்றாள்.

காரமடையான்: "பொளுதுபோகுலீன்னு சொல்லீட்டிருந்தாங்களேன்னு, நான்தான் குண்டாடறக்கு ஐடியாக் குடுத்தேன். நாள் முளுக்க அதே பொளப்பா ஆக்கிக்குவாங்கன்னு நெனைக்குல."

நஞ்சப்பன்: "பாடுபட்டுச் சம்பாரிச்ச காசை, ஏதோ ஒரு வளில தொலைச்சே ஆகோணும்னு கங்கணம் கட்டீட்டுத் திரிஞ்சா என்ன பண்றது? மொதல்ல மூணு பேரும் சேந்து குடிச்சு அளிச்சுட்டிருந்தானுக. இப்ப குண்டாடி அளிக்கறானுக."

பட்டீஸ்வரன்: "குடி, பொகை, போதைப் பொருள்னு எந்தக் கெட்ட பளக்கமானாலும் செரி; சீட்டாட்டம், குண்டாட்டம்னு சூதாட்டமானாலும் செரி, அதுவும் தொற்றுநோய்தானுங்க. செட்டுல ஒருத்தருகிட்ட இருந்து ஒருத்தருக்குப் பரவும். ஒரு செட்டைக் கண்டு இன்னொரு செட்டும் உருவாகும்."

★★★

முதல் ஊரடங்கின் இறுதி நாட்களில் தமிழகத்தில் கொரோனா பாதிப்பில் இரண்டாமிடத்தில் கோவை மாவட்டம் இடம் பெற்றிருந்தது. நூற்றுக்கும் மேற்பட்டோர் சிகிச்சை பெற்று வரும் நிலையில், ஒரே நாளில் 50 பேருக்கு நோய்த் தொற்று.

கோவை நகரில் கட்டுப்பாடுகள் அதிகப்படுத்தப்பட்டிருந்தன. மேட்டுப்பாளையம், அன்னூர், கவுண்டம்பாளையம், உக்கடம், குனியமுத்தூர் சுந்தராபுரம், போத்தனூர் உள்ளிட்ட பத்துக்கும் மேற்பட்ட பகுதியில் கொரோனா தொற்று நோயாளிகள் இருந்த இடங்கள் அனைத்தும் முற்றிலும் மாவட்ட நிர்வாகத்தின் நேரடி கட்டுப்பாட்டில் வந்திருந்தது. வெளியாட்களுக்கு அனுமதி இல்லை. கோவை மாவட்டம் சிவப்பு மண்டலம் நிலையை எட்டியிருந்தது.

“கொரோனா வெளிநாட்டுல பரவீட்டிருந்தபோது இந்தியாவுக்கெல்லாம் வராதுன்னு நெனைச்சிட்டிருந்தோம். இந்தியாவுக்கு வந்தாலும் தமிள் நாட்டுக்கு வராது, தமிள் நாட்டுக்கு வந்தாலும் கோயமுத்தூருக்கு வராதுன்னு நெனைச்சிட்டிருந்தோம். பொள்ளாச்சிக்கே வந்ததுமில்லாம, கோயமுத்தூரு - ஸ்டேட்டுல ரெண்டாவது எடத்துக்கே வந்துருச்சே! இனி இங்க எந்தளவுக்குப் போகுமோ!” திகிலோடு பேசிக்கொண்டிருந்தனர், காம்பௌண்ட்வாசிகள், காலனிவாசிகள், பொள்ளாச்சிவாசிகள் பலரும்.

“ஒரு வளியா ஊரடங்கு இந்த மூணு வாரத்தோட முடிஞ்சுரும், பளையபடி சகஜ வாள்க்கைக்குத் திரும்பலாம்னு பாத்தா, அதுக்கு வளியில்லாமப் போயிருச்சே! இன்னும் ரெண்டு வாரத்திக்கு எப்புடி இதே மாறத் தாக்காட்டறது?” என்பதுதான் பெரும்பான்மையானவர்களின் கவலை.

★★★

அத்தியாயம் 5

கொரோனா காலத்தில் ஏழு மாதங்கள்

காம்பௌண்ட் பொதுக் காரியங்களின்போது விளையாட்டு வாசலில் கூட்டம் கூட்டி ஆலோசித்து முடிவெடுப்பது வழக்கம். காரமடையான் முன்னிலையில் பட்டீஸ்வரன் கூட்டத்தைத் தலைமை தாங்கி நடத்துவார். ஏப்ரல் 15 முதல் மே 03 வரை ஊரடங்கு மேலும் நீட்டிக்கப்படும் என்ற தகவல் வந்ததுமே, இப்போதும் இங்கு வராத ஜோதிடர் நீங்கலாக மற்ற குடும்பங்கள் அனைத்தும் முகக் கவசத்தோடு வருமாறு அழைக்கப்பட்டு, கொரோனா இடைவெளியோடு கூட்டம் கூட்டப்பட்டது. வழக்கம் போல மெடிக்கல்காரர் வீட்டில் அவரது மனைவி மட்டும் வந்து கூட்டத்தை விட்டுத் தனித்து நிறக, மற்ற குடும்பப் பெரியவர்கள் அனைவரும் அணியாக நின்றிருந்தனர்.

“இத்தனை காலம் நாம எல்லாரும் கூட்டுக் குடும்பமாட்டம் பளகிட்டிருந்தம். ஆனா, இப்ப கொரோனா நெலைமை ரொம்ப சீரியஸாயிருச்சுங்கறது உங்குளுக்கே தெரியும். அதனால, முன்ன மாதிரி அக்கம் பக்கம் சேந்து பொளங்கறது, அரட்டையடிக்கறது, குடுக்கறது - வாங்கறது, எதுவுமே வேண்டாம். பொம்பளைகளுக்குத்தான் முக்கியமா சொல்றேன். கொரோனா தீர்ற வரைக்கும் வெலகியே இருப்போம். மத்தவங்களால நமக்கோ, நம்மனால மத்தவங்களுக்கோ ஆபத்து வந்தறக் கூடாது. குறிப்பா, கொளந்தைகளயும், வயசான பெரியவங்களையும் வெளிய விடவே வேண்டாம்.

“முக்கியமா, வெளிய அக்கம்பக்கத்து வீடுக, தெருக்காரங்க, காலனிக்காரங்ககிட்டயும் அனாவசியமான போக்குவரவு வேண்டாம். படிக்கட்டு சபைக்கு ஆம்பளைக காலவரையற்ற விடுமுறை விட்டர்றோம். சீரியல் சங்கத்துக்கு பொம்பளைகளும் அதே மாதிரி லீவு விட்டுருங்க.

“மத்தபடி, நமக்குள்ள அத்தியாவசியம்னா தூரத்துல நின்னு பேசிக்கவோ, போன்ல கூப்புட்டுக்கவோ வேண்டீதுதான். தனிப்பட்ட முறைல ஒவ்வொரு வீட்டுக்கு அவுங்க சொந்த பந்தம் வந்துட்டுப் போறதுக்குத் தடையில்ல. வீட்டோட இருப்போம், வெலகி இருப்போம்” என்றார்.

இதில் வருந்த ஏதுமில்லாத மெடிக்கல்காரர் மனைவி, மரவள்ளி தம்பதி ஆகியோர் தவிர மற்ற பெரியவர்கள் அனைவரும் மனசே இன்றி, வருத்தத்துடன் சம்மதித்தனர்.

கூட்டம் கலையலாம் என அறிவித்த பின்னும் கலையாமல் நின்று, “இத்தனை காலமா அப்புடிப் பளகீட்டிருந்து, இப்ப அந்தப் பளக்கத்தை உடறதுன்னா ரொம்பக் கஷ்டம்”, “ஆனா, வேற வழியே இல்லை; பளக்கத்தை விட, பாசத்தை விட, ஒவ்வொருத்தரோட உசுரும் முக்கியமாச்சே!” எனப் பேசிக்கொண்டனர்.

அப்போது பாயம்மா தனது வீட்டுக் காரியத்தையே சுட்டிக் காட்டினாள். அவளது மகளை இதே உடுமலை ரோட்டில்,

நான்கு நிறுத்தம் தள்ளி உள்ள மின்னகருக்குத்தான் கொடுத்திருந்தது. நகரத்தில் உள்ள, வியாபாரத்துக்காக இந்துப் பெயரைக் கடைக்கு வைத்திருக்கும் இஸ்லாமியரின் பிரபல ஜவுளிக் கடையில் சேல்ஸ் கேர்ளாகப் பணிபுரியும் அவள், வேலைக்கு ஸ்கூட்டியில் போகும்போதோ வரும்போதோ, அவ்வப்போது தாய் வீட்டுக்கு வந்து பார்த்துவிட்டுச் செல்வது வழக்கம். ஊரடங்கு தொடங்குவதற்கு முன், முகக் கவசம், சமூக இடைவெளி ஆகியவை அறிவுரைக்கப்பட்டதிலிருந்தே அவள் இங்கு வருவது குறைந்துவிட்டது. காய்கறியோ, பழங்களோ வாங்கி வரும்போது மட்டும் இங்கும் கொடுத்துவிட்டுப் போக வருவாள். அப்போது வீட்டுக்குள் வராமல் வாயிற்படியிலேயே நின்று கொடுத்துவிட்டுப் போய்விடுவாள்.

“தாயும் புள்ளையும் ஒண்ணுன்னாலும், வாயும் வயிறும் வேறங்கறது செரியாத்தான் இருக்குது பாத்தீங்களா! பெத்தவளை விட, கூடப் பொறப்பை விட, அவ குடும்பம், அவ கொளந்தை பாதுகாப்புதான் அவளுக்கு முக்கியமா இருக்குது...” ராமாத்தாளிடமும், சுசீலாவிடமும் வருந்தி அங்கலாய்த்தாள்.

இப்போது அதை நினைவுபடுத்திய அவள், “அவளே அப்புடி இருந்தாலும், நாம அப்புடி இல்லாம இருந்தோம். ஆனா, இப்பத்த சூள்நிலைக்கு அண்ணன் சொல்றதுதான் கரெக்ட்டு. ஒவ்வொரு வீட்டுலயும், கொளந்தைகளோ, வயசாளிகளோ, சீக்காளிகளோ, பலவீனமானவங்களோ இருப்பாங்க. அவுங்களை நாம அதிக கவனம் எடுத்து, பாதுகாக்க வேண்டிய பொறுப்பும் இருக்குது” என்றாள்.

“அத்தை சரியாச் சொன்னாங்க. இப்ப நாம இயல்பு வாழ்க்கைல இல்ல. அசாதாரணமான தொற்று நோய்ச் சூழல்ல அகப்பட்டிருக்கறோம். அதை நாம நல்லாப் புரிஞ்சுக்கணும். நம்மளோட செயல்பாடுகள் ஒவ்வொண்ணும் அந்த ஞாபகத்தோட, கவனத்தோட இருக்கணும். நாம வெளிய எங்க போனாலும் சரி, நம்ம வீட்டுக்கு யார் வந்தாலும் சரி, ரெண்டுலயுமே ஆபத்துக்கான வாய்ப்பு இருக்குது. சாதாரணமான சின்ன செயல்கள் மூலமாத்தான் கொரோனாங்கற பெரிய

ஆபத்து வருது. கவனக் குறைவுனாலயோ, அலட்சியத்துனாலயோ அது நமக்கும் வரலாம். அதனால எப்பவும் எச்சரிக்கையா இருக்கணும். இப்ப நம்மளோட அன்பு, பாசம், நட்பு மாதிரி சாதாரண உணர்ச்சிகளுக்கோ, நம்ம இயல்பு வாழ்க்கைல இருந்த சாதாரண விஷயங்களுக்கோ முக்கியத்துவம் குடுக்காதீங்க. இப்ப நாம எப்படி எச்சரிக்கையா, பாதுகாப்பா இருக்கணுமோ, அதுக்கு மட்டும் முக்கியத்துவம் குடுங்க." அன்பரசு தனது பாணியில் ஆழமாக ஒரு குட்டி உரையே ஆற்றிவிட்டான்.

சோக முகத்தோடு கூட்டம் கலைந்தது.

★★★

இரண்டாவது ஊரடங்கு தொடங்கியதிலிருந்து காம்பௌண்ட் கூட்டமைப்புக்குக் கட்டுப்பட்டு காம்பௌண்ட்வாசிகள் அவரவர் வீட்டுக்குள்ளும், அவரவர் குடும்பத்தாரோடும் முடங்கியிருந்தனர். வெளியிலிருந்து வம்பளப்புக்கு வருகிற பெண்கள், அரட்டைக்கு வருகிற ஆண்கள் ஆகியோருக்கும் தடை.

பொது முடக்கத்தைக் காட்டிலும் இந்த முடக்கமே காம்பௌண்டு வாசிகளுக்குக் கஷ்டமாக இருந்தது. குழந்தைகளும் சிறார்களும் ஒருவரையொருவர் காணாமல், தடை செய்யப்பட்டு, ஏங்கினர். தேட்டம் அதிகமாகிறபோது தூரத்தில் நின்று பார்த்து சற்று நேரம் பேசிக்கொள்வது, சைகை விசாரிப்புகள், அலைபேசி உரையாடல்கள் என ஆறுதல் கொண்டனர். பெரியவர்களும் அப்படியே.

இதில் மிகுந்த சங்கடத்துக்கும், கஷ்டங்களுக்கும் உள்ளானது ரஞ்சிதாவும் சித்தார்த்தும்தான்.

சித்தார்த் கடந்த இரண்டு வருடங்களாக விஜி வீட்டில்தான், அங்கேயே சாப்பிட்டு, அவர்களது குழந்தைகளோடு விளையாடி, வளர்ந்துகொண்டிருந்தான். அவனுக்கு மூன்று வயது முடியும்போதிலிருந்து, இவள் வேலைக்குப் போனதே அவனை அவர்களின் வீட்டில் விட்டுவிட்டுத்தான்.

“உங்களை மாதிரி பெரியவங்க, என்னோட அய்யனம்மாவோ, அவுரோட அய்யனம்மாவோ, யாரோ ஒருத்தராச்சும் இருந்தா எங்குளுக்கும் உபகாரமா இருக்கும். அவுங்ககிட்டக் கொளந்தைய விட்டுட்டு நானும் முன்ன மாதிரி வேலைக்குப் போலாம்.” பேச்சுவாக்கில் ஒருமுறை ராமாத்தாளிடம் சொன்னாள்.

“அதுக்கென்ன? நாங்க கெள்டுக ரெண்டு பேரு இருக்கறமல்ல. இந்தக் கொளந்தைக ரெண்டையும் பாத்துக்கறதோட சேத்தி அவனையும் பாத்துக்கப்போறம். அதுக சாப்படறதை அவனும் சாப்புட்டு, பொட்டாட்ட இருந்துக்கப்போறான். பெரியவனாட்ட சேட்டையோ, பொடங்குத்தனமோ கெடையாது. அவனை இங்க விட்டுட்டு நீ வேலைக்குப் போய்க்க.”

நஞ்சப்பனும் ஆமோதித்தார். சூரி, விஜி ஆகியோரும் ஊக்கப்படுத்தினர்.

அவ்வாறுதான் கடந்த இரண்டு வருடங்களாக சித்தார்த்தை அவர்களின் பொறுப்பில் விட்டுவிட்டு இவள் வேலுவுடன் சித்தாள் வேலைக்குப் போய்க்கொண்டிருந்தாள்.

உங்களுக்கு அதிக சிரமம் வேண்டாம், அவனுக்கு ஏதேனும் சமைத்துக் கொடுத்துவிட்டுப் போகிறேன் என்றதற்கு சூரி கோபித்துக்கொண்டான். “கொளந்தையப் பாத்துக்கறக்கு சம்பளமும் குடுத்துரு” என நஞ்சப்பனும் முறைத்தார்.

“மூணு வயிசுக் கொளந்தை என்னத்தை சாப்புட்டுரும்? அதுவும் அவனே எலிக்குஞ்சு. ஒரு இட்டிலி, அரை தோசை கொறிக்கறதே பெருசு. இதுக்கு நீ அங்கிருந்து கொண்டுவந்து குடுத்துட்டுப் போகோணுமா?” விஜியும் சொன்னாள்.

எப்போதும் அங்கேயே சாப்பிடுகிறானே, பதிலுக்கு அவர்களின் குழந்தைகளுக்கு நாமும் ஏதாவது செய்துகொடுப்போமே என்று அவ்வப்போது தின்பண்டங்கள் செய்து கொடுப்பது, சிறப்பு சமையல் ஏதேனும் செய்து அவர்களின் குடும்பத்துக்கே கொண்டு போய்க் கொடுப்பது என பதிலியாகச் செய்து ரஞ்சிதா தன்னைச் சமாதானப்படுத்திக்கொள்வாள். அல்லது ராத்திரிக்கு மெடில்டா இங்கே சாப்பிட்டுக்கொள்ளட்டும் என்று

அவளை அழைத்து வருவாள். சக வயதினரான மெடில்டாவும் சித்தார்த்தும் ஒன்றாகவே விளையாடி, ஒன்றாகவே சாப்பிட்டு, சில சமயம் இருவரும் ஒன்றாகவே தூங்கி, இரட்டைப் பிள்ளைகள் போல வாழ்ந்தனர்.

சித்தார்த்தின் பகல் பொழுது விஜி வீட்டிலும், இரவுப் பொழுது இங்குமாகக் கழியும். இங்கே கௌதம் அவனை உபத்திரங்கள் செய்துகொண்டிருப்பான் என்பதாலும், மெடில்டாவுடன் அவனுக்கு மிக ஒட்டுதலாகிவிட்டது என்பதாலும், சில சமயம் சாயந்திரம் வேலுவும் இவளும் வீடு திரும்பி அழைக்கும்போது கூட வர மறுப்பான். ஓய்வு நாட்கள், வேலை இல்லாத நாட்களிலாவது மதியம் அவனுக்கு சோறு ஊட்டலாம் என்று ஆசையாக அழைத்தால், “நான் விஜியத்தை வீட்டுல மெடில்டா கூடத்தான் சாப்புடுவேன்” என்பான். பிறகு மெடில்டாவையும் இங்கே அழைத்து இருவரையும் சாப்பிடச் செய்தால் சாப்பிடுவான்.

அப்படிப்பட்டவனுக்கு இப்போது விஜி வீட்டுக்குப் போகாமல், மெடில்டாவோடு விளையாடாமல் இருக்க இயலவில்லை. மெடில்டாவுக்கும் அப்படித்தான். குழந்தைகள் என்றாலும், ஐந்து வயது ஆகிவிட்டது என்பதாலும், கொரோனா பற்றி ஓயாமல் எல்லோரும் எங்கும் எப்போதும் பேசக் கேட்டும், தொலைக்காட்சிகளில் பார்த்தும், பெரியவர்கள் அவர்களுக்கு சொல்லியும், அவர்களுக்கு அதுபற்றிய பயம் இருந்தது. ஊரடங்கில் காம்பவுண்டைவிட்டு வெளியே போகக் கூடாது என்பதில் பழக்கமாகியும் இருந்தனர். வேறு வீடுகளுக்குப் போகாமல் இருப்பதிலும் வருத்தமில்லை. ஆனால், இவ்விரு வீடுகளுக்குள்ளும் போக்குவரவு கூடாது என்பது அவர்களை வருத்தமும் வேதனையும் அடையச் செய்து, ஏக்கத்தை ஏற்படுத்தியது.

ரஞ்சிதாவும் வீட்டில் உள்ளபோது வாய்க்கும் நேரமெல்லாம் பக்கத்து வீட்டில் விஜியுடன்தான் இருப்பாள். அங்கு போகாத, புழங்காத நாள் இருக்காது. அப்படி அடிக்கடி விஜிக்கா, விஜிக்கா என்று கூப்பிட்டுக்கொண்டே இருப்பதினால் சில சமயம்

இவர்கள் வீட்டில் வேலுச்சாமியிடமோ, பையன்களிடமோ பேசும்போதும், வேலை இடங்களில் மற்றவர்களோடு பேசும்போதும் சட்டென்று விஜிக்கா என்றே வாய்தவறி அழைத்துவிடுவாள். அப்படி இருந்துவிட்டு விஜியைக் காணப் போகாமல் இருப்பது ரஞ்சிதாவுக்கும் பெரும்பாடாகிவிட்டது.

சித்தார்த் நாலைந்து நாட்களிலேயே சரியாகச் சாப்பிடாமல், விளையாடாமல் ஓய்ந்து கிடந்தான். ரஞ்சிதாவும் வேலுவும் அவனோடு விளையாடியும், அவனை உற்சாகப்படுத்தும் செயல்களில் ஈடுபட்டும் அவனை அவனது இயல்புக்குக் கொண்டு வர இயலவில்லை. இந்த நிலை நீடித்தால் மனதளவிலும் உடலளவிலும் அவன் மிக பாதிக்கப்படுவான் என்பது தெரிந்தது.

அவனையும் எடுத்துக்கொண்டு பட்டீஸ்வரனைக் காணச் சென்றனர்.

பட்டீஸ்வரனும் சுசீலாவும், ஜாதி விஷயத்தில், பொது சமூகத்தின் பிரதிநிதிகள். உயர்த்தப்பட்ட ஜாதியினர்களில் பெரும்பாலானவர்களும் போலவே அவர்களும் வீட்டுக்கு வெளியே தாழ்த்தப்பட்டவர்களோடு தொட்டுப் பேசக் கூட செய்வார்கள். ஆனால், வீட்டுக்குள் அவர்களை அனுமதிப்பதில்லை. அதனால் வழக்கம் போல வெளியிலிருந்து குரல் கொடுக்க, பட்டீஸ்வரன் வந்தார்.

“கொளந்தை இந்தளவுக்கு ஏங்கிப் போயிருக்கறானே, என்னங்கய்யா பண்றது? கொரோனா கிரோனான்னு பாத்துட்டிருந்தா, இவனுக்கு ஏக்கத்துலயே ஏதாச்சு ஆயிருமோன்னு பயமா இருக்குதுங்யா. இவன் நாங்க இல்லாமக் கூட இருந்துருவான். மெடில்டா இல்லாம இருக்க மாட்டான். அதனால, நாங்க வேண்ணாலும் இவனைப் பாக்காம இருந்துக்கறோம்; இல்லாட்டி தூரத்துல இருந்து பாத்துக்கறோம். ஊரடங்கு முடியற வரைக்குமோ, கொரோனா முடியற வரைக்குமோ இவன் விஜி வீட்டுலயே வளருட்டும்னு நெனைக்கறம்ங்கய்யா. அதான் உங்ககிட்ட சொல்லிட்டு செய்யலாமேன்னு வந்தோம்” என்றாள் ரஞ்சிதா.

பேச்சுக் கேட்டு உள்ளிருந்து சுசீலாவும், அன்பரசுவும் வந்துவிட்டனர். மூவருமே அவள் சொன்னதைக் கேட்டு நெகிழ்ச்சியில் உறைந்தனர்.

“இப்புடி ஆகும்னு நம்ம யாருக்குமே தெரியாதே! இந்தப் பிரச்சனைக்கு என்ன சொல்றதுன்னு எனக்கும் ஒண்ணும் புடி கெடைக்கல. ஐயா வரட்டும். அவருகிட்டயும் ஒரு வார்த்தை கேட்டுட்டு அதுபடி செய்யலாம்” என்றார் பட்டீஸ்வரன்.

மாலையில் வேலை கைமாறி வந்த காரமடையான் விஷயத்தைக் கேட்டுவிட்டு, “இது உசுரு சம்பந்தமான விசியம். ஜாக்கரதையா இருக்கறக்கு எச்சரிக்கை பண்ணலாமே தவுத்து, ஆபத்துக்குக் கைகாட்டி உடக் குடாது; ஆதரவும் தெரிவிக்கக் குடாது. அதனால, இதையப் பண்ணுங்கன்னு நாங்க சொல்ல முடியாது. உங்க இஷ்டம்தான். நீங்க ரெண்டு குடும்பமும் பேசி, நீ சொல்ற மாதிரியே பண்ணுனாலும் செரி. பளையபடியே உங்க ரெண்டு குடும்பங்களுக்குள்ள போக்குவரவு வெச்சுக்கிட்டாலும் செரி. எதுவா இருந்தாலும் ஒரு தடவைக்கு நாலு தடவை யோசிச்சு முடிவு செய்யுங்க. எச்சரிக்கையா இருந்துக்குங்க” என்றார்.

அது அவர்களைக் குழப்பியது. எத்தனை யோசித்தும் அவர்களால் எது சரி எனத் தீர்மானிக்கவோ, உறுதியான முடிவை எடுக்கவோ இயலவில்லை.

நஞ்சப்பனையும் ராமாத்தாளையும் அழைத்து அவர்களிடம் கேட்டனர்.

“காரமடையான் சொல்றது சத்தியமான வார்த்தை. ஆனா, ஒண்ணு. உங்க புள்ளைக ரெண்டும் சேந்து இருக்கறதில்லையா, எங்க புள்ளைக ரெண்டும் சேந்து இருக்கறதில்லையா? வர்றது வளீல தங்காது; வராதது அம்பது ஆனையக் கட்டி இளுத்தாலும் வராது. இதுக்காக பையனை இங்க உட்டுட்டு, நீங்க பாக்காம இருக்கணும்னும் இல்ல. கடவுள் மேல பாரத்தைப் போட்டுட்டு, முன்னயாட்டவே நம்ம ரெண்டு குடும்பமும் இருக்கறது நல்லதுன்னுதான் எனக்குப் படுது. விஜியும் அவனும்மு என்ன சொல்றாங்கன்னு கேட்டுட்டு, அப்பறம் அதுப்படி பண்ணிக்க வேண்டீதுதான்” என்றார் நஞ்சப்பன்.

“எலிக்குஞ்சளவுக்கு இல்லீன்னாலும், இவளுக்கும் ஏக்கத்துல அப்புடித்தான இருக்குது” என்றாள் விஜி, உள்ளிருந்தபடியே.

அவளுடன் நின்றுகொண்டிருக்கிற மெடில்டாவும், வாசலில் தன் பெற்றோருடன் இருந்த சித்தார்த்தும் ஒருவரை ஒருவர் ஏக்கமும், சோகமுமாகப் பார்த்துக்கொண்டிருந்தனர்.

சூரி, “ரொம்ப யோசிச்சா மூளை கொளம்பறதுதான் மிச்சம். உள்ள வாங்க எல்லாரும்” என்றான்.

ரஞ்சிதா சைகை காட்ட, சித்தார்த் மகிழ்ச்சி பொங்கச் சிரித்தபடி வீட்டுக்குள் ஓடிச் சென்று மெடில்டாவைக் கட்டிக்கொண்டான். அவளும் ஆனந்தமாகச் சிரித்து அவனை அணைத்துக்கொண்டு, எலிக்குஞ்சு போன்ற அவனைத் தூக்கவே முற்பாட்டாள். பொருளற்ற மனித குலத்தில் அவர்கள் இருவருக்கு மட்டுமே புரியக்கூடிய மொழியிலான - ஒலிகளை எழுப்பி அவள் ஏதோ கேட்க, அவனும் அவ்வாறே பதில் சொன்னான். பிறகு இருவரும் ஜங்கு ஜங்குன்னு குதித்து ஆடத் தொடங்கினர். ராமாத்தாவின் இடுப்பிலிருந்த ஆலிவர் அதைக் கண்டு குய்யென்று தன் ப்ரத்யேக விஸில் சத்தத்தை எழுப்பினான்.

★★★

இவ்விரு வீட்டுக் குழந்தைகளும் பழைபடி சேர்ந்து விளையாடுவதைக் கண்டு குல்ஸாருக்கும் அவர்களோடு சேர்ந்து விளையாட ஆசை. அவனும் இவர்களின் நண்பனே. காம்பௌண்டில் அவனுக்கு சம வயதில் உள்ள குழந்தைகள் இவர்கள்தான். அவனுக்கு ஆறு வயது; இவர்கள் இருவருக்கும் ஐந்து வயது.

குல்ஸார் கான்வென்ட்டில் ஒன்றாவது படித்துக்கொண்டிருந்தான். இவர்கள் இருவரும் படிக்கப்போவதில்லை. அடுத்த வருடம் அரசுப் பள்ளியில், தமிழ்வழிக் கல்வியிலேயே சேர்த்தலாம் என்று திட்டம்.

குல்ஸார் முஸ்தாக்கிடம், நானும் அவர்களோடு விளையாடப் போகட்டுமா என்று கேட்க அவனும் சம்மதித்தான். பிறகு

அவர்களின் குடும்பமும் இவ்விரு குடும்பங்களுடன் கொரோனா இடைவெளியோடு பழகலாயினர். முன்பு போல அவசியமற்ற வெட்டி அரட்டை, அடிக்கடி போக்குவரவு, கொடுக்கல் வாங்கல் ஆகியவை இல்லை. அத்தியாவசியத் தேவைகளுக்கு மட்டும்.

பட்டீஸ்வரன் குடும்பத்தார் மட்டும் அவரும் அன்பரசுவும் சொன்னபடி எச்சரிக்கையோடு, சமூகத் தனிமையை முற்றாகக் கடைப்பிடித்தனர். அவர்கள் வீட்டில் படிக்கட்டு சபை கூடுவது இல்லாமலாயிற்று. வீட்டை விட்டு வெளியே வரும்போது யாரையாவது கண்டால் தூரத்திலிருந்து கையுயர்த்தி வணக்கம் தெரிவிப்பதும், வழியில் கண்டால் முகக் கவசத்தோடு எட்ட நின்று ஓரிரு வார்த்தைகள் பேசிக்கொள்வதும் மட்டும் என்று ஆயிற்று.

காரமடையானும் பட்டீஸ்வரன் குடும்பம் போலவே எட்ட இருந்தார்.

"எனக்குக் கொரோனா வந்தா என்ன; போக வேண்டிய வயிசுதானே! அதனால ஒண்ணும் எனக்கு பயமில்ல. என் மூலமா மத்தவங்க யாருக்கும் வந்தறக் கூடாதுங்கறதுதான்" என அதற்கு ரஞ்சிதாவிடம் காரணமும் தெரிவித்தார்.

ஜோதிடர் இங்கு வருவதில்லை. மரவள்ளி தம்பதி வழக்கம் போலத்தான். கொரோனா தடுப்புக்கு சமூக இடைவெளியைப் பின்பற்றச் சொன்னபோதிலிருந்தே அவர்கள் அதைப் பின்பற்றுவதோடு, குழந்தைகளையும் வெளியே புழங்க விடுவதில்லை.

மெடிக்கல் குடும்பம் இப்போது இங்கு யாரோடும் பேச்சு, பழக்கம் கிடையாது. வேறு வீடு பார்த்துப் போகும் எண்ணத்தில் இருக்கின்றனராம். தோதான வீடு கிடைக்காத காரணத்தாலும், இந்த ஊரடங்கு சூழலில் புதிய வாடகை வீடு பார்த்துப் போவது சிரமம் என்பதாலும் நீடித்துக்கொண்டிருக்கின்றனர். மெடிக்கல்காரர் வெளியே நடந்து செல்லும்போது காம்பௌண்ட்வாசிகளுக்குக் கேட்கவேண்டும் என்பதற்காகவே

அலைபேசியில் யாருடனோ அதைப் பேசிக்கொண்டு போனதால் தெரியவந்தது.

“வெளிய எப்புடியோ இருக்கட்டும். காம்பௌண்ட் பளைய மாதிரி இல்லாம, களைகெட்டு, வெறிச்சோடிப்போச்சே! அதைய நெனச்சாத்தான் ரொம்ப சங்கடமா இருக்குது. எப்புடியிருந்த காம்பௌண்ட்!” ரஞ்சிதா அடிக்கடி வேலுவிடமும், விஜியிடமும், சூரியின் பெற்றோரிடமும் வருத்தப்பட்டாள்.

“இன்னும் கொஞ்ச நாளைக்குத்தான. அப்பறம் எல்லாம் பளையபடி ஆயிருமே!” நஞ்சப்பன் சமாதானப்படுத்தினார்.

★★★

நாடு முழுதும் கொரோனா, மக்களுக்கு கனத்த அனுபவங்களைத் தொடர்ந்து கொடுத்துக்கொண்டிருந்தது.

எங்கெங்கு காணினும் கொரோனா.

அச்சம், பீதி, முடக்கம், வருமானமின்மை, நஷ்டம், ஊரடங்கால் வறுமை, பசி பட்டினி, ஆதரவின்மை, சமூகத் தனிமை, தொற்றுத் தாக்கம், தனிமை சிகிச்சை, சிகிச்சைக்கு மருத்துவமனையில் இடம் கிடைக்காத நிலை, மருந்து, ஆக்ஸிஜன், வென்டிலேட்டர் தட்டுப்பாடு, மரணப் போராட்டம், மரணம்....

தொலைக்காட்சிகளைத் திறந்தால் உலக, தேசிய, மாநில, மாவட்ட வாரியான பாதிப்புகளும் மரணங்களும். இணையத்தில் தேதி வாரியாக அவற்றின் உயர்வு வரைபடம். யூ ட்யூபில் கொரோனாவுக்கு சித்தா, ஆயுர்வேதம், யுனானி, அக்கு ப்ரஷர், யோகா, ப்ராணாயாம ரீதிகளில் தடுப்பு முறைகள்.

முகநூல், ட்விட்டர் பதிவுகள்; வாட்ஸாப் வதந்திகள், மீம்ஸ்கள். அலைபேசிப் பகிர்வுகள்.

கொரோனா... கொரோனா... கொரோனா.

தொற்று பரவி, நாளுக்கு நாள் பாதிப்பு எண்ணிக்கை அதிகரித்துக்கொண்டே இருந்தது. அரசுத் தரப்பு, ஊடகங்கள், மருத்துவத் துறையினர், தன்னார்வலர்கள் எனப் பல

தரப்பிலிருந்தும் ஓயாமல் விழிப்புணர்வுப் பரப்புரைகள் செய்யப்பட்டுக்கொண்டிருந்தன. எனினும், பட்டதாரி மக்களுக்கே கூட போதிய விழிப்புணர்வு இல்லை. அவசியமின்றி வெளியே செல்வது, முகக் கவசம் அணியாதது, கூட்டம் சேர்வது ஆகியவை தொடர்ந்துகொண்டிருந்தன. குறிப்பாக, இளைஞர்களும் விடலைகளும் அச்சமின்றி சுற்றித் திரிவது நகரங்களிலும், கிராமங்களிலும் வழக்கமாகக் காணப்பட்டது. அத்தியாவசியமின்றி சுற்றித் திரிபவர்கள் கைது, வாகனங்கள் பறிமுதல், நகரங்களில் இண்டு இடுக்கு முதல் கிராமங்களில் காடு மேடு வரை ட்ரோன் கண்காணிப்பு என சட்ட நடவடிக்கைகள் தீவிரமாக இருந்தும் இது தொடர்ந்துகொண்டிருந்தது.

“இந்தக் கொள்ளைல போறவனுகளுக்கு என்ன கேடு? புடிச்சு ஜெயில்ல போட்டு, முட்டிக்கு முட்டி தட்டோணும். உலகம் முளுக்க இந்தக் கொரோனாவுல சனம் என்ன பாடு பட்டு, எவ்வளவு சீரளிஞ்சு சின்னப்பட்டுட்டிருக்குது. இவனுகளுக்கு இந்த நெலைலயும் ஊர் சுத்தாட்டி திங்கற சோறு சீரணமாகாதா?” என்பாள் ராமாத்தா, தொலைக்காட்சியில் அவற்றைப் பார்க்கையில்.

“நண்டு கொளுத்தா வளைல தங்காது; அட்டையப் புடிச்சு மெத்தைல படுக்க வெச்சாப் படுக்காது. இந்தத் தண்டுவனுக கஷ்ட நஷ்டம் தெரியாதவனுகளாத்தான் இருப்பானுகொ. இந்தக் கொள்ளை நோவால எத்தனை ஆயரம் சனம் சோத்துக்கு வளியில்லாமத் திண்டாடுது; எத்தனை ஆயரம் பேரு சீக்கால சின்னப்பட்டுட்டிருக்கறாங்கொ. வெளிநாட்டுல வேலை போயி, படிப்பு மொடங்கி, தாய்நாடு வர்றக்கு விமானமில்லாம, லச்சக் கணக்கான பேரு தவியாத் தவிச்சுட்டிருக்கறாங்களாமா. உள்நாட்டுலயே வெளிமாநிலத்துக்கும், வெளியூருக்கும் படிப்புக்கோ, வேலைக்கோ போனவங்க நெலமையும் அதேதான! சொந்த ஊர் போய்ச் சேர்றக்கு வாகனமில்லாம, சனம் கூட்டம் கூட்டமா, வாரம் பத்து நாள் நடந்தே போய்ச் சேந்தாங்கல்லொ! அசல் மாநிலத்துக்காரங்களை வெரட்டியடிக்கறது, எல்லையக் கடந்து வர உடாதது, ஆஸ்பத்திரில பெட்டு கெடைக்காதது,

மருந்து மாத்தரை இல்லாதது, ஆஸ்பத்திரி பத்தாம கல்யாண மண்டபம், பள்ளிக்கொடம், காலேஜுன்னு கெடைக்கற பக்கமெல்லாம் முகாம் போட்டு சிகிச்சை பண்றதுன்னு எவ்வளவு சிரமம்! செத்தாப் பொதைக்கறக்கு நாதியிரகாது இந்தப் பெருங்கொள்ளைனால. இவனுகளுக்கெல்லாம் அந்தக் கதி வந்திருந்தாத் தெரியும்” என்றார் நஞ்சப்பன்.

ஊரடங்கால் ஏழை, பணக்காரர் பேதமின்றி அனைவரும் வெவ்வேறு விதங்களில் பாதிக்கப்பட்டிருந்தனர். இதில் அதிகம் பாதிக்கப்பட்டது விளிம்பு நிலை மக்கள், ஏழைகள், கீழ் நடுத்தர வர்க்கத்தினர் ஆகியோர்தான். அதிலும் அன்றாடங்காய்ச்சிகள், ஆதரவற்றவர்கள், ப்ளாட்பாரவாசிகள், பிச்சைக்காரர்கள் ஆகியோர் கடுமையாக பாதிக்கப்பட்டிருந்தனர்.

இங்கே ஏழைகள் எனச் சில குடும்பங்கள் இருந்தாலும் அன்றாடங்காய்ச்சிகள் என்கிற அளவுக்கு வறுமைக் கோட்டுக்குக் கீழே யாரும் இல்லை. சேமிப்பிலிருந்தும், கடன் கைமாத்து வாங்கி சமாளித்துக்கொள்ளக் கூடியவர்களாகவுமே இருந்தனர். எனினும் அதை நம்பி, தற்போது கிடைக்கிற உதவிகளை நிராகரித்துவிடக் கூடாது என்பதால், அரசு தரும் நிவாரணத் தொகை, தன்னார்வலர்கள், சமூக சேவகர்கள், சேவை அமைப்புகள், தனி நபர்கள், நிறுவனங்கள் ஆகியவற்றின் மூலமாகக் கிடைக்கப்பெறும் அரிசி, பருப்பு, காய்கறி ஆகியவற்றைப் பெற்றுக்கொண்டிருந்தனர். உள்ளூரில் இத்தகைய உதவிகள் எங்கிருந்து கிடைத்தாலும் அன்பரசுவுக்குத் தெரியும். உடனடியாக மெடிக்கல்காரர் வீடு தவிர மற்ற வீடுகள் அனைத்திற்கும் முகக் கவசத்தோடு வந்து, எட்ட நின்று தகவல் தெரிவித்துவிடுவான். வேலு, சூரி, முஸ்தாக், காரமடையான், ரஞ்சிதா ஆகியோர் வாங்கச் செல்வார்கள். முஸ்தாக்கும் காரமடையானும் அந்தப் பொருட்களை வேலு, சூரி குடும்பத்துக்கே கொடுத்துவிடுவார்கள்.

ஊரடங்கால் வருமானமின்மை என்பது பட்டீஸ்வரன், காரமடையான், மெடிக்கல்காரர் ஆகியோருக்கு நேரவில்லை. முன்னிருவருக்கும் சம்பளம் வந்துவிடும். மெடிக்கல்காரருக்கோ,

முன்னைக் காட்டிலும் இப்போதுதான் வியாபாரம் கூடுதல்.

கொரோனா பரிசோதனைகள், விபத்துகள், அவசர சிகிச்சைகள் தவிர சாதாரண நோய்களுக்கான சிகிச்சைகளோ, பரிசோதனைகளோ பெரும்பாலான மருத்துவமனைகளில் செய்யப்படவில்லை. கொரோனா அச்சம் காரணமாக சாதாரண நோய்களுக்கு மருத்துவமனைகளுக்குச் செல்வதையும் தவிர்த்தனர். இதனால் இத்தகைய நோயாளிகள் மருந்துக்கடைகளில் சொல்லியே மருந்து வாங்கிக்கொள்வது அதிகரித்திருந்தது. கொரோனாவுக்கு அலோபதி மருந்து இல்லை என்றாலும் நிலவேம்புக் கஷாயம், கபசுரக் குடிநீர், நோய் எதிர்ப்பு சக்தி மாத்திரைகள், சானிடைஸர், முகக் கவசம் ஆகியவற்றுக்கு நல்ல கிராக்கி. அதனால் அவருக்கு வியாபாரம் கொழுத்தது.

முஸ்தாக், மரவள்ளிக்காரர், ஜோதிடர் ஆகியோருக்கு வருமானமின்மை இருப்பினும் அதனால் அவ்வளவாகப் பிரச்சனையில்லை. சூரி, வேலு ஆகியோரின் குடும்பத்துக்குத்தான் வருமானம் இல்லாததால் பாதிப்பு. சூரி, மரப்பேட்டையில் உள்ள அறுவை மில்லில் மாதச் சம்பளக்காரன். மாதச் சம்பளம் என்றாலும் அதுவும் கூலி வேலைதான். இப்போது வேலை இல்லாததால் சம்பளம் கிடையாது. வேலுவும் ரஞ்சிதாவும் கட்டுமானப் பணியாளர்கள். கட்டுமானப் பணியாளர்களுக்கு நல்ல கூலி என்பதால் வேலை இருந்தால் நிறைந்த வருமானம். இல்லாதபோது அந்தந்த நிலவரப்படி.

“மாசம் முழுக்க வேலையிருந்தா காம்பெளண்ட்லயே நான்தான் பணக்காரன். பத்து நாள் வேலை இல்லாட்டி காலனிலயே நான்தான் பிச்சைக்காரன்” என்பது அவனது முத்திரை வசனம்.

எப்படியோ, இப்போது சோற்றுக்குப் பாடில்லாமல் எல்லோருக்கும் நாட்கள் கழிந்துகொண்டிருந்தன. அதற்கு வழியில்லாதவர்கள் படும் பாட்டைக் கேட்கையில், நாம எவ்வளவோ தேவுல என்று பேசிக்கொள்வார்கள்.

தொற்றுப் பேரிடரைக் காட்டிலும் ஊரடங்குப் பேரிடர்தான்

பலதரப்பட்ட மக்களுக்குமே மாபெரும் இடராக ஆயிற்று. காம்பௌண்ட்வாசிகளுக்கும் அப்படியே.

“எங்கயும் போகாம எத்தனை நாளைக்குத்தான் வீட்டுக்குள்ளயே அடைஞ்சு கெடக்கறது? கோயிலு கொளத்துக்குப் போயி சாமிகிட்ட கொறைய மொறையிடறக்குக் கூட வளியில்லாமப் போச்சே!” என அலுத்துக்கொண்டிருந்தவர்களுக்கு, காம்பௌண்டுக்குள் ஒருவர் வீட்டுக்கு ஒருவர் செல்வது, அயலகங்களில் அரட்டை ஆகியவையாவது அலுப்பைப் போக்குவதாக இருந்தன. இப்போது அதுவும் பறிபோய்விட்டது.

காம்பௌண்டுக்குள் ஒட்டி ஒட்டி இருக்கும் ஒவ்வொரு வீடுகளுமே இப்போது தனித் தனித் தீவுகள் போலக் காட்சியளித்தன.

பெண்களில் ராமாத்தா, ரஞ்சிதா, பாயம்மா ஆகியோர் மட்டும் இவ்வளவு காலம் உபயோகமற்றுக் கிடந்த தாயக் கட்டைகளைத் தூசுதட்டி எடுத்து இணைந்து விளையாடத் தொடங்கினர். இதுவரை இல்லாத வழக்கமாக மாலை நேரங்களில் மூவரும் இணைந்து வடக்கே லட்சுமிபுரம் விநாயகர் கோவில் வரை வாக்கிங் போய் வருவதும் தொடங்கியது. இதைக் கண்டு மூவேந்தர்களும் நைஸாகக் கிளம்பி குண்டாட்டம் தொடர்ந்தனர்.

“நாம அவ்வளவு சொல்லியும் மூவேந்தர் வீட்டுக்காரங்க கேக்குல பாத்தீங்ளா?” பட்டீஸ்வரன் காரமடையானிடம் கவனப்படுத்தினார்.

“சொல்லத்தான் முடியும்; கேக்கறது, கேக்காதது அவுங்க விருப்பம்” என்றுவிட்டார் அவர்.

★★★

மூன்றாம் கட்ட சமூக முடக்கத்தின்போது, வெளிநாடுகளில் சிக்கித் தவிக்கும் இந்தியர்களை மீட்பதற்காக, வந்தே பாரத் திட்டத்தில் முதற்கட்ட மீட்புப் பணிகள் மே 07-ம் தேதி தொடங்கின. அந்த நற்செயல் நடந்த அதே நாளில், தமிழகத்தில்

சென்னையைத் தவிர பிற மாவட்டங்களில் டாஸ்மாக் மதுபானக் கடைகள் திறக்கப்பட்டன.

நாடு முழுவதும் ஊரடங்கு அமலில் இருந்தாலும் பொருளாதார நெருக்கடியைச் சமாளிக்க மாநில அரசுகளுக்கு ஒரு சில தளர்வுகளைச் செய்துகொள்ளுமாறு மத்திய அரசு அறிவித்தது. இதையடுத்துத்தான் தமிழகத்தில் டாஸ்மாக் கடைகள் திறக்கப்பட்டன.

“மத்த மாநிலங்கள்ல பிராந்திக் கடைகள தனியார் கம்பெனிகதான் நடத்துமாமா. நம்ம மாநிலத்துல மட்டும் கவர்மென்டே நடத்துது. குடிமக்களோட குடிகெடுக்கற காரியத்தை கவர்மென்ட்டே பண்றது நாயமா?”

அஸ்கா கடன் வாங்கிய டம்ளரும் கையுமாக விஜி வீட்டு சமையற்கட்டில், அவளுக்குச் சற்றுத் தள்ளி நின்றிருந்த ரஞ்சிதா ஆவலாதிப்பட்டாள்.

“அதுலதான் கவர்மென்ட்டுக்கு கோடிக் கணக்கான வருமானம். கோடின்னா, கொஞ்ச நஞ்சத்தக் கோடியில்ல. போன வருசம் மட்டும் முப்பத்தி ஐயாயரம் கோடியாமா” என்றாள், தோசை சுட்டுக்கொண்டிருந்த விஜி.

“முப்பத்த்...தி ஐயாஆஆ...யரம் கோஒஒ...டியா...???” வாயைப் பொத்தி விழி விரித்து மலைத்தாள்.

“கோடிக்கு எத்தனை சைபர்னு கேட்டாலே நமக்கு டக்குன்னு சொல்லத் தெரியாது. வெரல் விட்டு எண்ணீட்டிருப்போம். கறுப்புப் பணம், அமைச்சருக - எம்மெல்லே ஊளல், கவர்மென்ட்டுகிட்ட தனியார் கம்பெனிக கடன் வாங்கி ஏமாத்துனது, தொளிலதிபருக வரி பாக்கி, ஆட்சில இருக்கறவங்க சொத்துக் குவிப்புன்னு நியூசு வெளிய வர்றதெல்லாம் இப்புடித்தான், பத்தாயரம் கோடி, இருவதாயரம் கோடின்னே இருக்கும்.”

“ஆமாக்கா. எங்கூட்டுலயும் இதே கதைதானே! வெடியால எந்திரிச்சு ஒரு வா டீ குடிக்கறக்கு அஸ்க்கா இல்லீன்னு நான் உங்கிட்டக் கடன் வாங்கறக்கு வந்திருக்கறன். மூத்தரக்குடிக்கி

என்றான்னா - பத்து மணிக்குக் கடை தெறப்பாங்களாமா; அஞ்சு மணிக்கு அலாரம் வெச்சு எந்திரிச்சு, குளிச்சுப் பெறப்பட்டு - வெடியால ஆறு மணிக்கே போயிருச்சு. ஒன்றை மாசம் குடிக்காததுக்கும் சேத்தி இன்னைக்குக் குடிச்சுக் கொடலை வாந்தி எடுத்துரும். எத்தனை சொல்லியும் கேக்கவே இல்ல” என்றுவிட்டு வெளியேறினாள்.

தட்டி பிரிக்கப்பட்ட முன் அறையில், தொட்டிலில் ஆலிவர் இன்னும் உறங்கிக்கொண்டிருக்க, மெடில்டா விளையாட்டு சாதனங்களையும் வீட்டு உபயோகப் பொருட்களையும் பரப்பி வைத்துக்கொண்டிருந்தாள். உறங்கி எழுந்த முகத்தோடு அருகில் சித்தார்த் குத்த வைத்து அமர்ந்திருந்தான்.

“ஏன்டா, எந்திரிச்சதும் மூஞ்சி கழுவாம, பல்லு தேக்காம, தலை சீவாம இங்க வந்துட்டயா?” என அவனை மறு கையில் தூக்கி இழுத்துக்கொண்டு வெளியேறினாள்.

வீட்டுப் படிக்கட்டில் அமர்ந்திருந்த நஞ்சப்பன் அவளை ஏறிட்டார்.

“கவர்மென்ட்டுக்கு வருமானம் வேணும்கறக்காக மக்களோட வயித்துல அடிச்சு, பொம்பளைக தாலியறுத்து, காசு புடுங்கற வேலைதான் கழுதை மூத்தரக் கடைங்கறதே. ஊரடங்குல மூடீட்டு மூடி வெச்சிருந்த அதைய, இப்ப என்ன...த்துக்குத் தெறந்துடறானுக? கொரோனா தொத்து அதிகம் இல்லாத எடங்கள்லதான் கழுதை மூத்தரக்கடையத் தெறக்கறம்; தடை செய்யப்பட்ட பகுதிகள்ள கெடையாதுன்னு சப்பைக்கட்டு வேற. கழுதை மூத்தரக் கடையத் தெறந்தா, இத்தனை நாளு கட்டிக் காத்தது எல்லாம் வீணாப் போகும் பாரு. மூத்தரக் குடிக்கீக முண்டியடிச்சுட்டு மைல் நீளத்துக்கு நிப்பானுகளே! அப்ப வராதா கொரோனா? சமூக இடைவெளியாவது, ஒண்ணாவது! எல்லாரும் இந் நாட்டுக் குடிமகனுகன்னு பூந்து ஒளப்பி, புயலக் கௌப்பப்போறானுக.”

அவர் காரசாரமாக விமர்சித்தது அவளுக்கு ஆறுதலையும் உற்சாகத்தையும் அளித்தது.

“மும்மத மூவேந்தர்கள்ல உங்காளு ஆறு மணிக்கே போயிட்டானா? ஏளு மணிக்கு எங்க மதம் மாறி வேந்தன் கெளம்புனான். இனி எட்டு மணிக்கு ஆட்டோ சுல்தானும் கெளம்புவான் பாரு. திரடனுக தனித் தனியாப் போயி, அங்க சேந்துக்குவானுக. என்னுமோ, நம்முளுக்கு ஒண்ணுமே தெரியாத மாற.”

மூவேந்தர் குழுவுக்கு இது ஒரு நன்னாள்; மகத்தான பொன்னாள். அதிலும் குடிகாரக் குப்பனான வேலுவுக்கு ஒன்றரை மாதங்களாகக் குடிக்க மது கிடைக்காமல் வெகாறியே எடுத்துவிட்டிருந்தது. அதனால்தான் அலாரம் வைத்து ஐந்து மணிக்கே எழுந்து புறப்பட்டுப் போயிருக்கிறான்.

மூவருமே குடிகாரர்கள். சேர்ந்து குடிக்கிறவர்கள். ஆனால், அவற்றில் ஒருவருக்கொருவர் மாறுபட்ட இயல்பும், வழக்கங்களும் கொண்டவர்கள்.

முஸ்தாக், மாதாந்திரக் குடிகாரன். ஆட்டோ ஓட்டுநர் என்பதோடு, தொழிலில் கண்ணும் கருத்துமாக இருப்பவன் என்பதாலும், பயணிகளின் பாதுகாப்பைக் கருத்தில் கொள்பவன் என்பதாலும், தொழில் நேரத்தில் குடிக்க மாட்டான்; குடித்திருக்கும்போது ஆட்டோ ஓட்ட மாட்டான். தொழிலை முடித்து வந்த பிறகு, இரவு ஒன்பது மணி வாக்கில்தான் அண்மையில் எங்கேனும் உள்ள பார்களிலோ, கடைகளிலோ, நண்பர்களின் வீடுகளிலோ, நண்பர்களோடு சேர்ந்து குடிப்பான். அல்லது விடுமுறை நாட்கள் எனில் பகலில் நண்பர்களோடு பார்களுக்குப் போவான். நிதானம் தவறாத அளவுக்கு மட்டுமே குடிப்பான்; குடிக்காக அதிகம் செலவழிக்கவும் மாட்டான் - தனக்காயினும், மற்றவர்களுக்காயினும். “இது அரைக் கட்டிங்குதானே, குடி” என்றாலும் சரி; “ஒரு கட்டிங்காச்சும் வாங்கிக் குடு” என்று ஓரியாடினாலும் சரி; “இன்னொரு இருவது ருவாயாச்சும் குடப்பா; சாக்கணாவுக்காச்சும் ஆகுட்டும்” எனக் கெஞ்சினாலும் சரி; நடக்காது நாடகம்.

“ஆண்டவன் எனக்குப் படியளந்தது அவ்வளவுதான். அதுக்கு மேல ஆசைப்படக் குடாது” என்றுவிடுவான்.

சூரி, வாராந்திரக் குடிகாரன். அவனுக்கு நன்றாக மப்பு ஏற வேண்டும். "குடிக்கறதே மப்பு ஏர்றக்குத்தான். மப்பு ஏறாம, நெதானமா இருக்கற அளவுக்குக் குடிக்கறதுன்னா, அதை எதுக்குக் குடிக்கோணும்?" என்பவன் அவன்.

வருமானம் குறைவு என்பதால் குடிக்காக அடிக்கடியோ, தினமுமோ செலவழிக்க அவனால் இயலாது. அதனால் குடிக்க வாய்க்கும்போது கன மப்பிற்குக் குடித்துவிட்டால், பிறகு வாரம் - பத்து நாளுக்கு தேட்டம் இல்லாமல் இருப்பான். கட்டிங் போடுவது என்பது அவனது வரலாற்றிலேயே கிடையாது. அடித்தால் கோட்டர்தான். அதற்கு மேல் போகுமே ஒழிய, குறையாது. கையிருப்புப் பணம், ஸ்பான்ஸர்ஷிப், இடம் - பொருள் ஏவலைப் பொறுத்து, கோட்டருக்கு மேல் ஒரு கட்டிங், அல்லது மொத்தமாக ஒரு ஆஃப் வரை அடிப்பான். அதுதான் அவனுக்கு கன மப்பு. அதற்கு மேல் போனால் மட்டையாகிவிடும்.

பெரும்பாலும் அவன் வேறு யாருடனும் கம்பெனி சேர மாட்டான், பார்களுக்கும் போக மாட்டான். வீட்டுக்கு வாங்கி வந்து, ஞாயிறு அசைவ உணவுக்கு முன் குடித்துவிட்டு, அசைவ உணவை ஒரு பிடி பிடிப்பான். அவனுக்குக் கலாசுப் பணி என்பதால் உடல் வலு கட்டாயம்; அசைவம் அவசியம். அவனைப் போன்ற கடுமையான உடல் உழைப்பாளிகள் அலுப்பு மருந்தாக தினமுமே மது அருந்துவதுண்டு. குடும்பம் பெரிது, வருமானம் குறைவு என்பதால் அவன் அதற்கேற்பவே செலவழிப்பான். கௌரவமானவன். தகுதிக்கு மேலானவர்களுடனோ, தகுதியற்றவர்களுடனோ, அதிகப் பழக்கமில்லாதவர்களிடமோ, குணாதிசயம் சரியில்லாதவர்களிடமோ, சேர்ந்து குடிக்க மாட்டான். நெருங்கிய நண்பர்களுடன் மட்டுமே. அப்படியிருந்தாலும், அவர்களிடமும் சரக்கு வாங்கித் தருமாறு கேட்க மாட்டான். அவர்கள் அழைத்தால், அவனது ப்ராண்டில், அவனுக்குத் தனியாக ஒரு கோட்டராவது வாங்கித் தருவதாக இருந்தால் மட்டும் சேர்ந்துகொள்வான். அவனால் யாருக்கும் வாங்கித்

தர இயலாது என்பதால் யாரும் அவனிடம் வாங்கித் தரக் கேட்கவும் மாட்டார்கள், ஓசிக் குடிக்கு வரவும் மாட்டார்கள்.

வேலு, ப்ரொபஷனல் குடிகாரன். தினமும் குடித்தாக வேண்டும். வேலை நேரத்திலேயே குடித்துவிட்டுத்தான் வேலை செய்வான். மற்றவர்கள் தேநீர் அருந்தும் நேரங்களில் அதற்குப் பதிலாக கட்டிங் போடுபவன் அவன். எனவே, முற்பகலில் ஒரு கட்டிங், மாலையில் ஒரு கட்டிங் என்று பணியிடத்திலேயே மொத்தம் ஒரு கோட்டர் ஆகிவிடும். வேலை முடிந்து கூலி வாங்கிவிட்டு வரும் வழியில் சகாக்களுடன் சேர்ந்து ஒரு கோட்டர் வாங்கி, அங்கேயே ஒரு கட்டிங். மீதியை இடுப்பில் சொருகிக்கொண்டு வீடு வருவான். சாப்பிடும் முன்பு மிச்ச கட்டிங். இவ்விதம் தினசரி இரு கோட்டர் என்பது அவனது நடைமுறை. விடுமுறை நாள், வேலையில்லாத நாள், விசேஷ தினங்கள் எனில் கட்டற்ற குடி. எப்போதும் எவ்வளவு வேண்டுமானாலும்.

“மப்பும் மந்தாரமுமா இருக்கறேன்” என அவன் சொன்னால், கட்டிங் அடித்து பிருபிருப்பில் இருக்கிறான் என்றும், “மித மப்புல இருக்கறேன்” என்றால் கோட்டர் அடித்து நிதானமாக இருக்கிறான் என்றும், “கன மப்பு” என்றால் கோட்டர் ஒரு கட்டிங் போட்டு தள்ளாட்டத்தில் இருக்கிறான் என்றும், “பலத்த மப்பு” என்றால் ஆஃப் அடித்து, மட்டையாகும் பருவத்தில் இருக்கிறான் என்றும் பொருள்.

அன்றன்று சம்பாதித்ததை அன்றன்று செலவழித்துவிட வேண்டும் என்ற கொள்கை உடையவன் அவன். அவனால் அதைச் செலவழிக்க முடியாதபோது, துணைக்கு சக குடிகாரக் குப்பன்கள் எவரையாவது அழைத்து, அவர்களுக்கும் வாங்கி ஊற்றுவான். அதனால் அவனுக்கு ஓசிக் குடி நண்பர்கள் அதிகம். பதிலுக்கு வாங்கித் தருகிற நண்பர்கள் குறைவு.

மூவரும் அயலக நண்பர்கள் என்றாலும், பொதுவாக குடி நண்பர்கள் அல்ல. அதில் ஒவ்வொருவரும் வெவ்வேறு ரகம், ஒவ்வொருவருக்கும் வேவ்வேறு நட்பு வட்டங்கள் என்பதால், எப்போதாவதுதான் சேர்ந்து குடிப்பார்கள்.

இப்போது ஊரடங்கினால் வெளியில் எங்கும் போக இயலாமல் வீட்டோடு இருந்த அவர்களில் மற்ற இருவருக்கும் குடித் தேட்டம் இருந்தாலும், மது கிடைக்காததில் அதிக கஷ்டம் ஒன்றும் இல்லை. ஆனால், தினசரி குடித்தே ஆக வேண்டும் என்ற நிலையில் இருந்த வேலு மிகுந்த அவஸ்தைக்கு ஆளாகியிருந்தான். கைநடுக்கம், சோர்வு, வேறெதிலும் கவனம் பதியாமல் மது குறித்தே சிந்தனை, ஏக்கம், தவிப்பு, வேட்கை. ப்ளாக்கில் கிடைக்குமா, கள்ளச் சாராயமாவது கிடைக்குமா என்றெல்லாம் குடிகார சகாக்களிடம் கேட்டுக்கொண்டிருந்தான். இன்றைக்கு என்ன கதியில் வருவானோ என்று பேசிக்கொண்டிருக்கையில் முஸ்தாக் தன் வீட்டிலிருந்து வெளிப்பட்டு, செருப்பணிந்து கிளம்பினான்.

"மூணாவது வேந்தரும் கௌம்பிட்டாரு, மூத்தரக் கடைக்கு." நஞ்சப்பன் சொல்லவும் அவன் ஒரு மார்க்கமாகச் சிரித்தான்.

அப்போது அவர்களின் நிலைப்படியில் குல்ஸார் வந்து நின்றான். முஸ்தாக் அவனிடம், "டாட்டா! பை பை!" என்றான்.

"டாட்டாவும் இல்ல; கூட்டாவும் இல்ல. சரக்குக் கடைக்குத்தான போறீங்க? உங்க கூட காய்!"

"கழுதை மூத்தரத்தைக் குடிக்கறக்கு பதிலா அந்தக் கொளந்தை மூத்தரத்தை வாங்கிக் குடிடா!" என்றார் நஞ்சப்பன்.

★★★

மதுக் கடை திறப்புக்கு எதிராக வழக்குத் தொடரப்பட்டது. ஊரடங்கு முடியும் வரை மதுக் கடைகளை மூட உயர் நீதிமன்றம் உத்தரவிட்டு, ஆன்லைன் மூலம் மட்டுமே மது விற்பனை செய்ய அனுமதி அளித்தது.

விடுமா தமிழக அரசு?

உயர் நீதிமன்றத் தீர்ப்புக்கு எதிராக உச்ச நீதிமன்றத்தில் மேல் முறையீடு செய்தது. அங்கு உயர் நீதிமன்றம் பிறப்பித்த தடை தள்ளுபடியாகிவிட்டது. அதைத் தொடர்ந்து தமிழக அரசு மீண்டும் 16-05-20 முதல் மதுபானக் கடைகளைத் திறந்து, 7

நாட்களுக்கு 7 வண்ண டோக்கன்கள் கொடுத்து, குடிமகன்கள் வயிற்றில் மதுவையும், அவர்களின் குடும்பத்தார் வயிற்றில் அமிலத்தையும் வார்த்தது.

தொற்று பரவல் இனியும் அதிகமாகும்; கொரோனா இனியும் பல மாதங்களுக்கு நீடிக்கலாம்; எனவே, ஊரடங்கும் தளர்வுகளோடு தொடரும் என்பது பரவலாக மக்களுக்குச் சொல்லப்பட்டுவிட்டது. மக்கள் கொரோனாவுடன் வாழப் பழக்கிக்கொள்ள வேண்டும் என மத்திய சுகாதாரத் துறை உள்ளிட்ட அதிகாரிகளும், ஆட்சியாளர்களும், மருத்துவத் துறையினரும், சமூக ஆர்வலர்களும் சொல்லிக்கொண்டிருந்தனர். மக்களும் பீதி குறைந்து, முகக் கவசங்களோடும், எச்சரிக்கையோடும் பழையபடி மனிதர்களுடன் வாழப் பழகிக்கொண்டிருந்தனர்.

தமிழகத்தில் கொரோனா தினசரி பாதிப்பு ஆயிரத்தையும், மொத்த பாதிப்பு 23.5 ஆயிரத்தையும் கடந்து, இறப்பு எண்ணிக்கை 184-ஆக இருந்த நிலையில், நான்காம் கட்ட ஊரடங்கு நிறைவு.

ஐந்தாம் கட்டமாக தளர்வுகளுடன் கூடிய ஊரடங்கு ஜூன் மாதத்தில் தொடர்ந்தது.

அனைவரும் வேலைக்குப் போகலாம், பேருந்துகள் 60 சதவிகிதப் பயணிகளோடு இயங்கும், சலூன்கள் இயங்க அனுமதி ஆகியவையே காம்பௌண்ட்வாசிகளை மகிழ்வித்ததும், அவர்களுக்கு அத்தியாவசியமாக இருந்ததுமான தளர்வுகள்.

மறு உத்தரவு வரும்வரை பள்ளிகள் இயங்கத் தடை என்பது ரஞ்சிதா, வைஷாலி, மரவள்ளிக்காரர் ஆகியோரை வருந்தச் செய்வதாக இருப்பினும், தொற்றுச் சூழல் தொடர்வதால், அந்த ஆபத்தை விட பிள்ளைகளின் படிப்பு கெடுவது ஒன்றும் மோசமல்ல என சமாதானம் கொண்டனர். வீட்டிலிருந்தே படிப்பைத் தொடரும்படி இணையவழிக் கல்விக்கு ஏற்பாடு செய்யப்படும் என்பது ஆறுதலும் அளித்தது.

பொதுப் பணித் துறையில் பணியாற்றுகிறவரான பட்டீஸ்வரன்

மீண்டும் பணிக்குச் செல்லத் தொடங்கினார். பாதிப் பணியாளர்கள் பணி செய்யும் வகையில், ஒரு நாள் விட்டு ஒரு நாள் வேலை. அறிவரசுக்கு வீட்டிலிருந்தபடியே வேலை தொடர்ந்தது. ஆட்டோக்கள் கொரோனா தடுப்பு வழிகாட்டு நெறிமுறையின்படி ஓடலாம் எனினும் பயணிகள் வரத்து இல்லாததால் முஸ்தாக்கிற்கு தொழில் இல்லை. சூரி வேலை செய்துகொண்டிருந்த அறுப்பு மில்லில் முன்பு போல வேலை வரவில்லை. அதனால் சில நாட்கள் பார்த்துவிட்டு, வேலை வந்தால் அழைக்கிறேன் என முதலாளி சொல்லிவிட்டார். இரண்டு மாதமாக வீட்டில் முடங்கியிருந்த ஜோதிடர், வாடிக்கையாளர்கள் வராவிட்டாலும் பரவாயில்லை என்று இங்கே வந்து பொண்டாட்டி நச்சரிப்பு இன்றி நிம்மதியாகப் பொழுதுபோக்கிக்கொண்டிருந்தார்.

கட்டுமானப் பணிகளுக்கு அரசின் வழிகாட்டு நெறிமுறையோடு அனுமதி இருந்ததால், வேலுவுக்கும் ரஞ்சிதாவுக்கும் வேலை தொடர்ந்தது. இரண்டு மாத வேலையின்மைக்கும், வருமானமின்மைக்கும் பிறகான வேலை என்பதால் கட்டுமானப் பணியாளர்கள் உற்சாகமாக வேலை செய்தனர்.

அவர்களின் எஞ்சினியர் கான்ட்ராக்ட் எடுத்துக் கட்டிக்கொண்டிருந்த மூன்று கட்டிடங்களில் ஒரு கட்டிடம் தற்காலிகமாக வேலை நிறுத்தப்பட்டுவிட்டது. மற்ற இரு கட்டிடங்களில் சில நாள் அங்கும், சில நாள் இங்குமாக மாறி மாறி வேலை செய்துகொண்டிருந்தனர். ஒன்று மராமத்துப் பணி; இன்னொன்று சிறிய வீட்டில் மாடியறைகள் கட்டும் பணி. இரண்டுமே பூர்த்தியாகும் தறுவாயில் இருந்தவை. எனவே, சில நாட்களிலேயே அந்தப் பணிகள் முடிந்துவிட்டன.

பிறகு வேறு வேலை எதுவும் இல்லை. கொரோனா சூழல் காரணமாக புதிதாக வீட்டுக் கட்டுமானப் பணிகள் எதுவும் தொடங்கப்படவில்லை. இரு மாத நஷ்டங்களாலும், இனியும் அது தொடரக் கூடும் என்பதாலும் வியாபாரத் தலக் கட்டுமானங்களை அவற்றின் உரிமையாளர்கள் காலவரையறையின்றி நிறுத்திவைத்தனர். தவிர இப்போது

மழைக்காலமும் வேறு. இதனால் கட்டுமானத் தொழில் பாதிப்பு தொடர்ந்தது. அடுத்த வேலைக்காக அவர்கள் காத்திருக்க வேண்டியதாயிற்று. அந்த நிலையிலும் வேலுவின் குடி தொடர்ந்துகொண்டிருந்தது.

“ரெண்டு மாசத்துக்கப்பறம் வேலை கெடைச்சதே பத்து நாளைக்கு. இனி எப்ப வேலை வருமோ, அதுக்குள்ள கொரோனா ஜாஸ்தியாயி மறுக்காவும் வேலைக்குத் தடை வருமோ? இந்த நெலைமைல, எப்பவும் மாறயே இப்பவும், சம்பாரிச்ச காசைக் குடிச்சளிக்கணும்; நீயும் அளிஞ்சு, குடும்பத்தையும் அளிக்கணும்னு திரியறயா? அப்புடி அந்தக் களுதை மூத்தரத்தைக் குடிக்குலீன்னா செத்தா போயிருவ?”

ரஞ்சிதாவின் ஏச்சும் பேச்சும் எடுபடவில்லை.

“சென்ட்ரல் கவர்மென்ட்டானாலுஞ் செரி, ஸ்டேட் கவர்மென்ட்டானாலுஞ் செரி; எந்தக் கட்சி ஆட்சிக்கு வந்தாலும் இந்த எளவெடுத்த களுதை மூத்தரக் கடைகளை ஒளிச்சுக் கட்டறக்கு மதுவிலக்கு கொண்டு வர மாட்டீங்கறாங்கொ. அந்தக் காலத்துல கள்ளுக் கடை, சாராயக் கடை, அப்பறம் லாட்டரி இதுகளையெல்லாம் தடை பண்ணுன மாற டாஸ்மாக்குக்கும் முடிவு கட்டுனாத்தான் பொண்டு புள்ளைகளுக்கு நிம்மதி” என்றாள் ராமாத்தா.

★★★

ஜூன் இறுதியில் மெடிக்கல்காரர் குடும்பம் வெளியேறியது.

முந்தைய மாதம் போலவே ஜூலை மாதத்திலும் தளர்வுகளுடன் கூடிய ஊரடங்கு. ஞாயிற்றுக்கிழமைகளில் எந்தவிதத் தளர்வும் இல்லாமல் தமிழகம் முழுவதும் முழு ஊரடங்கு. இதனால் ஞாயிற்றுக்கிழமைக்கு வேண்டிய மதுவை சனிக்கிழமையன்றே வாங்கி வைத்துக்கொண்டு, அன்றைய தினத்திலும் குடியும் குடித்தனமுமாகவே இருந்தான் வேலு.

“பத்து நாள் வேலையில்லீன்னாப் பிச்சைக்காரன்னு சொல்லுவ. ஆனா, மாசக் கணக்கா வேலை இல்லீன்னாலும் மகா

ராஜாங்கமாத்தானப்பா நடந்துட்டிருக்குது உனக்கு. எப்புடி இது? பொதையலோ பூதமோ வெச்சிருக்கறயா?” சூரி வியந்து கேட்டான்.

“கடன் வாங்கிக் களித்தல்லதானுங்ணா நம்ம வண்டி ஓடீட்டிருக்குது.”

“அப்புடிக் கடனை வாங்கிக் களுதை மூத்தரம் குடிக்கோணும்னு இருக்குதா? இந்த லச்சணத்துல ஓசிக் குடியனுகளுக்கு வேற வாங்கிக் குடுக்கறே. என்னுமோ, கடையேளு வள்ளலுக, கர்ணன் மாற. நாமளே அன்னாடங்காச்சி. இதுல தான தர்மம் வேறயா?” என்றாள் ரஞ்சிதா.

“இந்தியாவே கடன்லதான் இருக்குது. இந்திய மக்கள் நூத்தி முப்பது கோடி பேரு மேலயும், இந்தியா வாங்குன கடன் இருக்குது. ஆனானப்பட்ட அம்பானி, டாட்டா பிர்லாவும் கடன் வாங்கத்தான் செய்யறாங்க. நான் வாங்குனாத் தப்பா? தவிச்ச வாய்க்குத் தண்ணி வாங்கி ஊத்துனாத் தப்பா?” மப்பு தள்ளாட்டத்தோடு கேட்டான் வேலு.

“பசி பட்டினின்னு இருக்கறவீகளுக்கு உங்கறக்குத் திங்கறக்கு வாங்கிக் குடுத்தாலும் புண்ணியமுண்டு. மூத்தரத்தை வாங்கிக் குடுத்தாப் பாவந்தான் சேரும்.”

“தப்பு ரஞ்சிதா… தப்பு. தாயப் பளிச்சாலும் தண்ணியப் பளிக்கக் குடாது.”

“வாங்கறது மொள்ளை; பண்றது மொள்ளைமாரித்தனம்; பேச்சு மட்டும் வக்கணையாப் பேசு!” முஷ்டி மடக்கி அவனது தாடையில் இடித்துவிட்டுச் சென்றாள்.

★★★

ஜூலை மத்தியில் கொரோனா வைரஸ் பாதிப்பு எண்ணிக்கையில் அமெரிக்கா, பிரேசில் ஆகிய நாடுகளுக்கு அடுத்தபடியாக 10 லட்சத்தைக் கடந்து, உலகளவில் இந்தியா மூன்றாவது இடம் பெற்றது. உயிரிழந்தவர்களின் எண்ணிக்கையும் 25,000-த்தைக் கடந்தது.

மருத்துவமனைகள் மீது பல்வேறு குற்றச்சாட்டுகள் இருந்தாலும், இந்தப் பெருந்தொற்றுப் பேரிடர் சூழலில் எண்ணற்ற மருத்துவர்களும் செவிலியர்களும் தங்களது உயிரைப் பணயம் வைத்து நோயாளிகளுக்கு சிகிச்சை அளித்து வந்தனர். அதுவரை நூறு மருத்துவர்கள் வைரஸ் பாதிப்பால் உயிரிழந்திருந்தனர். மருத்துவர்களின் வேலை நேரம் குறைக்கப்பட வேண்டும் எனவும், பாதுகாப்புப் பொருள்களை வழங்குவதில் அதிக கவனம் செலுத்த வேண்டும் எனவும் மருத்துவர்கள் அரசை வலியுறுத்திவந்தனர். மருத்துவர்களின் மரணம் மருத்துவர்களிடையே மிகுந்த கவலையையும் அச்சத்தையும் ஏற்படுத்தியிருந்தது. எனினும், தங்களது பணியைத் தொடர்ந்து மேற்கொண்டுவந்தனர்.

அந்த நிலையில், மெடிக்கல்காரர் இருந்த வீட்டுக்கு பப்சுக்காரர் குடும்பம் குடிவந்தது.

பப்சுக்காரர், அவரது மனைவி மாவுக்காரக்கா, மூத்த மகள் வானதி *(22)*, இளையவள் கனிஷ்கா *(19)*, மகன் சிபிச்செல்வன் *(16)* என ஐந்து பேர் கொண்ட குடும்பம். மகள்கள் கல்லூரி மாணவிகள், மகன் ப்ளஸ் ஒன்.

காம்பவுண்ட்காரர்கள் எல்லோருக்கும் பப்சுக்காரரையும் மாவுக்காரக்காவையும் முன்பே சில வருடங்களாகத் தெரியும். பப்சுக்காரர் மாலை நான்கு மணி முதல் அந்தி சாயும் வரை இந்தப் பகுதிகளில் சைக்கிளில் பப்ஸ் விற்க வருகிறவர். அவரது வியாபாரக் கூவல் மிக வித்தியாசமாக இருக்கும். ரஞ்சிதா இங்கு குடிவந்திருந்த சமயம், தினமும் மாலை ஆறு மணிக்கு வாசல் பெருக்கும் வேளையில் மயில் அகவல் கேட்டது. அது ஒலிக்கையில் குல்ஸாரும் அதேபோல பதில் அகவல் எழுப்புவான்.

“டெய்லியும் பொளுதுளுகற நேரத்துக்கு மயில் சத்தம் கேக்குதே! இங்க பக்கத்துல ஏதாவது மரத்துலதான் அடையுதாட்ட இருக்குது. ஏனுங்க்கா?” என்று வாசல் பெருக்கிக்கொண்டிருந்த முஸ்தாக் மனைவியிடம் கேட்டாள்.

“அட… அது மயில் இல்ல. பப்சுக்கார்ரு பப்சு வித்துட்டு

வர்றாரு.”

தெருவில் பொருள்களைக் கூவி விற்கும் ஒவ்வொருவருக்கும் ஒரு ராகம் இருக்கும். அதில் சிலர் கூவுவது, இன்னது என்று புரியாதபடியும் இருக்கும். ஆனால், அது மனிதக் குரல் என்பதும், வியாபாரக் கூவல் என்பதும் நிச்சயமாகத் தெரியும். இந்தக் கூவல் மனிதக் குரலாகவே தெரியவில்லை. இரு முறை உன்னித்துக் கேட்டும், சிதைக்கப்பட்ட சொல்லாகவோ, எழுத்தாகவோ எதையும் யூகிக்கவும் இயலவில்லை.

“அவரு என்ன சொல்லிக் கூவறாரு?”

“சூடா பப்சேய்...ங்கறாரு!”

சூடா - பப் - சேய்ய்ய்...! இதுதான் மூன்று அசையாக, தொண்டைக்குள்ளிருந்து அகவல் ஒலியை வெளிவிடுவது உள்ளிழுப்பது வெளிவிடுவது என்பது போல ஒலித்தது.

அவளுக்குப் பப்ஸ் வாங்கும் எண்ணமே இல்லை. இருந்தாலும் அந்தக் கூவலை நேரில் கேட்கவும், அந்த நபரைப் பார்க்கவும் வேண்டும் என்பதற்காகவே போய் பப்ஸ் வாங்கி, அவர் கூவுவதைக் கேட்டும்விட்டு வந்தாள். திரும்பி வருகையில் அதேபோல் - ஆனால், சத்தம் குறைவாக - கூவிப் பார்த்தாள். அவளுக்கு சரியாக வரவில்லை. ஆனால், குல்ஸார் அதை அச்சு அசலாக அப்படியே மிமிக்ரி செய்வான். மயில் குஞ்சு அகவுவது போல் இருக்கும்.

மாவுக்காரக்கா மாலை நான்கு மணி முதல் முன்னிரவு வரை இந்தப் பகுதிகளில் ட்டீவீஎஸ்ஸில் இட்லி மாவு, சந்தகை, முறுக்கு விற்க வருவாள். பதிவு செய்யப்பட்ட பெண் குரல், ஒலிபெருக்கியில், “ஈஈட்லி மாவு,... சாஆஆந்தேக,... மூஊஊஊறுக்கேய்ய்ய்....” என ஒலிக்கும். கேட்கும்போது, ஏட்லி மாவு, சந்தேக முறுக்கு என்பது போலவும் தொனிக்கும்.

இங்கு வரும் முன்பு பக்கத்தில் உள்ள திருவள்ளுவர் காலனியில்தான் குடியிருந்தார்களாம். அங்கு குடிபோய் எட்டு மாதங்கள்தான் ஆயிற்று. வீட்டு உரிமையாளர் பயங்கர

பணப் பேய். “நரகல்ல நாலணாக் கெடந்தாலும் எடுத்து, நக்கித் தொடைச்சுப் பாக்கெட்டுல போட்டுக்குவாரு” என்று அவரைப் பற்றிச் சொல்வார்களாம். வாடகைதாரர்களிடம் எதெதற்கெல்லாம் காசு பிடுங்க முடியுமோ அதற்கெல்லாம் பிடுங்கக் கூடிய ஆள். கெடுபிடிகளும் அதிகம். அராஜகமான நபர்.

முன்பு குடியிருந்த வீட்டு உரிமையாளர், வெளிநாட்டில் பணி புரிந்துகொண்டிருந்த மகன், குடும்பத்தோடு இனி இங்கேயே வரவிருப்பதால், அவர்கள் தங்குவதற்கு வீடு வேண்டுமென்று இவர்களை காலி செய்யச் சொல்லியிருந்தனர். அந்தச் சமயத்தில் தக்கதாக வேறு வீடு கிடைக்கவில்லை. அதனால் இந்தப் பணப்பேய் பற்றி அக்கம்பக்கங்களில் சொல்லப்பட்டும், தற்காலிகமாக இங்கே இருந்துகொண்டு, பிறகு வேறு வீடு பார்த்துக்கொள்ளலாம் என அங்கே சென்றனர்.

“அந்தாளு ஒரு பூடை; அவன் மூஞ்சீல முளிச்சுட்டுப் போனாலே ஒண்ணும் வெளங்காது. அந்த வீடும் ராசியில்லீன்னு வீதிக்காரங்க சொல்லுவாங்க. அதுதானோ, இல்ல எங்க கெட்ட நேரமோ; அந்த வீட்டுக்குப் போனதுலருந்து ஒண்ணு போக ஒண்ணு ஓதம் வந்துட்டே இருந்துது. மொதல்ல, பெரியவளோட ரெண்டு பவுன் நகை, பஸ்சுல திருட்டுப் போயிருச்சு. அஞ்சு லச்சர்ருவா சீட்டு ஒண்ணு போட்டிருந்தோம். ஆளு எஸ்கேப்பு. சம்சாரம் எனக்கு தாய்மாமன் புள்ளைதான். எங்கம்மா சின்ன வயிசுலயே தவறிருச்சு. எங்கப்பா வேற குடி கட்டீட்டுப் போயிட்டாரு. மாமந்தான் என்னைய வளத்தி ஆளாக்குனது. தாய்மாமன், மாமனாருங்கறதைத் தாண்டி, அவுரு எனக்கு தகப்பன் ஸ்தானம். பாக்கறக்கு வேற ஆளும்மில்ல. அவுருக்கு கிட்னி ஃபெய்லியரு, லிவர் ப்ராப்ளம்னு ஆறு மாசம் ஆஸ்பத்திரி செலவு, ஆப்பரேசன் செலவுன்னு, பேங்குலருந்த பன்னெண்டு லச்சர்ருவா, மிச்ச நகை நட்டு எல்லாம் காலி. கடன் வாங்கித்தான் கருமாதி வரைக்கும் காரியமே பண்ணுனோம்.

“சுத்தமாத் தொடச்சு நிக்கைல ஊரடங்கும் வந்துருச்சு. காசு அத்தனையும் போனதைப் பத்திக் கவலை இல்ல. கைல தொளில்

ரெண்டு பேருக்கும் இருக்குது; பொளைச்சுக்கலாம். என்ன... புள்ளைகளுக்குக் கல்யாணம் பண்ணி வெக்க லேட்டாகும். அதுவும் பரவால்ல. ஆனா, ரெண்டு மாசமா யேவாரமும் பண்ண முடியாம, சாப்பாடுக்கே திண்டாட்டமாயிருச்சு. மத்தவங்க பசியார்றக்கு பலகாரம், மாவுன்னு விக்கற நாம, இன்னைக்கு சோத்துக்குத் தாளம் போட வேண்டி வந்துருச்சேன்னு பேசிக்குவோம். இதனால வாடகை குடுக்க முடியாமப் போயிருச்சு. அதுதான் கவர்மென்ட்டே கொஞ்ச காலம் வாடகை குடுக்க வேண்டாம், நெலைமை செரியான பிறப்பாடு குடுத்தாப் போதும்னு சொல்லீருச்சேன்னு, ஹௌஸ் ஓனருகிட்ட தவணை சொல்லிப் பாத்தேன். அதெல்லாம் முடியாது, குடுத்தே ஆகோணும்னுட்டாரு. போலீசு, கேசுன்னு போறது நமக்கு லாய்க்குப்படாதுங்கறதுனால, எங்கயாச்சுக் கடன் வாங்கிக் குடத்தர்றேன்னேன். டெய்லியும் போன் பண்ணி, வாடகை எப்பக் குடுப்பே, இன்னைக்கே குடு, மத்தியானத்துக்குள்ள குடுத்தாகோணும்னு ஒரே டார்ச்சர். அங்க இங்க கைமாத்து வாங்கி மூணு மாசமாக் குடுத்துட்டே, வேற வீடு பாத்தாகணும்னு தேடீட்டிருந்தேன். அப்பத்தான் மின்னகர்ல முஸ்தாக்கு தங்கச்சி பாத்துட்டு, இந்தக் காம்பவுண்டப் பத்திச் சொல்லி, இந்த வீடு காலியானாலும் ஆகும்னுச்சு. முஸ்தாக்குகிட்ட கேட்டதும், ஓனருகிட்ட சொல்லி ரிஸர்வ் பண்ணி வெச்சுட்டாரு. காலியானதும் வந்துட்டோம்.

“அங்க போகும்போது அம்பதாயர்ருவா அட்வான்ஸ் குடுத்திருந்தோம். வீடு காலி பண்ணும்போது, ‘ஒரு வருசம் அக்ரிமென்ட் போட்டிருக்கறமல்லோ, இன்னி மீதி நாலு மாசத்துக்கும் வாடகை புடிச்சுட்டுத்தான் குடுப்பேன்’னாரு. அநியாயம்னாலும் வேற வளியில்லயேன்னு, ‘அவ்வளவு முடியாதுங்க, ரெண்டு மாச வாடகைய வேண்ணா எடுத்துக்குங்க’ன்னேன். வாய்க்கு வந்தபடி பேசுனாரு. வயிசுப் புள்ளைகளை வெச்சுட்டுக் காதுல கேக்கவே முடியாத வார்த்தைக. நாயோட ஆசை நரகலோடதானேன்னு, நாலு மாச வாடகைய எடுத்து நல்லா இருங்கன்னுட்டேன். அதையப் புடிச்சுட்டுத்தான் அட்வான்ஸ் பாக்கி குடுத்தாரு.”

படிக்கட்டு சபையில் நஞ்சப்பன், ராமாத்தா, சூரி, விஜி, ரஞ்சிதா ஆகியோரிடம் பப்சுக்காரர் பகிர்ந்துகொண்டார்.

“ஒரு குடும்பத்துக்கு இப்புடியா அடுக்கடுக்கா கஷ்டம் வரணும்!?” ராமாத்தா தாடையில் கைவைத்து ஆவலாதிப்பட்டாள்.

“அதுதான் பட்ட காலுலயே படும்; கெட்ட குடியே கெடும்கறது. நேரம் - காலம் செரியில்லீன்னா அப்புடித்தான்” என்றார் நஞ்சப்பன்.

“வாடகை வீட்டு ஓனருக இவ்வளவு மோசமாவும் இருப்பாங்களா?!” ரஞ்சிதா மாய்ந்தாள்.

பப்சுக்காரர், “இதை விடவும் மோசமானவங்க இருக்கறாங்க. நாங்களே எவ்வளவோ அனுபவிச்சிருக்கறோம்” என்றார்.

“எல்லாரும் நம்ம ஓனரு மாற இருப்பாங்களா?” என்றான் சூரி.

★★★

ஜூலை ஆகஸ்ட் வாக்கில் பொள்ளாச்சியில் தொற்று நாளுக்கு நாள் அதிகரித்தது. சுகாதாரத்துறை, வருவாய்த் துறை ஆகியவற்றின் மூலம் பல்வேறு விதமான முன்னெச்சரிக்கை நடவடிக்கைகள் மேற்கொள்ளப்பட்டன. அதன் ஒரு பகுதியாக பொள்ளாச்சி அரசு மருத்துவமனை, கோட்டூர் ரோடு பெண்கள் மேல்நிலைப் பள்ளி, நாச்சிமுத்து பிரசவ விடுதி, தனியார் திருமண மண்டபம் ஆகிய பகுதிகளில் கொரோனா சிறப்பு வார்டாக 600 படுக்கைகளுடன் தயார் நிலையில் இருந்தது.

அந்நிலையில் அரசு மருத்துவர்கள், தனியார் மருத்துவர்கள், செவிலியர்கள் ஆகியோருக்கு நோய்த் தொற்று பரவி வந்தது. மருத்துவமனைகளுக்குச் செல்லவே மக்கள் அஞ்சினர். எனவே, அப் பிரச்சினைக்குத் தீர்வு காண, பொள்ளாச்சி மற்றும் சுற்றுவட்டாரப் பகுதிகளில் சளி, இருமல் மற்றும் காய்ச்சல் அறிகுறிகளுடன் இருக்கும் நபர்கள் சார் ஆட்சியர் அலுவலகத்தில் செயல்படும் வைரஸ் தடுப்பு மையத்துக்குத் தொடர்பு கொண்டு தகவல் தெரிவித்தால் மருத்துவக் குழுவினர் மக்கள் இருப்பிடத்திற்கே வந்து பரிசோதனை செய்யவும்

ஏற்பாடு செய்யப்பட்டிருந்தது.

செப்டம்பரில் எட்டாம் கட்ட ஊரடங்கு அல்லது 4 ஆம் கட்ட தளர்வுகள் அல்லது தளர்வுடன் கூடிய ஊரடங்கு தொடங்கியது. கொரோனா பரவல் கட்டுக்குள் வராவிட்டாலும் மக்களின் வாழ்வாதாரம் மற்றும் பொருளாதாரம் ஆகியவற்றைக் கருத்தில் கொண்டு இத் தளர்வுகள் செய்யப்பட்டன.

அதில் சிலருக்கு வாழ்வாதாரமும், பொருளாதாரமும் திரும்பினாலும், பலருக்குத் திரும்பவில்லை.

சூரிக்கும் அப்படித்தான். அவன் வேலை செய்துகொண்டிருந்த அறுப்பு மில்லில் முன்பு போல வேலை இல்லை. அவ்வப்போது சில நாட்களில் மட்டுமே வேலை கிடைத்தது. சேமிப்பு கரைந்துகொண்டிருந்தது. வேறு மில்களில் வேலை கிடைக்குமா, வேறு எங்காவது சுமட்டுத் தொழிலுக்குச் செல்லலாமா எனப் பார்த்துக்கொண்டிருந்தபோது, விஜியின் ஊரான நெகமத்தில், அவனது தந்தை வேலை செய்யும் மரச் செக்கு ஆலையில் அவனுக்கு வேலை ஏற்பாடு செய்து, செப்டெம்பர் மத்தியில் விஜியையும் அவனையும் குழந்தைகளோடு அழைத்துச் சென்றனர்.

மாமனார் வீட்டில் தங்குவதால் பெற்றோரையும் உடன் அழைத்துச் செல்ல இயலவில்லை.

“இப்போதைக்கு நீங்க இங்க இருங்க. மூணு நாலு மாசத்துக்குப் பிறப்பாடு, நெலவரத்தைப் பொறுத்து, அடுத்து என்ன பண்ணலாம்னு யோசிச்சுக்கலாம். இங்க இப்போதைக்கு வாடகையும் குடுக்க வேண்டீதில்லங்கறதுனால, அந்தப் பிரச்சனை இல்ல. நான் வாரம் பத்து நாளுக்கு ஒருக்கா வந்து பாத்துட்டு, செலவுக்கும் குடுத்துட்டுப் போறேன்” என்றான்.

போனவன் வரவேயில்லை.

சென்ற ஒரு வாரத்திலேயே ஆலையில் சக பணியாளர்களுக்கும் அவனுக்கும் சளி, காய்ச்சல், இருமல். அவர்கள் அதைப் பொருட்படுத்தவில்லை. கொரோனாவாக இருக்கலாம்,

சோதித்துக்கொள்ளுங்கள் என மற்றவர்கள் சொன்னபோதும் கேட்கவில்லை. அண்டை அயலார்களில் சிலர் சார் ஆட்சியர் அலுவலக வைரஸ் தடுப்பு மையத்துக்குப் புகார் தெரிவிக்கவே, அவர்கள் வந்து சோதித்ததில் சூரிக்கும் சக பணியாளர்கள் இருவருக்கும் தொற்று இருப்பது உறுதியானது. உடனடியாக கோவை அரசு மருத்துவக் கல்லூரி மருத்துவமனைக்கு சிகிச்சைக்குக் கொண்டு செல்லப்பட்டனர். அங்கு சிகிச்சை பலனின்றி ஐந்தாம் நாளிலேயே சூரி மரணமடைந்துவிட்டான்.

சூரியின் பெற்றோர், வேலு, முஸ்தாக், காரமடையான், பட்டீஸ்வரன் ஆகியோர் மட்டும் அஞ்சலி செலுத்துவதற்காகச் சென்றனர். தொற்று அச்சம் காரணமாக மரவள்ளிக்காரர், ஜோதிடர், பப்சுக்காரர் ஆகியோர் வீட்டிலிருந்து யாரும் செல்லவில்லை. ரஞ்சிதா தானும் வருவதாகச் சொன்னாள். "நீயும் வந்துட்டா இங்க பசங்களை யாரு பாத்துக்கறது? பாயம்மாகிட்ட உட்டுட்டுப் போலாம். ஆனாலும், பெரியவன் ஏதாச்சு பொடங்குத்தனம் பண்ணீட்டே இருப்பான். கொரோனா இல்லாட்டி அவுங்களையும் கூட்டீட்டே போலாம். வீட்டுக்கு ஒருத்தர் போறமல்லோ; அது போதும்" என வேலு சொல்லிவிட்டான்.

பிறகு இவள் விஜியிடம் அலைபேசியிலேயே துக்கம் கேட்டாள். சூரிக்கு கொரோனா பாதித்ததன் காரணமாக அவர்களின் குடும்பத்தாருக்கும், அண்டை அயல்களில் உள்ளவர்களுக்கும் கொரோனா பரிசோதனைகள் மேற்கொள்ளப்பட்டன. விஜிக்கும், அயல்வாசிகள் மூவருக்கும் தொற்று தாக்கம் இருந்தது. சிகிச்சை, தனிமைப்படுத்தல் ஆகியவை மேற்கொள்ளப்பட்டன.

அந்த நாட்களில் இங்கே, "வாரம் பத்து நாளுக்கு ஒருக்கா வர்றேன்னு சொல்லீட்டுப் போனவன் வரவே இல்லியே! சாகறக்குன்னே அங்க போன மாற போயிச் சேந்துட்டானே!" என உண்ணாமல் உறங்காமல் ஒப்பாரி வைத்துக்கொண்டே இருந்தாள் ராமாத்தா.

"அந்தக் கொள்ளை அவளுக்கும் வேற தொத்தீருச்சே! அவ உசுரையாச்சும் காப்பாத்திக் குடு, ஆத்தா மகமாயி! அந்த

ரெண்டு கொளந்தைகளுக்கு அப்பனாத்தா ரெண்டுமே இல்லாமப் பண்ணீறாத ஆனைமலை மாசாணி!" நஞ்சப்பன் அரற்றி வேண்டிக்கொண்டிருப்பார்.

பட்டீஸ்வரன் சொன்னார்:

"கோயமுத்தூர் மாவட்டத்துல மார்ச்சுலருந்து ஆகஸ்ட் முப்பத்தொண்ணு வரைக்கும் கொரோனா மொத்த பாதிப்பே பதனஞ்சாயரம்தான். ஆனா, செப்டம்பர் ஒரே மாசத்துல மட்டும் பதனாறாயரம் பேருக்கு பாதிப்பு. இதனால, மொத்த பாதிப்பு முப்பத்தி ரெண்டாயரத்தைத் தாண்டீருச்சு. மாவட்ட நிர்வாகம், மாநகராட்சி, போலீசு, கேசுன்னு கவர்மென்ட்டு முடிஞ்ச வரைக்கும் எல்லா தடுப்பு நடவடிக்கைகளயும் பண்ணிட்டுத்தான் இருக்குது. அப்புடி இருந்தாலும் தெனத்திக்கும் ஆவரேஜா 550 பேருக்குத் தொற்று உறுதிங்கறாங்க. ஊரடங்குத் தளர்வை மக்கள் தப்பாப் புரிஞ்சுட்டு, கொரோனா போயிருச்சு, இனி பாதிக்காதுன்னு முகக் கவசம் போடாம இருக்கறதும், தனிநபர் இடைவெளியைப் பின்பற்றாம இருக்கறதும்தான் தொற்று அதிகரிக்கறதுக்குக் காரணம்னு அதிகாரிக, டாக்டருக, சமூக ஆர்வலர்க எல்லாருமே சொல்றாங்க. படிச்சுப் படிச்சு எத்தனை சொன்னாலும் சனங்க கேட்டாத்தான? கோயமுத்தூர்ல மட்டும் இதுவரைக்கும் 436 விக்கெட்டு. ஐயாயரம் பேருக்கு ஆஸ்பத்திரிலயும், முகாம்லயும் சிகிச்சை நடந்துட்டிருக்குது. நாளுக்கு நாள் கேசுக அதிகமாயிட்டே இருக்கறதுனால ஜீஹெச்சு, ஈயெஸ்ஸை, கொரோனாவுக்கு ட்ரீட்மென்ட் குடுக்கற மத்த ஆஸ்பத்திரிகள்ல எல்லாம் பெட்டு ஹௌஸ் ஃபுல். பொது மக்கள் அலட்சியமா இருக்காம, விளிப்புணர்வோட இருந்தா மட்டுந்தான் கொரோனா கொறையும்கறதுல சந்தேகமில்ல. போனதுக்கப்பறம் அய்யோன்னா வருமா, அப்பான்னா வருமா? ஆத்தான்னா வருமா, அல்லான்னா வருமா, ஏசுவேன்னா வருமா?"

விஜி வீடு திரும்பிய பிறகு சூரியின் பெற்றோர், பட்டீஸ்வரன், ரஞ்சிதா ஆகியோரோடு நெகமம் சென்று, விஜியை குழந்தைகளுடன் தங்களோடு வருமாறு அழைத்தனர்.

“டவுன்ல எங்குளுக்கு எந்த வேலையும் தெரியாது; இப்ப வேலையும் கெடைக்காது. ஊருக்குப் போயிட்டா, அங்க முன்ன மாறயே விவசாய வேலை, கூலி வேலை ஏதாச்சு செஞ்சு பொளைச்சுக்குவோம். அதுல உங்க மூணு பேர்த்தையும் காப்பாத்த முடியும்” என்றார் நஞ்சப்பன்.

“வயித்துப் பாட்டை மட்டும் பாத்தாப் போதுமா? மத்த விசியங்களைப் பாக்க வேண்டாமா? நீங்க ஏத்துக்கிட்டாலும், அங்க உங்க ஊருக்காரங்க, சொந்தக்காரங்க எங்களை ஏத்துக்குவாங்களா? கொளந்தைகளுக்கு நல்ல படிப்பைக் குடுக்க முடியுமா? இங்க எங்களுக்கு எங்க மதம், மதத்துக்காரங்க, மிஷனரி சப்போர்ட் இருக்குது. நல்லபடியா வாளலாம்; கொளந்தைகளையும் நல்லபடியாப் படிக்கவெச்சு ஆளாக்க முடியும். அதனால, நீங்க உங்க வளியப் பாத்துக்கங்க. நாங்க எங்க வளியப் பாத்துக்கறோம்” என்றுவிட்டாள் விஜி.

அவளுடையதும் குழந்தைகளுடையதுமான அனைத்துப் பொருட்களும் அவர்கள் இங்கிருந்து சென்றபோதே எடுத்துச் செல்லப்பட்டிருந்தன. மிச்சமுள்ள பொருட்களை எடுத்துக்கொண்டு சூரியின் பெற்றோர் வீட்டைக் காலி செய்தனர்.

அப்போது கடைசியாக மெடில்டாவுடையதும் ஆலிவருடையதுமான உடைந்த பொம்மைகளைப் பார்த்துக் குலுங்கி அழுத ராமாத்தா, அவற்றை முக்கியப் பொருள்களின் பையில் பத்திரப்படுத்திக்கொண்டாள். குப்பைத் தொட்டியில் போடுவதற்காகக் கிடந்த வீணான பழைய சாதனங்கள், குப்பை கூளங்கள் ஆகியவற்றுக்கிடையே கிடந்த குழந்தை ஏசு கிறிஸ்துமஸ் வாழ்த்து அட்டையை எடுத்துத் துடைத்து, “இதையும் பத்தரமா வெய்யி” என்றார் நஞ்சப்பன்.

★★★

அத்தியாயம் 6

மீண்டும் ஒன்றுகூடல்

வீட்டுப் படிக்கட்டில் தனியே அமர்ந்து வாசலை வெறித்துக்கொண்டிருந்தார் பட்டீஸ்வரன்.

காம்பௌண்டுக்கு வெளியே காலனிக்குள்ளும், சத்தமெட்டும் தொலைவில் அடுத்தடுத்த ஊர்ப் பகுதிகளிலும் இருந்து திக்கெட்டிலும் பட்டாசுச் சத்தம் கொளுத்திக்கொண்டிருந்தது. காம்பௌண்டுக்குள் இந்த வருடம் பகலின் பட்டாசுச் சத்தங்களும், இரவின் வாண வேடிக்கைகளும் சொல்லும்படியாக இல்லை; தீபாவளிக்கு முந்தைய தினமாக இருந்தும் விளையாட்டு வாசலில் பட்டாசுக் கூளங்கள் வழக்கம் போல நிறைந்து காணப்படாமல், ஹரீஷும், கௌதமும் வைத்த மலிவு விலை பிஜிலிக் கூளங்கள் மட்டும் கொஞ்சம் கிடக்கின்றன.

அவரவர் வாசலைப் பெருக்க மற்ற பெண்கள் யாரும் இன்னும் வந்திருக்கவில்லை. ரஞ்சிதா மட்டும் காரமடையான் வீட்டு வாசலைப் பெருக்கிக்கொண்டிருந்தாள். அவரது வீட்டில் பெண்கள் இல்லாததால் அவள் தினமும் காலை - மாலை இரு வேளையும் இங்கே வந்து அவரது வீட்டு வாசலைக் கூட்டிச் செல்வது வழக்கம். அவரும் அவரது மனைவியும் அவளது குடும்பத்துக்குச் செய்த, அவர் இன்னமும் செய்துகொண்டிருக்கிற உதவிகளுக்கு நன்றிக் கடனாக அவள் இதைச் செய்துகொண்டிருந்தாள்.

“காம்பௌண்ட்ல இந்த வருச தீபாவளி, தீபாவளி மாதிரியே இல்ல; ஏன் ரஞ்சிதா?” பட்டீஸ்வரன் குரல் உயர்த்திக் கேட்டார்.

ஆறு மாதங்களாக படிக்கட்டில் அமர்ந்திராதவர் இப்போது அங்கு அமர்ந்திருப்பதும், அத்தியாவசியமென்றால் அண்டை அயலாரோடு எட்ட நின்று பேசுவது தவிர அரட்டைகள் எதிலும் ஈடுபடாதிருந்தவர் இப்போது அப்படிப் பேசியதும் ரஞ்சிதாவுக்கு ஆச்சரியமாக இருந்தது. பெருக்கிக்கொண்டே இவரைத் திரும்பிப் பார்த்தவள், “சோத்துக்கே சிங்கியடிச்சுட்டிருக்கறவங்களுக்கு தீவாளி இல்லாததுதான் கொறைங்ளா?” என்றாள்.

“இந்தியாவுல, நூத்தி முப்பத்தெட்டு கோடியில, முப்பத்தெட்டு கோடி ஸ்லம் டாக் மில்லீனருகதான். டெய்லியும் நூறு-எரநூறாவது டாஸ்மாக் கடைக்குக் குடுக்கறாங்க. வருசத்துல ஒரு நாள், ஐநூறு, ஆயரம் இதுக்குச் செலவு பண்ண முடியாதா? இருந்தாலும், இந்த வருசம் கொரோனாவால நாடு முளுக்கவே தீபாவளி பெலமில்லாமத்தான் இருக்கும்னு நெனைச்சேன். நம்ம காம்பௌண்ட்லதான் அப்புடி. வெளிய எப்பவும் மாதிரி ஜோராத்தான் இருக்குது. இத்தனை நாளு கொரோனா பீதி, பயம்; ஊரடங்கு கஷ்ட நஷ்டம்; வேலை வெட்டி, அத்தியாவசிய காரியம் தவுத்து, மிடில் க்ளாசுக்கும் விசேசம், ஜாலின்னு எதுவும் இல்ல. வெளிய எங்கியும் போக வளியில்லாம ஊட்டுலயே அடைஞ்சும் கெடக்கறதாச்சு. எட்டு மாசமா மிச்சமான காசும் சும்மாதான இருக்கும்.

அதனால, இந்த வாட்டி தீபாவளிக்கு தாராளமா செலவு பண்ணி ஜெகஜோதியாக் கொண்டாடறாங்களாட்டிருக்குது. ஒரு வாரமாவே எங்க பாத்தாலும் சத்தம் காதக் கிளிக்குது."

பெருக்குவதை ஒரு கணம் நிறுத்தி நிமிர்ந்து நின்றவள், "ஊரடங்குனால சனங்களுக்கு வேலை, தொளிலு, வருமானம் இல்லீங்கறாங்க. ஆனாக், காசைக் கரியாக்கறக்கு இப்பவும் எங்கிருந்துதான், எப்படித்தான் காசு வருதோ?" என தாடையில் கைவைத்து வியந்தாள்.

"நகைக் கடைகள்ல போயிப் பாரு, இப்பவும் கூட்டம்தான். அங்க போறவங்க என்ன ஹை க்ளாசும், கோடீஸ்வரங்களும், மல்ட்டி மில்லீனருகளுமா? மிடில் க்ளாசுதான். தங்கம் வெலை, கோபுரத்துல ஏறிக் கெடக்குது. வெலைவாசியும் உச்சாணிக் கொம்புலதான். நம்முளுக்கு சம்பளம் ஜாண் ஏறினா, வெலைவாசி மொளம் சறுக்குது. ஆனா, துணிக் கடைலயும், ஜவுளிக் கடைலயும் கூட்டம் ஓயவே மாட்டேங்குதே! அந்தக் கடைக்காரங்களும் மாடிக்கு மேல மாடி கட்டிட்டேதான இருக்கறாங்க!"

"அதுதானுங்யா அதுசீமா இருக்குது. தீவாளி கொண்டாடறதுக்குன்னு, கொரோனா விதிகளக் காத்துல பறக்க உட்டுட்டு, சென்னைல வெளியூர் பஸ் ஸ்டாண்டுகளுக்குப் படையெடுத்து, ரெண்டே நாள்ல, ரெண்டு லட்சத்துக்கும் மேல சனம் தமிள்நாடு முளுக்க சொந்த ஊருக்குப் பிரயாணம் பண்ணியிருக்கறாங்க. மதுரைல சனம் கட்டுக்கடங்காமக் கூடி, சாமம் வரைக்கும் தீவாளி பர்ச்சேஸ் பண்ணியிருக்குது. இல்லாத பாடு எப்பவும் எங்களையப் பெலத்த ஏளை பாளைகளுக்குத்தானுங்யா."

வாசல் பெருக்குவதற்காக அவர்களின் வீட்டிலிருந்து பக்கெட் நீரோடு வெளிப்பட்ட சுசீலா, "உங்க பேச்சு சத்தம் கேட்டு, மறுபடியும் படிக்கட்டு சபை ஆரம்பிச்சிருச்சோன்னு நெனைச்சேன்" என்றாள்.

"இங்க உக்காந்தே ஆறேளு மாசமாயிப்போச்சேன்னு

தோணுச்சு. அதுதான் வந்து உக்காந்துட்டு பளசையெல்லாம் ஒவ்வொண்ணா நெனச்சுப் பாத்துட்டிருந்தேன். இல்லாட்டி இன்னேரம் எப்புடிக் கலகலப்பா இருக்கும்! ஆறு மாசமா காம்பவுண்டே எளவு வீடாட்ட இருக்குது."

ரஞ்சிதா பெருக்குவதை மீண்டும் நிறுத்தி நிமிர்ந்து, ஈர்க்குமாறு கட்டை இறுக்கியபடியே, "எளவுங்கவும் சூரியண்ணன் ஞாவகம்தானுங்யா வருது. அவுரு பேசறது, சிரிக்கறது, அவுங்கம்மா அப்புடி அளுது பொலம்புனது எல்லாம் கண்ணுக்குள்ளயே இருக்குது. நெனைச்சா திங்கற சோறு எறங்கறதில்ல. 'அப்பா செத்துப் போச்சுங்கத்தே'ன்னு அந்தப் பிஞ்சுக் கொளந்தைக ரெண்டும் பரிதாபமா சொன்னதை நெனைச்சா... நெஞ்செல்லாம் அடைச்சுட்டு, எனக்கு ஒரு மாதிரி ஆயிரும்" என்றாள்.

"இதுக்கு எப்ப மருந்து கண்டுபுடிச்சு, எப்பத்தான் விடிவு காலம் வருமோ...!" சுசீலாவும் ஆவலாதிப்பட்டபடி படியிறங்கி, தூசு பறக்காமல் பெருக்குவதற்காக பக்கெட் நீரை வாசலில் தெளிக்கலானாள்.

★★★

இரண்டாவது ஊரடங்கின்போது, கொரோனா பாதுகாப்புக்காக காம்பௌண்ட்வாசிகள் கலந்து பழகுவதை வைரஸ் காலம் முடியும்வரை நிறுத்திக்கொள்ளலாம் என்ற தீர்மானம் எடுக்கப்பட்டதிலிருந்து, பட்டீஸ்வரன் குடும்பத்தில் நால்வருமே அதைக் கறாராகக் கடைப்பிடித்து வந்தனர். காம்பவுண்டில் மட்டுமல்ல; வெளியிலும் அப்படித்தான். இங்கிருப்பதைக் காட்டிலும் வெளியில் கூடுதல் எச்சரிக்கையோடே நடந்துகொள்வார்கள்.

இதில் அதிக கவனத்தோடும், அறிதலோடும், பொறுப்போடும் இருந்தது அன்பரசுதான்.

எப்போதும் எதற்கும் அவசியமின்றி டென்ஷன் ஆகும் அவன், கொரோனா பிரச்சனையை மிக அமைதியாக அணுகியது ஆச்சரியமானது. எல்லோரும் கொரோனாவைக் கண்டு

பீதியும் திகிலும் அச்சமும் அடைந்துகொண்டிருந்தபோது, “பீதி, பயத்துக்கு அவசியமே இல்ல. தொற்றுத் தடுப்பு முறைகளை சரியாக் கடைப்பிடிச்சு, எதிர்ப்பு சக்தியக் கூட்டிட்டா கொரோனா தாக்காது. ஒருவேளை தாக்கினாலும், நம்ம உயிருக்கு ஆபத்து வராது. அதே மாதிரி, வைரஸ் தாக்கினவங்க, தன்னோட உயிரையும், சுயநலத்தையும் மட்டும் பாக்காம, மத்தவங்களுக்கு அது பரவக் கூடாதுங்கறதுல கவனமா இருக்கணும்...” என வீட்டிலும், மற்ற அனைவரிடமும் சொல்லி தைரியப்படுத்திக்கொண்டிருந்தான். முகநூல், வாட்ஸாப், ட்விட்டர் ஆகியவற்றில் இவற்றைப் பகிரவும் செய்தான்.

கொரோனா செய்திகள், தகவல்கள், புள்ளிவிவரங்கள், தடுப்பு முறைகள், சிகிச்சை, பல வகை மருத்துவங்கள் ஆகியவற்றில் தொடர்ந்த தேடல்களைச் செய்துகொண்டும், புதுப்பித்துக்கொண்டும் இருந்த அவன், தன்னால் இயன்ற சேவைகளை மற்றவர்களுக்குச் செய்துகொண்டுமிருந்தான். தகவல்கள், பகிர்தல்கள் வாயிலாக அதைச் செய்வதோடு, களப்பணிகளுக்கும் செல்வான்.

எப்போதும் அமைதியாக இருப்பவனும், யாருடனும் அதிகம் பேசாமல் ஒதுங்கி இருப்பவனும், பொதுவாக எதைப் பற்றியும் கவலைகொள்ளவோ அலட்டிக்கொள்ளவோ செய்யாதவனுமான அறிவரசு, கொரோனா காலத் துவக்கத்திலும் அப்படித்தான் இருந்தான். ஆனால், ஊரடங்கு சமயத்தில் தொடர்ந்து தொலைக்காட்சியிலும் இணையத்திலும் செய்திகளைப் பார்த்தும், மற்றவர்கள் பேசக் கேட்டும், கடும் மன உளைச்சலுக்கு ஆளாகிவிட்டான். அவனுக்குத் தொற்று அச்சத்தைவிட, மரண பயம் உண்டாகியிருக்குமோ என்னவோ. கொரோனா குறித்த மற்ற விஷயங்களையும், பாதிப்பு எண்ணிக்கைகளையும் விட, உலக அளவு முதல் மாவட்ட அளவிலானது வரையிலான பலி எண்ணிக்கைகளிலேயே அதிக கவனம் காட்டினான்.

“நம்பர்களுக்கும் உயிர் இருக்குதுங்கறது இப்பத்தான் தெரியுது” என்று அவன் சொன்னது, அன்பரசுக்கே திகைப்பளித்தது.

பட்டீஸ்வரன் அலுவல் நாட்கள் தவிர மற்ற நாட்களில்

வீடடங்கி, திரைப்படங்கள், பழைய பாடல்கள், நகைச்சுவை சேனல்கள் பார்த்துக்கொண்டிருப்பார். அல்லது தொலைதூர சொந்தங்களுக்கு அலைபேசி, “அங்க கொரோனாவுக்கு எத்தனை விக்கெட்டு உளுந்துச்சு?” என்று யாருடனாவது அரட்டையடித்துக்கொண்டிருப்பார். அவ்வப்போது மட்டும் ‘கொரோனா ஸ்கோர்’ பார்த்து, “இன்னைக்கு மகாராஷ்ட்ராவுல நூத்தி முப்பத்து ரெண்டு விக்கெட்டு, தமிள்நாட்டுல அறுவத்தேளு விக்கெட்டு” என்று அவர் சொல்வது அன்பரசுக்கு டென்ஷனாக்கிவிடும்.

“ஏப்பா, உங்குளுக்கு ஈவு எரக்கமே கெடையாதா? ஜோஸியரைவிட மோசமா இருப்பீங்களாட்ட இருக்குது? மனுசருக உயிரு உங்குளுக்கு அவ்வளவு எளக்காரமாப் போச்சா? நம்ம சொந்த பந்தத்துலயோ, நம்ம வீட்டுலயோ நடந்தா இப்புடித்தான் பேசுவீங்களா?” எனக் கோபித்துக்கொள்வான்.

“இவன் ஒருத்தன் எதுக்கானாலும் டென்சனாயிட்டு... எல்லாத்துலயும் நீதி, நேர்மை, நியாயம்னு பேசிட்டு! மனுசங்கன்னா அப்புடித்தான்டா, தனக்கொரு நாயம்; மத்தவங்களுக்கு ஒரு நாயம். அடுத்தவுங்க வலி வேற; நம்ம வலி வேற. ஞானி மகானுக புஸ்தகத்தைப் படிச்சுட்டு, யோகா - தியானம் பண்ணிட்டு, சமூக சேவை செஞ்சுட்டு நீ இருக்கற மாறயே எல்லாரும் இருக்க முடியுமா? நீ நெனைக்கற மாறயே எல்லாரும் நெனைக்க முடியுமா? நெருப்புன்னா வாய் சுட்டுருமா? விக்கெட்டுங்கறதுனால என்ன கெட்டுப் போச்சு? செத்துப் போயிட்டாங்கன்னு சொன்னா மட்டும், செத்தவங்க உயிரோட எந்திரிச்சு வந்துருவாங்களா? டென்சனைக் கொறைடா! இருவத்துரெண்டு வயிசுலயே பிரசரு வந்தா என்னத்துக்காகறது? எனக்கெல்லாம் எம்பதானாலும் வராது. ஏன்னா, காரணம் இதுதான்” என்பார் அவர்.

ஊரடங்கினால் ஓய்வு, குடும்பத்தோடு பொழுதைக் கழிப்பது, வீட்டில் இருந்தபடியே வேலை செய்யலாம், போக்குவரத்துச் செலவும் அலைச்சலும் இல்லை என மக்களில் பலருக்கும் வெவ்வேறு விதமாக சில நன்மைகளும் ஏற்பட்டிருந்தன.

வெளியே போக இயலாத சூழல் என்பதினால் பொதுவாக யாருக்கும் ஆடம்பர, அனாவசியச் செலவுகள் இல்லை. இதனால் மாதாந்திரச் செலவு மூன்று அல்லது நான்கில் ஒரு பங்காகக் குறைந்துவிட்டது என்று பலரும் சொன்னார்கள்.

"நம்ம வீட்டுல அஞ்சுல ஒரு பங்கு செலவு கொறைஞ்சிருக்குது. இதுதான் அத்தியாவசியச் செலவு. இதுக்கு மேல பண்றதெல்லாம் அனாவசியம், ஆடம்பரம். கொரோனா போனதுக்கப்பறமும் இதையே மெய்ன்ட்டெய்ன் பண்ணோணும்" என்றார் பட்டீஸ்வரன்.

சுசீலா பயந்த சுபாவி. மேலும், ஆஸ்துமா நோயாளி. அதனால் தொற்று பயத்தில் அவள் வாசல் தாண்டி எங்கும் செல்வதே இல்லை. வாங்கி வரும் காய்கறிகள், பழங்கள் ஆகியவற்றை வாசப்படியிலேயே வைத்து, அன்பரசு சொன்னபடி மஞ்சளும் கல் உப்பும் கலந்த கிருமிநாசினி நீரில் கழுவிய பிறகே வீட்டுக்குள் கொண்டு வருவாள். மளிகைப் பொருட்களில், நிறுவன உறைகள் கொண்டவை டெட்டால் நீர் முக்கிய துணியால் துடைக்கப்படும். சோப்புகள் போன்றவற்றில் உறையையே கழற்றி வீசிவீடுவாள். காகிதப் பொட்டலம் கட்டிக் கொடுக்கப்படுகிறவற்றில், அந்தந்தப் பொருள்களை அவற்றுக்குரிய டப்பாக்கள், பாட்டில்கள், சம்படங்கள் முதலான ஏனங்களில் போட்டுக்கொண்டு, காகிதங்கள் குப்பைச் சாக்கில் போடப்படும்.

குழந்தைகள் பயந்துகொண்டே பேராவலோடு பேய்ப் படங்கள் பார்ப்பது போல கொரோனா பாதிப்பு, பலி செய்திகளைப் பார்ப்பாள். "இத்தனை பேரு பாதிப்பா? இத்தனை பேரு செத்துட்டாங்களா? அந்தக் குடும்பங்கள்லாம் என்ன கஷ்டப்படுமோ!" என மாய்வாள்.

விடுமுறை நாட்களில் காலார நடப்பதற்காக இவர் வெளியே போகக் கிளம்பினால், "வேண்டாம். வேணும்னா வாசல்லயே நடங்க. அதுதான் அவ்வளவு பெரிய வாசல் இருக்குதே! மொட்டை மாடி இருக்கறவங்கல்லாம் அப்புடித்தான, மொட்டை மாடிலயே நடக்கறாங்க" எனத் தடுப்பாள்.

“எச்சரிக்கை வேணும். ஆனா, பயம் கூடாது. உன்னையாட்ட பயந்துட்டு, வீட்டுக்குள்ளயே இருந்தாப் பொளைக்க முடியுமா? அத்தியாவசியத்துக்குப் போயித்தான ஆகணும்? இப்புடி என்னேரமும் பயந்துட்டே இருந்தா, அதுவே ஒரு மனவியாதியா ஆயிரும்” என்பார் அவர்.

அன்பரசு தன்னார்வத் தொண்டனாக சேவை அமைப்புகளுடன் இணைந்து மக்களுக்கு விழிப்புணர்வு பரப்பவும், உணவுப் பொருள்கள், உணவு, தொற்றுத் தடுப்புப் பொருட்கள், மருந்துகள் ஆகியவற்றை வழங்கவும் செல்வான். சுசீலா அப்போது மிக அதிகமாகவே அஞ்சி, அவனுக்குத் தடை விதிப்பாள்.

முடிந்தவரை பொறுமையாக சொல்லிப் பார்த்துவிட்டு, “உங்களை மாதிரி, ‘நான், என் குடும்பம்’னு சுயநலமா என்னால இருக்க முடியாது. என்னால முடிஞ்ச உதவிய, சேவைய மத்தவங்களுக்கும் செய்வேன். அதைச் செய்யும்போதுதான் நான் ஒரு மனுஷன்ங்கற திருப்தி எனக்கு வருது. எச்சரிக்கை, பாதுகாப்பு, தடுப்பு பத்தி ஊருக்கே சொல்ற எனக்கு, அதைப் பத்தித் தெரியாதா? வீட்டுக்குள்ளயே அடைஞ்சு கெடந்தா மட்டும் கொரோனா வராதுன்னு நெனைக்கறீங்களா? உங்களுக்கு அவ்வளவு பயம்னா சொல்லுங்க, நான் வேண்ணா வீட்டுக்கு வல்ல. சேவை சங்கத்துலயே தங்கிக்கறேன்” எனச் சொன்ன பிறகுதான் அடங்கினாள்.

இருப்பினும் அவன் சேவைக்கோ, முகாம்களுக்கோ சென்றுவிட்டுத் திரும்பும்போதெல்லாம் கொரோனா கிருமி படியேறி வருவது போலவே வெலவெலத்துப் பார்ப்பாள்.

அதனால் பிறகு அவன் வீடு திரும்பும்போதெல்லாம் வெளியே உள்ள பொதுக் குளியலறையிலேயே குளித்துவிட்டு வீட்டுக்குள் வருவது வழக்கமாகி, பின்னர் பட்டீஸ்வரனும் அதைப் பின்பற்றலானார். சுசீலாவுக்கும் சமாதானம்.

இப்படியே ஆறு மாதங்கள் ஓடிவிட்டன. காற்றாட படிக்கட்டிலோ, வாசலிலோ அமர்ந்திருக்கலாம் என்பது கூட இவருக்குமே இவ்வளவு நாள் தோன்றவில்லை. இன்றுதான்,

பட்டாசுச் சத்தங்கள் கேட்டு, நினைவுகள் கிளற, வெளியே வந்திருந்தார்.

★★★

ரஞ்சிதாவும் சுசீலாவும் வாசல் பெருக்கி முடித்துவிட்டுச் சென்ற பிறகும் பட்டீஸ்வரன் அங்கேயே அமர்ந்திருந்தார். ஏதேதோ எண்ணங்களும் நினைவுகளுமாக அமர்ந்திருக்க, ஆங்காங்கே பட்டாசுச் சத்தங்கள் தொடர்ந்துகொண்டிருந்தன.

மரவள்ளிக்காரர் வீட்டு வாசலைப் பெருக்க ஆதிரா வெளிவந்தாள். தண்ணீர் தெளிப்பு ஏதும் இன்றி அவள் வாசலைப் பெருக்க, "ஏன் கப்பைக் குட்டி... திங்கக் கெளமைலருந்து ஸ்கூல் தெறக்கறதா இருந்தது கேன்ஸலானது உனக்கு குஷியா இருக்குமே" என்றார்.

"அய்யோஓஓ,... இல்லீங்க அங்க்கிள். மொதல்லலல்லாம் எப்படா ஸ்கூல் லீவ் விடும்னு இருக்கும். இப்ப ஏழு மாசமா ஸ்கூல் இல்ல. ஃப்ரண்ட்ஸ்களைப் பாக்க முடியல. இங்கயும் லோக்கல் ஃப்ரண்ட்ஸ் வீட்டுக்குப் போகாம, கொரோனாவுக்கு பயந்து வீட்டுக்குள்ளயே அடைஞ்சு கெடக்கறது போரடிக்குது. எப்படா ஸ்கூல் தெறக்கும்னு ஆசையா இருந்துச்சு. இப்ப பொஸ்க்குன்னு, நமுத்துப்போன பட்டாசாட்ட ஆயிருச்சு."

ஊரடங்கு தொடங்கியதிலிருந்து இதுவரை தமிழகத்தில் பள்ளிகள், கல்லூரிகள் எதுவும் திறக்கப்படவில்லை. வீட்டில் இருந்தபடி ஆன்லைனில்தான் வகுப்புகள் நடந்துகொண்டிருக்கின்றன. 9, 10, 11, 12-ம் வகுப்புகளுக்கான பள்ளிகளைத் திறக்க சமீபத்தில் அனுமதி உத்தரவாகியிருந்தது. கொரோனா நோய்த் தொற்று இரண்டாம் அலையாகப் பரவுவதால் அது ஒத்திவைக்கப்பட்டுவிட்டது. ஆராய்ச்சி மாணவர்கள், முதுநிலை இறுதியாண்டு அறிவியல், தொழில்நுட்ப மாணவர்களுக்கு மட்டும் வகுப்புகள் திறப்பு. பல்கலைக்கழகங்களையும் டிசம்பர் 2-ம் தேதி திறக்க தமிழக அரசு உத்தரவு. சூழ்நிலைக்கேற்ப பள்ளி திறப்பு தேதி பின்னர் அறிவிக்கப்படும்.

சுதேவன் ஜன்னலில் தலைகாட்டி, "கொரோனாவால

கொழந்தைக படிப்பே ஒரு வருஷம் பாழாயிருச்சுங்க. ஆன்லைன் க்ளாஸெல்லாம் ப்ரயோஜனமே இல்ல. அது சும்மா வெறும் ஐ வாஷ்தான். டெய்லியும் ரெண்டு சப்ஜெக்ட்; அதுவும், ஒரு மணி நேரம், ரெண்டு மணி நேரம்னு க்ளாஸ் நடத்தறது, ரெகுலர் க்ளாஸுக்கு ஈடாகுமா? சின்னக் க்ளாஸ் கொழந்தைக ஆன்லைன் க்ளாஸ்ல கவனம் செலுத்தறதும், படிக்கறதும் இல்ல. வசதியில்லாத பல பேருக்கு அதை அட்டன் பண்ண முடியாத நெலைமை. படிப்புல பெரிய பள்ளம் விழுந்துருச்சு. ஏழு மாசமா டிவி. வீடியோ கேம், வெளையாட்டுன்னே இருந்து, படிப்பையே மறந்துட்டாங்க. இனி ரெகுலர் க்ளாஸ் தொடங்குனா கொழந்தைகளால பழையபடி நார்மலுக்கு வர முடியாது. ஒரு வருசம் வேஸ்ட்டுதான்!" என்றார்.

தானாக மற்றவரிடம் அவர் கருத்து சொன்னது இதுதான் வாழ்வில் முதல் முறையாக இருக்கும் என்று தோன்றியது இவருக்கு.

அப்போது அவர்களின் வீட்டிலிருந்து ஹரீஸ் பட்டாசும் ஊதுபத்தியுமாக வாசலுக்கு வந்தான்.

"டேய்... இவ்ளோ நேரம் உனக்குப் பட்டாசு வெடிக்கத் தெரியலையா? வாசல் கூட்டிட்டிருக்கும்போது வர்றயே! தெருவுக்குப் போயி வெடி!" ஆதிரா விரட்டினாள்.

அவன் தெருவை நோக்கி ஓட, "சத்தமா பட்டாசு வெடிச்சா போலீஸ் புடிச்சுக்கும்டா. சத்தமில்லாம வெடி" எனக் குரல் கொடுத்தார் பட்டீஸ்வரன்.

அவன் திடுக்கிட்டு நின்று வாய்விட்டு யோசித்தான். "சத்தமில்லாம எப்படிப் பட்டாசு வெடிக்கறது...?"

"டேய், மண்டூஸ்! அங்க்கிள் உன்னை பயப்படுத்தறாருடா. நைட்டு பத்து மணிக்கு மேலதான் வெடிக்கக் கூடாது. நீ போ!" என்றதும் குதியாட்டமிட்டபடி ஓடினான்.

"அன்னைக்காட்ட கைல வெச்சு வெடிக்காதடோய்..." என்றபடியே சாப்பாட்டுக் கூடையுடன் உள்ளே வந்த காரமடையான், "இந்த வருசம் கொளந்தைக தினத்துலயே

தீபாவளி வந்திருக்குது” என்றபடி தன் வீட்டுப் படிக்கட்டில் கூடையை வைத்தார்.

கொடிக் கம்பியில் கிடக்கும் துண்டை எடுத்துக்கொண்டு, பொதுக் குளியலறைக்கு வரும் வழியில், பட்டீஸ்வரனை நோக்கி, “சபையில்லாம தலைவர் மட்டும் உக்காந்துட்டிருக்கறயா?! இரு, மூஞ்சி களுவீட்டு வாறன். உங்கட்ட ஒரு விசியம் பேசோணும்” என்றார்.

கை கால் முகம் கழுவிவிட்டு, துண்டில் ஈரம் துடைத்தபடியே வந்து, முகக் கவசத்தை மீண்டும் அணிந்துகொண்டு படிக்கட்டில் அதிக இடைவெளி விட்டே அமர்ந்துகொண்டார்.

“வர்ற செவ்வாக்கௌமையன்னைக்கு இமயத்தரசிக்கு வருசாந்தரமப்பா. கல்யாணம்னா நூறு பேரு, கருப்புன்னா அம்பது பேரு கூடறக்கு அனுமதி இருக்குதுன்னாலும், நாம கூட்டம் சேத்தலாமா; சிம்பிளாப் பண்ணிக்கலாமான்னு ரெண்டார்த்தமா இருக்குது. அய்யாவு, ஆள் கூட்டம் வேண்டாம்; நாம குடும்பத்தாருக மட்டும் அம்பராம்பாளையம் போயி திதி குடுத்தாப் போதும்கறான். மொத வருசம்கறதுனால, இந்த வருசமாச்சும், நெருங்குன சொந்த பந்தங்களையாச்சும் கூப்புட்டு செய்யோணும்கறா பார்கவி. சொந்தபந்தம் இல்லாட்டியும் காம்பௌண்ட்காரங்க எல்லார்த்தையும் கூப்புட்டு செய்யோணும்னு எனக்கு ஆசை. ஆனா... இந்தக் கொரோனாவாலதான் ரோசனையா இருக்குது. நம்முனால ஆருக்கும் ஒரு ஒவுத்திரியம் வந்தறக் குடாதல்லோ?”

“அடடா,... அதுக்குள்ள வருசாந்தரமாயிப்போச்சுங்ளா!? அது செரிதான். ஊரடங்கு போட்டே, அதா இதாங்கறக்குள்ள எட்டு மாசம் ஓடிப் போயிருச்சே” என்ற பட்டீஸ்வரன், “மே மாசத்துலயே, இந்திய சுகாதாரத் துறையே சொல்லீருச்சே, கொரோனோவோட வாளப் பளகிக்கோணும்னு. மனுசங்க கொரோனாவோட வாளப் பளகிக்கறமோ இல்லியோ, கொரோனா மனுசங்களோட வாளப் பளகீருச்சு. அதுக்கு மனுசங்களை ரொம்பப் புடிச்சுப் போயிருச்சாட்ட இருக்குது. அதனாலதான் விட்டுப் போகறக்கு மனசே வராம, இங்கியே

சுத்திட்டிருக்குது. அது அவ்வளவு சீக்கரம் உட்டுப் போறாப்புடித் தெரியில. நம்மள மாறக் கொஞ்சம் பேருதானுங்யா இப்புடி பயந்துட்டே எங்கியும் போகாம, எதுவும் பண்ணாம இருக்கறோம். மத்தபடி, எல்லாப் பக்கமும் போறவுங்க போயிட்டும் வந்துட்டும்தான் இருக்கறாங்க. கல்யாணம், கருமாதி, கோயல் திருவிளா எல்லாம் நடந்துட்டேதான் இருக்குது. ஆனா, அதுல ஆபத்து இல்லாமலும் இல்ல. அப்புடியே பாத்துட்டிருந்தா எதுவுமே பண்ண முடியாதே!"

"கூட்டம் கூட்டியே செஞ்சர்லாம்கறயா?"

"உங்க விருப்பம்ங்க. செஞ்சாத் தப்பில்லங்கறது என்னோட அபிப்ராயம். ஆனா, பெருங்கூட்டம் வேண்டாம்."

"குடும்பத்தாரு, நம்ம காம்பௌண்ட், ஓனரு வீடு, நெருங்குன சொந்த பந்தம், குடுத்த - எடுத்த குடும்பம், கம்பெனில அஞ்சாறு பேரு, இங்க அக்கம் பக்கத்துலயும் காலனிலயுமா பத்து இருவது டிக்கெட்டு சேரும். அப்புடிப் பாத்தலே எளுவது எம்பது டிக்கிட்டு ஆயிருமாட்ட இருக்குதே!"

"அதுல எவ்வளவு கொறைக்க முடியுமோ அவ்வளவக் கொறைச்சு, அம்பது அறுவதுக்குள்ள முடிங்க. இங்கியே சாமியானாப் போட்டு, ரெண்டு பந்தில முடிச்சுக்கலாம்."

"அது நல்ல ஐடியா. செரி. பசங்க புள்ளைககட்டச் சொல்றேன். அவுங்க அபிப்ராயத்தையும் கேட்டுட்டு, நேந்து கலந்து பண்ணிக்கலாம். வெளியாளுக வேண்டாம்னாலும், காம்பௌண்ட்காரங்களை மட்டும் கூப்புட்டாவது பண்ணோணும்."

"ஆமாங்யா. உங்குளுக்கும் காம்பௌண்ட்க்கும் இருக்கற பந்தம் அப்புடியாச்சே. அதுவுமில்லாம, நாம சொல்லித்தான் ஆறு மாசமா காம்பௌண்டே இப்புடி போக்குவரவு இல்லாம இருக்குது. அதையப் பத்தியெல்லாம் நெனைச்சுட்டுத்தான் இப்ப இங்க வந்து உக்காந்துட்டிருந்தேன். வாசக் கூட்ட வந்த ரஞ்சிதாகிட்டயும் பேசுனேன். கரெக்ட்டா நீங்களும் இந்த நாயம் எடுத்திருக்கறீங்க. பிரிஞ்ச குடும்பம் ஏதாச்சு

விசேசத்துல ஒண்ணு சேர்ற மாற, பளக்க வளக்கம் விட்டிருந்த காம்பௌண்ட் குடும்பங்கள்லாம், உங்க வீட்டு விசேசத்துல மறுக்காவும் ஒண்ணு சேருட்டுமே! அதுவும் உங்க வீட்டுக் காரியம்ங்கும்போது அதுக்குப் பத்து பொருத்தமும் இருக்குது" என்றார் உற்சாகமாக.

காரமடையான் சோகப் புன்னகையோடு ஏற்றுக்கொண்டார்.

★★★

வள்ளிநாயகம் காம்பௌண்டுக்கு மூலவர் வள்ளிநாயகம் என்றால், உற்சவர் காரமடையான்.

அவர் இந்தக் காம்பௌண்டுக்கு வந்து 29 வருடங்கள் ஆயிற்று. வசித்த காலங்களை மட்டும் எடுத்துக்கொண்டால் 27 வருடங்கள். பழைய ஓட்டுவில்லை வீடுகளை இடித்துவிட்டு ஆஸ்பெட்டாஸ் கூரை வீடுகளாக மாற்றும்போது சுமார் ஏழெட்டு மாதங்களும், அந்த வீடுகளை இடித்துவிட்டு காங்க்ரீட் வீடுகளாகக் கட்டியபோது சுமார் ஒன்றரை வருட காலமும் வெளியே குடியிருந்தார்.

முதல் முறை, ஆஸ்பெட்டாஸ் வீடுகள் கட்டுவதற்காக அப்போது குடியிருந்த அனைவரையும் வீட்டைக் காலி செய்யச் சொல்லும்போதே, நல்ல குடியிருப்பாளர்களான காரமடையான், பாயாசம், ஆண்டனி ஆகியோர் குடும்பத்தினரிடம், "புதுசா வீடு கட்டி முடிச்சதும் நீங்க மறுக்கா இங்கயே குடி வந்துக்கங்க" என்றார் வள்ளிநாயகம். அப்படியே அவர்களும் வந்தனர். புதிதாக மற்ற பலரும் வரவும், போகவுமாக ஆயிற்று. அப்போதுதான் இங்கிருந்த அனைத்து வாடகைக் குடும்பங்களிடையேயும் அன்னியோன்யமும், கூட்டுக் குடும்பம் போன்ற பாசமும், ஒற்றுமையும் உண்டாகி, இந்தக் காம்பௌண்ட் தனிச் சிறப்புற்றது.

இரண்டாம் முறையாக 98-ல் இந்த வீடுகளைக் கட்டுவதற்காக காலி செய்யச் சொன்னபோது வள்ளிநாயகம் முன்பு போல யாரிடமும் எதுவும் சொல்லவில்லை. "இத்தனை வருசமா இப்புடிப் பளகீட்டு, இப்ப திடீர்னு எல்லாரும் ஒட்டுக்காப்

பிரிய வேண்டீதா இருக்குதே" என்ற வருத்தத்தோடே நகரில் ஆங்காங்கே குடிசென்றனர். காரமடையானுக்கும், பாயாசத்துக்கும் இந்தக் காலனிக்குள்ளேயே வீடு கிடைத்தது. இங்கே வீடு கட்டப்பட்டுக்கொண்டிருப்பதைப் பார்த்த அவர்கள், "இப்ப வாடகை வீடுகளுக்கு நல்ல கிராக்கி. கட்டீட்டிருக்கற இந்த வீடுக முளுக் காங்க்ரீட்டு; பெருசு; சௌரியமும் ஜாஸ்தி. அதனால நிச்சயமா வாடகை ஜாஸ்தியாகும். அதனாலதான் முன்னயாட்ட யாருகிட்டயும் மொதலாளி சொல்லுலங்கறது தெரியுது" எனப் பேசிக்கொண்டனர்.

கட்டுமானப் பணிகள் நடந்துகொண்டிருக்கும்போதே வேறு நபர்கள் பலரும், தரகர்களும் வள்ளிநாயகத்தை அணுகி, கட்டி முடித்ததும் வாடகைக்கு வருவதற்குக் கேட்டனர். "இல்லல்ல. இங்கிருந்து போனவங்களே திரும்பவும் இங்க குடிவருவாங்க" என்றுவிட்டார்.

பாயாசம் அதைக் கேள்விப்பட்டதும், "பத்து டம்ளர் பால் பாயாசம் குடிச்ச மாற இருக்குதப்பா" என காரமடையானிடம் குதூகலித்தார்.

இருவரும் முந்தைய குடியிருப்பாளர்கள் அனைவரையும் சென்று பார்த்துத் தகவல் சொல்ல, அனைவரும் வந்து வள்ளிநாயகத்தைக் கண்டு, அவரவர் வசதிக்கேற்ற வீடுகளில் மறுகுடி வந்தனர்.

அப்போதிருந்து காரமடையானுக்கு வள்ளிநாயகத்தின் மீது அளவு கடந்த அபிமானம், மதிப்பு. அவருக்கும் இவர் மீது நம்பிக்கை என்பதால் காம்பௌண்டுக்கு எழுதப்படாத பவர் ஆஃப் அட்டர்னியாகவும், அந்தரங்க நண்பராகவும் ஆக்கிக்கொண்டார்.

காரமடையானுக்குத் தன்மையான குணம். ஊருக்கெல்லாம் உபகாரி. பிரதிபலன் பாராமல் உதவி, ஒத்தாசைகள் செய்வார். ஜாதி, மதம், இனம் போன்ற பேதங்களுக்கு அப்பாற்பட்டவர். காம்பவுண்ட்வாசிகளிடம் குடும்ப உறவுகள் போலவே எந்த வித்தியாசம் இன்றிப் பழகுவார். கூட்டுக் குடும்பப்

பொறுப்பாளியான முதியவர் போன்றவர். அனைவர் குடும்ப காரியங்களிலும் அக்கறை கொண்டு, சுக துக்கங்களில் பங்கேற்று, முன்னின்று நடத்துவார். வருத்தப்பட்டு பாரம் சுமக்கிறவர்களுக்கு இளைப்பாறல் தரும் சுமைதாங்கி ஆத்மா. காம்பௌண்ட்வாசிகள், புறவாசிகள், தெருக்காரர்களில் பலரும் வந்து தங்களின் கஷ்ட நஷ்டங்களை அவரது தலையில் இறக்கிவிட்டு, ஆறுதலையோ, அம்பது நூறு கைமாத்தையோ வாங்கிவிட்டுப் போவார்கள். ஆனால், எதிலும் தன்னை முன்னிலைப்படுத்திக்கொள்ள மாட்டார். “நீங்கதான் பெரியவரு; நீங்கதான முன்னாடி நிக்கணும்” என்று யாராவது இழுத்து வந்து நிறுத்தினால் கடப்பாரையை முழுங்குனாப்புடி நிற்பார்; உட்கார வைத்தால் புடிச்சு வெச்ச புள்ளையாராட்டம் உட்காருவார்.

இந்தக் கூட்டுக் குடும்ப காம்பவுண்டின் கொள்ளுத் தாத்தா அவர். குழந்தைகள் முதல் பெரியவர்கள் வரை அனைவருக்கும் அவரைப் பிடிக்கும்.

மூன்று குரங்கு பொம்மைகளும் இணைந்து ஒரு மனிதனாகப் பரிணமித்தால் அது காரமடையானாகத்தான் இருக்கும். எதையும் நேர்மறையாகவே பார்ப்பார். எதிலும் நன்மைக்கே முக்கியத்துவம் தருவார். “நல்லதும் கெட்டதும் எல்லாத்துலயும்தான் இருக்கும். நல்லதை எடுத்துட்டு, கெட்டதை உட்டறணும்” என்பார்.

வயதாகி ஓய்ந்து சாகக் காத்திருக்கும்போது, நாம் மகிழ்ச்சியோடு நினைத்துப் பார்த்து மன நிறைவோடு சாவதற்கு, இனிமையான நினைவுகள் வேண்டும். அதற்கு நாம் கடந்த காலத்தில் அப்படிப்பட்ட வாழ்க்கையை வாழ்ந்திருக்க வேண்டும்; அப்படிப்பட்ட வாழ்க்கையைத்தான் நான் வாழ்கிறேன் என்பவர் அவர்.

மனைவி இமயத்தரசி, ஜாடிக்கேத்த மூடி. இருவருக்கும் மாறுபட்ட குணம், சிலவற்றில் ஒன்றுக்கொன்று எதிராகவும் இருக்கும். ஆனால், இவர் பேச நினைப்பதை அவள் பேசுவாள்; அவள் சொல்ல நினைத்ததை இவர் செய்து முடித்திருப்பார்.

கணக்கு வழக்கில்லாமல், கேட்பவர்களுக்கெல்லாம் கடன், கைமாத்து வழங்கிவிட்டு, நினைவில் இருந்தாலும் அதை

மறந்துவிடுவது அவரது வழக்கம்.

“ஊருக்கெலாம் அள்ளிக் குடுக்கறக்கு நீங்க என்ன கர்ண மகாராசாவா, இல்ல, எம்ஜியாரா? அவுங்குளுக்கு கோடி கோடியாக் கொட்டிக் கெடந்துச்சு, அள்ளிக் குடுத்தாங்கொ. நம்முளுக்குக் கிள்ளிக் குடுக்கறக்கே இல்லியே! அப்பனுக்கே ஓட்டுக் கோமணம்; மகனுக்குப் பட்டுப் பீதாம்பரமாமா. ஏளைப் பங்காளன்னு, இருக்கற அஞ்சு பத்தையும் தான தர்மம் வாத்துட்டிருந்தா, நமக்கு சோத்துக்கு என்ன பண்றது? சோத்தாங்கை குடுத்தது ஒறட்டாங்கைக்குத் தெரியக் கூடாதுன்னு அள்ளி அள்ளிக் குடுக்கறாரு. கடன், கைமாத்துக்குக் கணக்கும் இல்ல; வளக்கும் இல்ல. நேத்து இருவத்தஞ்சு ருவா குடுத்தனே,... அதைய என்ன பண்ணுனீங்கோ? முந்தா நாளு சாந்தா வந்து குணுகுணுன்னு பேசீட்டிருந்தாளே, எதுக்கு? எங்கிட்ட ஜம்பம் பலிக்காதுன்னு உங்குகிட்ட நீலிக் கண்ணீரு வடிச்சு காசக் கறந்துட்டுப் போயிட்டாளா? அந்தக் குடிகாரக் குப்பன் வேலான், போன வாரம் ஓரியாடி நூர்ருவா வாங்கிட்டுப் போனானே, குடுத்தானா? எப்பக் குடுத்தான்? எங்க, காமிங்க பாக்கலாம். கண்ணுல பாக்காம நான் நம்ப மாட்டேன். அவனோட தில்லாலங்கிடியெல்லாம் எனக்குத் தெரியும்; உங்க ஏமாளித்தனமும் எனக்குத் தெரியும்” என, ஆரியக் கூத்தாடினாலும் காரியத்தில் கண்ணாக இருந்து, பணத்தை வசூலிப்பவள் அவள்.

ஆனால், உண்மையிலேயே கஷ்டப்படுகிறவர்களுக்கு உதவுவதில் தடை சொல்ல மாட்டாள். அவளும், காசு பணத்தில் இல்லாவிடாலும், உடலால், மனதால், உபகாரங்களைச் செய்யக் கூடியவளே. கணவனின் விருப்பங்களுக்கு மாறு சொல்லாதவள். ராமன் இருக்குமிடமே சீதைக்கு அயோத்தி ரகம்.

அப்பேர்ப்பட்டவருக்கு, மனைவி இறந்த பின் தனிமை எவ்வளவு கொடுமையாக இருந்திருக்கும்! அவர்களை அறிந்த எல்லோராலும் அதை உணர இயலும். காம்பௌண்ட்வாசிகள் அதை அனுதினமும் பார்த்துக்கொண்டும் இருந்தனர்.

“அம்மா இருந்த வரைக்கும் நீங்க இங்க புடிவாதமா இருந்தது

பரவால்ல. இப்ப அப்புடியா? தானே சமைச்சு, தனியா சாப்புட்டுட்டு, ஒரு தலைவலி காச்சல்னா வெந்தண்ணி வெச்சுக் குடுக்க ஆளில்லாம, எதுக்கு இப்புடிக் கஷ்டப்பட்டுட்டு இருக்கறீங்க? தள்ளாத வயிசுல நீங்க வேலைக்குப் போயி சம்பாரிச்சாகணும்னு என்ன தலைவிதியா? அண்ணனும், தம்பியும் பாத்துக்க மாட்டாங்களா? அப்புடியில்லீன்னா எங்க வீட்டுக்கு வாங்க, நாங்க பாத்துக்கறோம். ரெண்டு மகனுக இருந்தும் கடைசி காலத்துல பெத்தவீகளப் பாக்குலன்னு ஏற்கனவே சொந்தக்காரங்க பேசுவாங்க. இப்ப, தன்னந்தனியா அந்தக் கெளவன உட்டுட்டானுகளே உங்கண்ணனுக; நீயாவது பாத்துக்கக் கூடாதான்னு ஏசறாங்க."

கோபிசெட்டிபாளையத்துக்குக் கட்டிக்கொடுக்கப்பட்ட மகள் பார்கவி அவரைப் பார்க்க வரும்போதோ, அலைபேசியில் பேசும்போதோ சொல்லத்தான் செய்வாள். அதற்காக மகள் வீட்டில் போய் இருக்க முடியுமா?

மகன்களில் பெரியவன் காடம்பாறையில். அந்த மலைப் பிரதேசக் குளிர் இவருக்கும் இமயத்தரசிக்கும் ஒத்து வராது. அதனால் அவனோடு இருக்க முடியாது. சின்னவன் பெங்களூருவாசி, நவ நாகரிக வாழ்க்கை. அவர்களுக்கு இந்தப் பட்டிக்காடுகளை ஒத்து வராது.

"நமக்கு இந்தக் காம்பௌண்ட்தான் வீடு. இங்க இருக்கறதுதான் பெத்துப் பொறப்பு, பேரப் புள்ளைக" என்பார் அவர்.

அப்படிப்பட்டவருக்கு, அவரது உயிரின் மறுபாதியான மனைவியின் முதல் நினைவு நாளை, இங்கே இந்தக் காம்பவுண்டில், இவர்களோடு கொண்டாட வேண்டும் என்றுதான் எண்ணமும் ஆசையும் இருக்கும் என்பதைப் பட்டீஸ்வரனால் தானாகவே புரிந்துகொள்ள முடிந்தது. இப்போது அவர் சொல்லியதிலிருந்தும் அது உறுதியானதால்தான் வருஷாந்தரத்தை இங்கேயே நடத்தலாம் என சொல்லியிருந்தார்.

★★★

காம்பௌண்ட்காரர்கள் அனைவரையும் அழைத்து,

அதுவும் இங்கேயே, இமயத்தரசியம்மாவின் நினைவு நாள் கொண்டாடப்படவிருக்கிறது என்பதில் ரஞ்சிதாவுக்கு மிதமிஞ்சிய மகிழ்ச்சி. அதன் மூலம் பழையபடி எல்லோரும் பழகவும், கலகலப்பாக மகிழ்ந்திருக்கவும் வாய்ப்பு ஏற்படும் என்பதுதான் காரணம்.

காரமடையான் ஒவ்வொரு வீட்டுக்கும் வந்து, "பேச்சுக்குச் சொல்றதல்ல; காம்பௌண்ட் வீடுகள்ல இருக்கற எல்லா வீட்டுலருந்தும், ஒருத்தர் பாக்கியில்லாம எல்லாரும் கலந்துக்கோணும். அன்னைக்கு மத்தியானம் எந்த வீட்டுலயும் சமைக்கக் கூடாது" என்று அன்புக் கட்டளையிட்டுவிட்டார்.

"இந்தத் தள்ளாத வயிசிலயும் மகனுக வீட்டுக்கோ, மக வீட்டுக்கோ போகாம, காம்பௌண்ட்தான் என் வீடு; காம்பௌண்ட்காரங்கதான் என் குடும்பம்னு இருக்கறவரு அவுரு. நம்ம எல்லாருக்கும் உதவி செஞ்சுட்டு, தன்னால யாருக்கும் எந்த ஒவுத்திரியமும் ஆயறக் குடாதுன்னு, நம்மகிட்ட எந்த உதவியுமே கேக்காதவரு. இன்னி அவுரு இருக்கப்போறது எத்தனை காலமோ! அவுரு தனக்குன்னு தனியா இனி எந்தக் கொண்டாட்டத்தையும் நடத்தவோ, பாக்கவோ போறதில்ல. சொந்தக்காரங்களக் கூப்படாட்டியும் நம்மளோட கொண்டாடணும்கறது அவுரோட ஆசை. அதனால, அவுரு சந்தோசப்படற மாதிரி இதை நாம எல்லாரும் சேந்து சிறப்பாக் கொண்டாடணும்" என பட்டீஸ்வரனும் பிற்பாடு தனியே வந்து ரஞ்சிதா, வேலு, முஸ்தாக் ஆகியோரிடம் சொன்னார். அவர்களும் ஆமோதித்து, ஆவலோடு ஏற்றுக்கொண்டனர்.

நினைவு நாள் என்பது வருத்தத்திற்குரியது. அதிலும் இமயத்தரசியம்மாவின் நினைவு நாள் என்பது, சம்பிரதாயத்துக்கு அப்பாற்பட்டு, உண்மையிலேயே ரஞ்சிதா வருந்த வேண்டிய ஒன்று. அந்த வருத்தம் இங்கே யாருக்கு இருக்கிறதோ இல்லையோ, இவளுக்கு எப்போதுமே இருக்கிறது; இருக்கும்.

பழக்கத்தின் காரணமாக மற்ற வீட்டினர்களுக்கும் அது இருக்கலாம். ஆனால், பழக்கத்தையும் விட, காரமடையான் தம்பதியினருக்கு இவளும் வேலுவும் பல வகையிலும் நன்றிக்

கடன்பட்டிருக்கிறார்கள். கைமாறு செய்து தீர்க்க முடியாத கடன்கள் அவை.

உயர்த்தப்பட்ட ஜாதியினரில் சிலர் தாழ்த்தப்பட்ட ஜாதியினர்களுக்கு வாடகைக்கு வீடு கொடுப்பதில்லை. நாகரிகமானவர்கள் ஜாதி கேட்பது தற்கால வழக்கமல்லவே. நகர்ப்புறங்களில் பலரும் குலத் தொழில் அன்றி வேறு தொழில்களிலோ, அரசு அல்லது தனியார் பணி, வியாபாரம் ஆகியவற்றிலோ ஈடுபட்டிருப்பதால் அவர்களின் ஜாதியைக் கேட்காமல் கண்டறிவதும் சிரமம். எனவே, அவர்களின் சொந்த மாவட்டம், ஊர், அப்பாவின் தொழில், உறவினர்கள் அதிகமாக எந்த ஊரில் இருக்கிறார்கள் என்றெல்லாம் கேட்டும், பேசுகிற வட்டார மொழி அல்லது ஜாதிய மொழி, நிறத்திலும் முக அடையாளங்களிலும் வெளிப்படக் கூடிய ஜாதி சாயல்கள் ஆகியவற்றை வைத்தும் ஜாதியைக் கண்டறிய முற்படுவார்கள். இன்னமும் குலத்தொழில் முறையும் நிலவுவதால் நகர சுத்திகரிப்பு, முடி வெட்டுதல், கட்டுமானம் போன்ற தொழில்களில் ஈடுபடுகிறவர்களின் ஜாதியைத் தொழிலை வைத்துக் கண்டுகொள்வார்கள். இவை இரண்டும் இயலாதபோது நேரடியாகவே, நீங்க என்ன ஆளுக என்று கேட்பார்கள்.

சில உரிமையாளர்கள் தங்கள் வீட்டுக்குள் ஜாதித் தீண்டாமை கடைப்பிடிப்பவர்களாக இருப்பினும், வாடகைக்கு விடும் வீட்டை எந்த ஜாதியினர்களுக்கு வேண்டுமானாலும் கொடுப்பார்கள். அப்படியே இருப்பினும், அண்டை அயல்வாசிகள், சமூக நடப்பின்படி, தாழ்த்தப்பட்ட ஜாதியினர்களோடு வீட்டுக்கு வெளியே சமத்துவமாகப் புழங்கிப் பழகினாலும், வீட்டுக்குள் அவர்களை அனுமதிக்க மாட்டார்கள்.

வேலுச்சாமி ரஞ்சிதா தம்பதியைப் பொறுத்தவரை, கட்டுமானத் தொழில் என்றதுமே ஜாதி தெரிந்துவிடும். அதனால், ஜாதி பார்க்கும் உரிமையாளர்கள் வேறு ஏதாவது காரணங்கள் சொல்லி மழுப்பி, வீடு தர மறுத்துவிடுவார்கள்.

ஜாதி காரணமாக வாடகைக்கு வீடு கிடைக்காத கஷ்டங்கள்

இவர்களுக்கு அதிகமாக நேர்ந்ததில்லை. எனினும் அவ்வாறு மறுக்கப்படுதலில் உள்ள தாழ்வுபடுத்தலின் வேதனையை உள்ளூர அனுபவித்துள்ளனர்.

உயர்த்தப்பட்ட ஜாதியினர்களின் வீடுகளுக்குள் செல்ல முடியாத ஜாதிய நிலை, பல வகைகளில் அவமானங்களையும், தர்ம சங்கடங்களையும் ஏற்படுத்தியுள்ளது. வேலுவுக்குச் சிறு வயதிலிருந்து இத்தகைய அனுபவங்கள் அதிகம். உயர் நிலைப் பள்ளியில் படிக்கும்போது, உயர்த்தப்பட்ட, பிற்படுத்தப்பட்ட ஜாதி மாணவர்கள் அவனுக்குப் பொரியுருண்டை என்று பட்டப்பெயர் வைத்திருந்தார்களாம். உயர்த்தப்பட்ட ஜாதிப் பெரியவர்கள் வேலுச்சாமி என்று குறிப்பிடாமல் வேலான் என்றுதான் குறிப்பிடுவார்களாம்.

விஜியின் அப்பாவிடம் இது பற்றி ஒரு முறை பேசிக்கொண்டிருந்தபோது, “தாள்த்தப்பட்டவங்க ஆறுச்சாமி, வேலுச்சாமின்னு பேரு வெச்சிருந்தா, மேல் சாதிக்காரங்க சாமிங்கறதை சொல்ல மாட்டாங்க. ஆறான், வேலான்னுதான் கூப்புடுவாங்க” என்றுவிட்டு,

“இப்பல்லாம் உங்க பசங்களாட்ட வட நாட்டுப் பேரு, அய்யிருக பேரு, மத்த மேல் சாதி பேருன்னு, எந்த சாதிப் பேரு வேண்ணாலும் எல்லாரும் வெச்சுக்கறாங்க. முந்தியெல்லாம் அப்புடிக் கெடையாது. பேரைக் கேட்டாலே இன்ன சாதின்னோ, இல்லாட்டி மேல்சாதி கீள்சாதின்னாச்சும் தெரிஞ்சுக்கலாம். கீள்சாதிப் பேரை மேல்சாதிக்காரங்க வெக்க மாட்டாங்க. மேல் சாதிக்காரங்க பேரை கீள்சாதி வெக்க முடியாது. அப்பறம் மொள்ள மொள்ள அது மாறி, கீள்சாதிக்காரங்களும் சாதியை மறைக்கறக்கு மேல்சாதிப் பேரை வெக்கறது, இல்லாட்டிப் பொதுப் பேராச்சும் வெக்கறதுன்னு ஆயிருச்சு. ஆனா அன்னைக்கும் இன்னைக்கும் - என்னைக்கும் மேல்சாதிக்காரங்க பத்ரன், கைப்பையன், முனியம்மா, அருக்காணின்னு கீள்சாதிப் பேரை வெக்கவே மாட்டாங்க” என்றார்.

இது போன்ற ஜாதி, இன அடையாளம் எதுவும் கூடாது

என்பதற்காகத்தான் சுதந்திர வேங்கைகள் நண்பன் ஒருவன் சொல்லி, அம்பேத்கர் புத்த மதத்தை தலித்துகளுக்குப் பரிந்துரைத்ததன் அடையாளமாக, இவர்களின் மகன்களுக்கு புத்தரின் பெயரிலிருந்தே கௌதம், சித்தார்த் ஆகிய பெயர்களை சூட்டியிருந்தான் வேலு. அவனது சொந்த ஊரில் இவற்றைக் கேட்டுவிட்டு, ஜாதிய வன்மம் கொண்ட ஆதிக்க ஜாதிக் கிழவர் ஒருவர், "நாய்க்குப் பேரு முத்து மாலையாமா. நாய்க்கு டைகர்னு பேரு வெச்சா அது டைகராயிருமா? நாயி என்னைக்கும் நாயிதான்" என சொன்னாராம். கேட்டவர்கள் சொல்லித் தெரியவந்தது.

"நாப்பது அம்பது வருசத்துக்கு முன்னாடி, ஜாதி கேக்கறது, ஜாதியப் பத்திப் பேசறதே அநாகரிகம்கற அளவுக்கு ஜாதி மங்கிட்டிருந்துச்சு. இந்த நூற்றாண்டோட ஜாதி ஒளிஞ்சிரும்னு நெனைச்சிட்டிருந்தோம். அப்பறம் பாத்தா, ஆதிக்க ஜாதிகள்லருந்து ஒடுக்கப்பட்ட ஜாதிக வரைக்கும் எல்லா ஜாதிக்காரனுகளும் ஜாதிய வெச்சு கட்சி, அமைப்பு, அரசியல் நடத்தி, எல்லா ஜாதிலயும் ஜாதிவெறியத் தூண்டி வலுவாக்கிட்டானுக. முன்னெல்லாம் படிச்சவங்க ஜாதி பாக்க மாட்டாங்க. இப்பல்லாம் படிச்சுப் பட்டம் வாங்குன மேதாவிகதான், அரசியல்லயும், சமூகத்துலயும், படிக்கற பசங்ககிட்டயும் ஜாதி, மத வெறியத் தூண்டி, நாட்டை நாசமாக்கிட்டிருக்கறானுக. ஜாதி, மதமெல்லாம் இருவத்தோராம் நூற்றாண்டுலயும் ஒளியாது" என்பார் நஞ்சப்பன்.

"மேல் சாதிக்காரங்க, கீள் சாதிக்காரங்க எல்லாருமே அவுங்கவுங்க சாதிய வெச்சு ஆதாயம் தேடிக்கறவங்கதான். பெரும்பான்மை, சிறுபான்மை மதத்துக்காரங்களும் அப்புடித்தான். அப்பறம் எப்புடி அதெல்லாம் ஒளியும்?" என்பார் பட்டீஸ்வரன்.

ஆளாளுக்குப் பல கருத்துகளைச் சொன்னாலும், அவற்றில் உண்மைகள் இருந்தாலும், "என்னத்த ஜாதி? எல்லாரும் மனுசங்கதான்" என்று வீட்டுக்கு வெளியே வசனம் பேசினாலும், வீட்டில் நடந்துகொள்ளும் முறையில், உயர்த்தப்பட்ட அல்லது பிற்படுத்தப்பட்ட சாதியினர் அனைவரும் ஒரே விதம்தான்

என்பது சமூக நிதர்சனம்.

வேலுச்சாமி ரஞ்சிதா தம்பதியைப் பொறுத்தவரை, காம்பௌண்டில் முஸ்தாக் வீடு, சூரி வீடு, காரமடையான் வீடு ஆகியவற்றில் மட்டுமே இவர்கள் உள்ளே செல்ல அனுமதி. இஸ்லாத்தில் ஜாதி இல்லை, பாகுபாடு இல்லை என்று சொல்லப்பட்டாலும், அங்கும் அவை ஆங்காங்கு இருக்கவே செய்கின்றன என்று முஸ்தாக்கே சொல்லியிருக்கிறான். எனினும், அவனது வீட்டில் ஜாதி, மதப் பாகுபாடு கிடையாது. சூரியின் பிறந்த ஜாதி, மிகவும் பிற்படுத்தப்பட்ட பிரிவு. அந்த ஜாதியினரும் பட்டியலினத்தவர்களிடம் தீண்டாமை கடைப்பிடிப்பவர்களே. இப்போது அந்த ஜாதி தீண்டாமையில் இல்லை எனினும், சுமார் அரை நூற்றாண்டுக்கு முன் அதுவும் தீண்டாமைக்கு உட்பட்டிருந்ததுதான். அதனால்தான் சூரியின் பெற்றோர் விஜியை ஏற்கவும் செய்துள்ளனர். எனவே, இவ்விரு வீடுகளிலும் ரஞ்சிதா குடும்பத்தாரை அனுமதிப்பது ஆச்சரியமல்ல. காரமடையான் வீட்டில் அனுமதித்ததுதான் ஆச்சரியம்.

புதிதாகக் குடிபோகிறவர்கள் அண்டை அயல் வீடுகளுக்குச் சென்று அறிமுகப்படுத்திக்கொள்வது வழக்கம். ரஞ்சிதாவும் வேலுவும் அதைச் செய்வதில்லை. ஜாதி காரணமாக அது இரு தரப்புக்கும் சிக்கலையும், அவஸ்தையையும், தர்ம சங்கடங்களையும் ஏற்படுத்தும் என்பதே காரணம். மெது மெதுவே அக்கம்பக்கங்களில் யாராவது விசாரிக்கும்போது பேச்சுக் கொடுத்து, தீண்டாமை கடைபிடிப்பவர்களை அறிந்துகொண்டு, அதற்குத் தகுந்தபடி பழகுவார்கள். அப்படியான அறிமுகத்தில் இவர்கள் செய்யும் தொழிலைச் சொல்லிவிடுவதால் இவர்களின் ஜாதி தெரிந்துவிடும். அதன் பிறகும் வீட்டுக்குள் அழைத்தால் மட்டுமே செல்வார்கள். தெரியாமலேயே வீட்டுக்குள் அழைத்தால், பிற்பாடு தர்ம சங்கடம் வந்துவிடக் கூடாது என்பதற்காக, முன்கூட்டியே நாங்கள் இன்ன தொழில் செய்பவர்கள் என சூசகமாக ஜாதியைச் சொல்லிவிடுவது வழக்கம்.

இங்கே வந்த புதிதில் அறிமுகப் படலம் வித்தியாசமாக

இருந்தது. பால் காய்ச்ச வரும்போதே, அயல்வாசிகள் பலரும் தாமாக வந்து, தங்களைப் பற்றி அறிமுகப்படுத்திக்கொண்டனர். இவர்கள் சொல்லாமலே, இவர்களைப் பற்றிய விபரங்கள் காம்பௌண்ட் முழுக்கத் தெரிந்துமிருந்தது. உரிமையாளர் மூலம் காரமடையானுக்குத் தெரிய வந்து பரவியது அது. காரமடையான் வீடு இவர்களின் வீட்டிலிருந்து தள்ளியிருந்தாலும், இமயத்தரசியும் அப்போது வந்திருந்தாள்.

"போகும்போது நம்ம வீட்டுக்கு வந்துட்டுப் போங்க" என்று அழைப்பும் விடுத்தாள்.

மரியாதை நிமித்தம் அப்படிச் சென்றாலும், வீட்டுக்குள் செல்லாமல் வெளியிலேயே நின்று பேசிக்கொண்டிருந்தனர். "ஏன் வெளியவே நின்னு பேசீட்டிருக்கறீங்க, உள்ள வாங்க" என்றாள் இமயத்தரசி.

"இல்லீங்க... நாங்க மேசன் வேலை செய்யறவங்க" என்றான் வேலு.

"அதுதான் தெரியுமே! அதுக்கென்ன? நீங்க கட்டுன வீடா இருந்தாத்தான் உள்ள வருவீங்க; வேற மேசன் கட்டுன வீடா இருந்தா உள்ள வர மாட்டீங்களா?"

இருவருக்கும் சிரிப்பு வந்துவிட்டது.

"அப்புடியில்லீங்கம்மா. ஒவ்வொருத்தரு ஜாதி பாப்பாங்க. அதனாலதான்..."

"எங்குளுக்கு ஜாதி - மதம் இல்ல. உங்குளுக்கு ஜாதி - மதம் இருந்தா, அதையும் செருப்பையும் வெளிய கள்ட்டி விட்டுட்டு உள்ள வாங்க!"

இவர்களால் என்றும் மறக்க இயலாத வார்த்தைகள் அவை. உறவினர்கள், சக பணியாளர்கள், சக ஜாதியினர், பழக்கப்பட்டவர்களான தாழ்த்தப்பட்ட மக்கள் பலரிடமும் அதைச் சொல்லிச் சிலாகித்திருக்கின்றனர்.

பிற்பாடுதான் தெரிந்தது, காரமடையான் தம்பதியின் மக்களே ஜாதி பார்ப்பார்களாம்.

“ஜாதி - மதம் பாக்கக் கூடாது; எல்லாரும் மனுசங்கதான்னு சொல்லிச் சொல்லித்தான் வளத்துனோம். சின்ன வயிசுல அப்படித்தான் இருந்தாங்க. ஆனா, வாலிப வயசுல அப்படியே மாறீருச்சு. வெளிய இருக்கற அரசியல், ஜாதி, மத சமுதாயம் அவுங்களையும் வெசமாக்கீருச்சு” என்றாள் இமயத்தரசி.

காரமடையானும் அவளும் இவர்களுக்கு எவ்வளவோ உதவிகள் செய்திருக்கின்றனர். வேலையில்லாத நாட்களில் கடன், கைமாத்து என வேலு காரமடையானிடம் பல முறை வாங்கியிருக்கிறான். அவற்றில் பலமுறை திருப்பித் தந்ததும் இல்லை. அவர்கள் கேட்கவும் மாட்டார்கள். அதுபற்றி இவளுக்குத் தெரிய வந்து, இவளாகக் கொண்டு போய்க் கொடுத்தால் ஆயிற்று.

“ஏனுங்யா, நீங்களாச்சும் சொல்லியிருக்கலாமல்ல? நானாச்சும் அப்பவே குடுத்திருப்பனே!” என்றால், “அப்புடி அடிச்சுப் புடிச்சு வாங்கணுமா? குடுக்கும்போது குடுக்குட்டும்னு உட்டுட்டேன்” என்பார்.

இமயத்தரசி, “பெரிய தொகையா ஐநூறு, ஆயரம், ரெண்டாயரம்னு கடன் வாங்கறதுக்காவது கணக்கு இருக்கும். அம்பது நூறுன்னு கைமாத்து வாங்கீட்டுப் போறதுக்குக் கணக்கே இல்ல. காசுக்காக அதைச் சொல்லுல; அதைத் திருப்பித் தல்லீன்னாலும் போச்சாது. நல்லதுக்கு செலவு பண்ணுனாப் பரவால்ல. குடிச்சுக் கொடலு வேகறக்கல்ல வாங்கீட்டுப் போறான்? குடுக்காதீங்கன்னா இந்த மனுசனும் கேக்கறதில்ல. அவனும் ஓரியாடி, நச்சரிச்சு, வாங்காம உட மாட்டான். அவன் பேசறதைக் கேட்டா... வயித்துல இருக்கற புள்ளையே பளமாட்ட நளுவி உளுந்துருமாச்சு! இந்த மனுசன் உளுகமாட்டாரா? அவனோட குடிப் பளக்கத்த நிறுத்தறக்கு வளியப் பாரு. அப்பத்தான் அவனும் உருப்படுவான், குடும்பமும் விருத்திக்கு வரும்” என்றாள்.

“நானும் அன்னாடும் எவ்வளவோ சொல்லீட்டுத்தானுங்மா இருக்கறேன். அந்த சிமிண்டு மண்டைக்கு ஏர்றதே இல்லியே! மப்புல செரி, செரின்னு பேசும். வெடிஞ்சு எந்திரிச்சா

புத்தி மாறீரும். குடிகாரம் பேச்சு, வெடிஞ்சாப் போச்சுங்கற கதைதான். மப்புல, யாருகிட்ட வாங்குனோம், எவ்வளவு கடன் வாங்குனோம், யாருக்கு எவ்வளவு சரக்கு வாங்கிக் குடுத்தம்கறதே தெரியாது. கடங்காரனுக வந்து கேக்கும்போதுதான் தெரியும்."

சில சமயம் காரமடையானும் இமயத்தரசியும் வேலுச்சாமியை இருத்தி புத்தி சொல்வார்கள்.

"பாட்டாளி மக்கள்ல பெரும்பாலானவங்க கைல காசு தங்கறதில்ல, கடைசி வரைக்கும் வறுமையிலயே வாள்றாங்கன்னா அதுக்கு முக்கியமான காரணம் குடிதான். காசுக்கும் கேடு; ஒடம்புக்கும் கேடு. இந்தப் பாளாப்போன குடியினால நம்ம கண்ணு முன்னாடியே எத்தனை குடும்பம் பாளாப் போயிருக்குது! கட்டட வேலை, கலாசு வேலை, ஆட்டோ-டிம்போ - லாரி ஓட்டறவீக, மில்லு வேலைக்காரங்க, காலேஜ் பசங்க, ஆப்பீசு அய்ட்டி வேலைக்காரங்கன்னு பாரபச்சம் இல்லாம குடிக்கு அடிமையாயிருக்கறாங்க. மப்புல அடுத்த நாள் வேலைக்குப் போக முடியாம வருமானம் போகும்; குடிப் பளக்கத்துனால வேலையும் போகலாம். எப்புடியானாலும் லிவரு, கொடலு குண்டாமண்டி கருகறது உறுதி. நாப்பது வயிசுலயே ஒடம்பு சீர்கெட்டு, வைத்தியத்துகு வளியில்லாம, சிறுவயசுலயே சூகீர்றாங்க. அதையப் பாத்தாவது திருந்த வேண்டாமா நீயி? உனக்கு ரெண்டு பசங்க இருக்கறானுக. அவனுகளையாச்சும் உங்களையாட்ட கல்லு செமக்கற வேலைக்கு அனுப்பாம, நல்லபடியாப் படிக்க வெச்சு, உத்தியோகஸ்தருகளா ஆக்கோணும்கற எண்ணம் வேண்டாமா? ஊருக்கெல்லாம் ஊடு கட்டிக் குடுக்கறதுதான் உங்க தொளிலு. உங்குளுக்குன்னு ஒரு சொந்த வீடு கட்ட வேண்டாமா? அதுக்கு எடம் கிடம் வாங்கிப் போட்டிருக்கறீங்களா? கெடைக்கற காசையெல்லாம் இப்புடிக் குடிச்சும், கண்டவனுக்கு வாங்கி ஊத்தியுமே அளிச்சா எப்புடி மேடேர்றது, எப்புடி விருத்திக்கு வர்றது?"

"ஆமாங்யா ஆமாங்க்யா! அப்புடித்தானுங்யா! இனிமே அந்தக் கெரகத்தைத் தொடவே மாட்டனுங்யா! பெரியவனைப்

போலீஸாவும், சின்னவனை டாக்டராவும் ஆக்கோணுங்யா! அதுதான் நம்மட லச்சியம்" என்பவன், கடைசியில் துண்டை உதறியபடி எழுந்து, "அய்யா... இன்னைக்கு மட்டும் ஒரு நூர்ருவா குடுத்தீங்கன்னா..." என்று பிடரியைச் சொறிவான்.

அவனுக்கு 750 அல்லது 800 ரூபாய் தினக் கூலி. அதில் 200 முதல் 300 வரை தினமும் செலவு செய்துவிடுவான். வாரச் சம்பளமாகக் கொடுத்தால், தினசரி இதே அளவு செலவு போக, சம்பளம் தொகையாகக் கிடைத்த நாளில் இன்னும் 500 - 1000 செலவழித்து சக குடிகாரர்களுக்கு வாங்கிக் கொடுப்பான்.

மாதத்தில் 20 நாள்தான் வேலை இருக்கும். 10 நாள் வீட்டில் இருக்கும்போது மீதமுள்ள பணத்தையும் குடித்து அழித்துவிடுவான்.

ஆண் சித்தாள்களுக்கு 600, பெண் சித்தாள்களுக்கு 400 என்று கூலி. இவளது சம்பாத்தியத்தில்தான் குடும்பம் ஓடிக்கொண்டிருக்கிறது. சில சமயம் அதிலிருந்தும் வாங்கிக்கொண்டு போவான்.

பல பாட்டாளி வீடுகளில் இதுதான் நிலை.

காரமடையான் தம்பதி எவ்வளவோ சொல்லிப் பார்த்தும் வேலுச்சாமி திருந்தாததால் இறுதியில் இருவரையும் அழைத்து இருத்தி, அவர்களின் யோசனையைத் தெரிவித்தனர்.

"குடிகாரனுக திருந்தவும் மாட்டானுக, திருத்தவும் முடியாது. அதையப் பாத்துட்டிருந்தா செரியாகாது. ரஞ்சிதா... இனிமே நீ குடும்பத்துக்கு ஒரு பைசா செலவு பண்ணாத. நீ சம்பாரிக்கற காசை அப்புடியே பேங்க்குல போட்டு வெய்யி. வருசத்துக்கு ஒரு லச்சமாவது ஆகும். அஞ்சு வருசத்துல அஞ்சு லச்சம். கூடக் கொஞ்சம் கடனை ஒடனை வாங்கியோ, லோன் போட்டோ, புறநகர்ல மூணோ நாலோ சென்டு மனைய வாங்கிப் போடு. அப்பறம் உங்குளுக்குத்தான் எஞ்சினியருக, கட்டுக்காரங்க பளக்கமாச்சே! வீடு கட்டறக்கு ஐடியாக் கேட்டு, மெல்ல, மெல்ல ஏற்பாடு பண்ணிக்கலாம். இதுதான் எங்க தீர்மானம். இதையக் கேட்டு நடக்கறதா இருந்தா இனிமே இங்க வாங்க. இல்லாட்டி இந்த ஊட்டுப் பக்கம் புருசன்,

பொண்டாட்டி, எலிக்குஞ்சு, ஆனைக்குஞ்சு ஆருமே வரக் குடாது!" என்றுவிட்டாள் இமயத்தரசி.

"அம்மா... அந்தாளு சொன்னாக் கேக்க மாட்டானுங்மா. அவன் பண்றதுக்கு நானும் எம் புள்ளைகளுமா பளி? எங்களையும் ஏன் வரக்குடாதுங்கறீங்க?"

"சொன்னபடி கேட்டா வாங்கொ. இல்லாட்டி வராதீங்கொ. அவ்வளவுதான்!" எழுந்து உள்ளே போய்விட்டாள்.

"அய்யா நீங்களாச்சும் சொல்லுங்யா அம்மாகிட்ட..."

"ம்ம்-ஹூம்! நடக்காது நாடகம்! அவ சாமியாடீட்டிருக்கீலயே வரங் கேட்டா ஆச்சு. மலையேறீட்டா ஒண்ணும் பண்ண முடியாது."

நஞ்சப்பன், ராமாத்தா ஆகியோர் நடந்த சம்பவத்தை அறிந்து, "நீங்க என்ன அவுங்குளுக்கு ஒட்டா, உறவா? உங்க மேல எவ்வளவு அக்கறை வெச்சு அந்தம்மா இப்புடி சொல்லியிருக்குது! இதுக்கு மேல ஆரு உங்க மேல அக்கறைப்படுவா? உங்க குடும்பத்தாருக, பெத்துப் பொறப்புக, சொந்த பந்தமே கூட இப்புடிச் சொல்லியிருக்காது. கேட்டு நடந்தா உங்குளுக்கு நல்லது. பாலத்தான் குடுக்க முடியும். பாக்கியத்தையுமா குடுக்க முடியும்?" என்றனர்.

வேலுச்சாமிக்கும் அது புரிந்தது. ஏற்பாட்டுக்கு ஒத்துக்கொண்டான்.

2018 ஜூலையிலிருந்து இவளது சம்பாத்தியம் முழுதும் வங்கியில் போடப்பட்டுக்கொண்டிருந்தது. ஒன்றே கால் வருடம் முடிந்திருந்த நிலையில், 2019 நவம்பரில் இமயத்தரசி மரணமடைந்துவிட்டாள்.

"நீங்க சொன்னாப்புடியே எங்க வீட்டைக் கட்டி, உங்க கையால தெறக்க வெக்கணும்னு இருந்தனே! அதுக்குள்ள இப்புடி எங்களை அம்போன்னு உட்டுட்டுப் போயிட்டீங்களே...!" என்று வேலுச்சாமி போதையில் நிலத்தில் புரண்டு அழுதான்.

"இமயத்தரசியம்மா இருந்திருந்தா நான் இந்தளவுக்குக்

குடிகாரனா இப்ப இருந்திருக்க மாட்டேன், ரஞ்சிதா. அந்தம்மா உட்டிருக்காது. அவுங்க வருசாந்தரத்தை நாம சிறப்பாக் கொண்டாடியாகணும்.” இப்போதும் போதையில் குழறினான் அவன்.

★★★

வ.நா. காம்பௌண்ட் விழாக் கோலம் போலக் களைகட்டியிருந்தது. காரமடையான் வீட்டிலிருந்து விளையாட்டு வாசலை நிறைத்து பெரியதாக ஒரு சாமியானா. காம்பௌண்ட்வாசிகளும், நெருங்கிய சொந்த பந்தங்களுமான விருந்தினர்கள் சாமியானா நிழல் நாற்காலிகளிலும், காரமடையான், பட்டீஸ்வரன், முஸ்தாக் ஆகியோர் வீட்டுப் படிக்கட்டுகளிலும் அமர்ந்து நாயம் போட்டுக்கொண்டிருந்தனர். சிலரிடம் முகக் கவசம் முகத்திலும், சிலரிடம் கழுத்திலுமாகக் கிடந்தது. சிலர் வந்து சற்று நேரம் கழிந்ததும் கழற்றிவிட்டனர். சிலர் கவசம் போடவே இல்லை. ஆனால், பல பெண்கள் வருசாந்திரத்துக்கும் பட்டுப் புடவை, நகை நட்டு மினுக்கம், தலையில் பூச்சரம் சகிதம் வந்திருந்தனர். கசகசவென பேச்சுக் குரல்கள் கலந்து ஒலிக்க, சிறார்களும் குழந்தைகளும் அவர்களினூடே ஓடிக் கூச்சலிட்டு விளையாடிக்கொண்டிருந்தனர். வருஷாந்திரக் களையாக இன்றி, கல்யாணக் களை போலவே சூழல் காணப்பட்டது.

வருஷாந்தரத்துக்காக அவ்வளவு தூரம் வர இயலாது, நாங்கள் இங்கேயே திதி கொடுத்துக்கொள்கிறோம் என காரமடையானின் பெங்களூரு மகன் சின்னவன் சொல்லிவிட்டான். மகள் கோபிக்காரியும், பெரிய மகன் காடம்பாறைக்காரனும் குடும்பத்தோடு வந்திருந்தனர். காரமடையானும் அவர்களும் திதி கொடுப்பதற்காக அம்பறாம்பாளையம் ஆற்றுக்குச் சென்றிருந்தனர்.

நண்பகலாக இருந்தும் மோடம் போட்டிருந்ததால் பொழுது இருட்டிக் கட்டியது போலிருந்தது. காற்றும் குளிர்ந்து வீசிக்கொண்டிருந்தது.

“மளை வருமாட்டத்தான் இருக்குது. வந்துட்டா வெகு சிரமம். பெலமான மளைன்னா சாமியானா தாங்குமா? அறுவது

எளுவது பேரு இந்த இத்துனூண்டு வீட்டுல இருக்க முடியாதே...!" உறவினர் வகையறா ஒருவர் கவலைப்பட, "இங்க இத்தனை வீடு இருக்குதுங்ளே! எல்லாம் ஒரு குடும்பமாட்டத்தான். வீட்டுக்குப் பத்துப் பேரு தாராளமா வந்து ஒதுங்கி இருக்கலாம்" என்றான் முஸ்தாக்.

"நாலு மாவட்டத்துல மிக கன மள பெய்யும்னு எச்சரிக்கை. அத்தியாவசியப் பொருள்கள ஸ்டாக்கு வெச்சுக்குங்கன்னு பேரிடர் மீட்புப் படை அட்வைஸ் பண்ணியிருக்குது. எட்டு மாசமாவே பொளப்பு அப்புடித்தான ஓடீட்டிருக்குது" என ஒருவர் சொல்லிக்கொண்டிருக்க, அப்பால் இளைஞன் ஒருவன் அலைபேசியில் செய்தி பரப்பிக்கொண்டிருந்தான்: "தமிழகத்தில் மேலும் 1,725 பேருக்குத் தொற்று. மொத்தம் 7.60 லட்சம் பேருக்கு பாதிப்பு. 7.32 லட்சம் பேர் குணமடைந்துள்ளனர். உலகளவில் பாதிப்பு 5 கோடியே 53 லட்சம். குணமடைந்தவர்கள் எண்ணிக்கை 3 கோடியே 80 லட்சத்தைத் தாண்டியது. உயிரிழப்பு 13 லட்சத்து 31 ஆயிரம்..."

"அட ஏப்பா நீ வேற இங்கயும் வந்து அந்த எளவு சேதியவே போட்டுட்டிருக்கற? இன்னைக்காச்சும் அதைய மறந்து, சொந்த பந்தம் கூடி, சித்தே சந்தோசமா இருக்கலாம்னு பாத்தா...! ஆப் பண்ணப்பா அதைய!" வெள்ளைத் தலை பெரியவர் அதட்ட, செய்தி நிறுத்தப்பட்டது.

"அமெரிக்காவுல கொரோனாவுக்குக் கண்டுபுடிச்சிருக்கற தடுப்பு மருந்து ஊசிய முப்பதாயரம் பேருக்குப் பரிசோதனை செஞ்சு பாத்திருக்கறாங்க. தொண்ணூத்தஞ்சு பிரசன்ட்டு சக்சஸாமா. டிசம்பர்ல கெடைக்குமாமா."

"அடடே! அப்புடியா? காது குளூர அந்த நல்ல சேதியச் சொல்றதை உட்டுப்போட்டு...! ஆமா,... அதுக்கு என்ன வெலை வருமாமா?"

"அதெல்லாம் இப்ப சொல்ல முடியாதுங்க. கம்பெனித் தயாரிப்பாயி, மார்க்கெட்டுக்கு வரும்போதுதான் தெரியும்."

"டிசம்பர்ல வந்துருமா? அப்ப எப்புடியும் மார்ச்சு, ஏப்ரலுக்குள்ள

கொரோனாவை ஒளிச்சர்லாமா?" வள்ளிநாயகம் கேட்டார்.

"வசதி வாய்ப்புக இல்லாத நம்ம காலத்துல பெரியம்மை, போலியோ, ப்ளேக்கு, காலராவையெல்லாம் ரொம்ப காலம் போராடி ஒளிச்சாங்க. இன்னைக்கு இருக்கற சவுரியத்துக்கு, கெவுமென்டுக நெனைச்சா அதிகபட்சம் ஆறே மாசத்துல ஒளிச்சுக் கட்டீர்லாமுங்க" என்றார் வெள்ளைத் தலை, தீர்க்கமாக.

அப்போதுதான் வானதியும், கனிஷ்காவும் தங்கள் வீட்டிலிருந்து சற்றே புதிய ஆடைகள், புத்தம் புதிய அலங்காரங்களோடு ஒயிலாக அங்கு வந்தனர். சுற்றுச் சூழல் சற்றே பாதிக்கப்பட்டது. அலைபேசியை நோண்டிக்கொண்டிருந்த செய்தி ஒலிபரப்பு இளைஞன் சைசாகத் திரும்பி உட்கார்ந்துகொள்ள, உடன் இருந்த காளான் தலையன் ஸ்டைலாக பஞ்சவர்ண கூலிங் க்ளாஸ் மாட்டிக்கொண்டான். விருந்தினப் பெருசுகளான ஆண்களும், பெண்களும், "இது ஆரு புள்ளைக? சொந்தமா? எப்புடிச் சொந்தம்? ஓ,... இங்க இருக்கறவீகளா? ஆரு புள்ளைக? அவுங்க என்ன ஆளுக? எங்கண்ணன் பையனுக்குப் பொண்ணுப் பாத்துட்டிருக்கறாங்களா,... அதனாலதான் கேட்டேன். வேற சாதில குடுப்பாங்களா? கேட்டுப் பாருங்களேன் அவிக ஐயனாத்தாகிட்ட" என்று கிசிகிசுத்துக்கொள்ள, கறுப்பு மூலைகள் மஞ்சள் மூலைகளாயின.

திதி கொடுக்கச் சென்றவர்கள் வாடகை வேனிலிருந்து இறங்கி வர, கூட்டத்தின் கலகலப்பும் சலசலப்பும் சற்று ஓய்ந்தது.

வீட்டுக்குள் ரஞ்சிதா இமயத்தரசியின் படத்துக்குப் பொட்டிட்டு, மாலைகள் கட்டிப் போட்டு, குத்துவிளக்கு, விடு பூக்கள், தூப தீபம் ஆகியவற்றைத் தயார்படுத்தி வைத்திருந்தாள். குடும்பத்தார், காம்பௌண்ட்வாசிகள், உற்றார் உறவினர்கள் வணங்கி, அஞ்சலி செலுத்தினர்.

ரஞ்சிதாவும் வேலுவும் பின்னணியிலும், முஸ்தாக், அன்பரசு, பாயம்மா ஆகியோர் முன்னணியிலும் பரபரப்பாக இயங்கி வேலைகளைச் செய்ய, பட்டீஸ்வரன் தடபுடலாக அதட்டி

உருட்டி, அனைவரையும் அனைத்தையும் மேற்பார்வையிட்டுக் கொண்டிருந்தார். வாசலில் நாற்காலிகளை ஒதுக்கி, உணவு மேஜைகள் விரிக்கப்பட்டு, பந்தி நடந்தது.

"ஏப்பா வேலா... விசேச நாளு - அதுவும் உன்னோட வளர்ப்புத் தாயோட வருசாந்தரம் வேற! சிங்கிளா இருக்கறயே? டபுள்ஸ்லயில்ல இருப்பேன்னு நெனைச்சேன்..." தாமதமாக வந்து பந்தியில் முந்திக்கொண்ட காரமடையானின் ஒன்றுவிட்ட தம்பி நக்கலாகக் கேட்டுவிட்டு, எலும்புப் பீஸைக் கடித்து இழுத்தார்.

"இன்னைக்குன்னு இல்லீங்யா. இனிமே என்னோட உசுரு இருக்கற வரைக்கும், எங்கம்மா மேல சத்தியமா, இமயத்தரசி அம்மாவோட வருசாந்தர நாள்ல நான் குடிக்க மாட்டனுங்யா!" என்றான் அவன்.

அதைக் கேட்ட ஆண்கள், பெண்கள் எல்லோரும் ஒரு கணம் உணர்ச்சிவயப்பட்டனர்.

காரமடையான் ஜன்னல் வழி உள்ளே நோக்கி, "வேலு என்ன சொல்றான்னு கேட்டயா, இமயா?" என்றார், இமயத்தரசியின் படத்திடம்.

★★★

அத்தியாயம் 7

ஒரு நகைச்சுவையாளரின் சோகக் கதை

இரண்டு மூன்று நாட்களாகவே சுசீலாவுக்கு மூச்சுத் திணறல்.

ஆஸ்த்மா நோயாளியாதலால் அவளுக்கு மழை பனிக் காலங்களில் இளைப்புத் தொந்தரவு எப்போதுமே இருக்கும். அதனால் அந்தப் பருவங்களில் மிகுந்த முன்னெச்சரிக்கையாக, சகல தடுப்பு நடவடிக்கைகளையும் மேற்கொண்டிருப்பாள். அவள் சற்று அஜாக்கிரதையாக இருந்தாலோ, ஏதோ ஒன்றைத் தவற விட்டிருந்தாலோ, பட்டேஸ்வரனும் அன்பரசுவும் அதைக் கவனப்படுத்துவார்கள். அப்படியிருந்தாலும் சளி, கபம், மூச்சிரைப்பு, படுக்கை, ஆஸ்பத்திரி, சிகிச்சை என நடக்க வேண்டியது நடந்தே தீரும்.

கடந்த மாதத்திலிருந்து தொடர்ந்த மழையின்போதும் அவ்வப்போது லேசான தொந்தரவுகள் இருந்தாலும், வீட்டைவிட்டு வெளியில் எங்கும் போகாமல், மழை ஈரம் படாமல், வீட்டுக்குள்ளும் தனிச் செருப்பு அணிந்து நடமாடி, ஸ்வெட்டர், மப்ளர், குரங்குக் குல்லாய், சால்வை, கம்பளி ஆகியவற்றால் குளிரைத் தடுத்துக்கொண்டு, மாத்திரை மருந்துகளையும் எடுத்துக்கொண்டதால் அதிக பாதிப்பு எதுவும் இல்லை.

இப்போது மார்கழித் துவக்கம். மழையைத் தொடர்ந்து முன்பனி. மழையும் பனியும் சேர்ந்து பாதிப்பதால் இளைப்பு அதிகமாகி, படுக்கை போட்டுவிட்டது.

இரவுகளில்தான் அதிக தொந்தரவு. சரிவர தூங்கவே முடியாது. உடன் இருந்து பார்த்துக்கொள்கிற பட்டீஸ்வரன், அன்பரசு ஆகியோருக்கும் சரிவர தூங்க முடியாத நிலைதான். சுசீலாவுக்குச் சற்று சமாதானமாகியோ, உடல் அயர்ச்சியிலோ தூங்கிய பின்னர்தான் இருவரும் தூங்குவார்கள். அப்படியிருந்தும் இடையிடையே எழுந்து பார்த்துக்கொள்ள வேண்டியிருக்கும்.

பகலில் அவ்வளவாகத் தொந்தரவு இராது. எனினும் சோர்வால் படுத்துக்கொண்டோ, இரவில் சரியாகத் தூங்காததால் இப்போது தூங்கிக்கொண்டோ இருப்பாள்.

சுசீலாவுக்கு உடம்புக்கு முடியாதபோது பட்டீஸ்வரன்தான் சமையல். அவருக்குக் குழம்பு வைக்கத் தெரியாது. சாப்பாடு செய்துவிடுவார். ரசம் வைத்து, பொரியல் அல்லது ஊறுகாயோடு சாப்பிட்டுக்கொள்ள வேண்டியதுதான். பச்சைப் புளி ரசம், வரிக் குருமத்தங்கா வத்தல் அவரது ஸ்பெஷல். அது சகல ரோக நிவாரணி என்பது அவரது ஐதீகம். சிற்றுண்டிக்கு மாவு வாங்கி இட்லி, தோசை சுட்டுக்கொண்டால், சுசீலா சிரமத்தைப் பொறுத்துக்கொண்டு சட்னி அரைக்க வழிகாட்டுவாள். சாம்பார் இல்லாவிட்டால் என்ன; இருக்கவே இருக்கிறது இட்லிப் பொடி.

மற்ற குடும்பங்கள் போல அண்டை அயல்களில் சாப்பாடு குழம்பு

வாங்குவதோ, சாதாரண நாட்களில் மற்றவர்களின் வீடுகளில் சாப்பிடுவதோ அவருக்குப் பிடிக்காது. குடும்பத்தாரையும் அனுமதிக்க மாட்டார். விசேஷம், விருந்து என்றால் மட்டுமே அதற்கு அனுமதி. ஹோட்டல் சாப்பாடு செலவு பிடிக்கக் கூடியது என்பதால் அதையும் தவிர்த்துவிடுவார். அதனால் சுசீலாவுக்கு உடம்பு முடியாதபோது பட்டீஸ்வரனின் தாமு பாகம், சர்வாதிகாரம், சிக்கனம் ஆகிய மூன்றையும் ஏக காலத்தில் அனுபவிக்க வேண்டிய கொடுமை சுசீலாவுக்கும், மகன்களுக்கும் வரும். அதனால் முடியாமல் இருந்தாலும், முடிந்தவரையில், சிரமப்பட்டாவது சமையலை அவள் செய்துவிட்டு, பிற வீட்டு வேலைகளை பட்டீஸ்வரனிடம் செய்யச் சொல்வாள். அன்பரசுவும் சமையல் தவிர பிற வீட்டு வேலைகளைச் செய்வான்; பாத்திரங்கள் கூட கழுவுவான். வீட்டில் எப்போதுமே தான் சாப்பிட்ட தட்டைத் தானே கழுவி வைப்பது அவனது வழக்கம். அறிவரசு அது போன்ற காரியங்கள் எதையும் செய்ய மாட்டான். காய்கறிகள் பார்த்து வாங்கவும் அவனுக்குத் தெரியாது.

முன்பெல்லாம் பட்டீஸ்வரனின் தாமு பாகத்திலிருந்து தப்பிப்பதற்காக, அவர் சமைத்துவிட்டு அலுவலகம் சென்ற பிறகு, இவர்கள் நெருங்கிப் பழகக்கூடிய பாயம்மாளிடமோ, இமயத்தரசியம்மாவிடமோ குழம்பு வாங்கி, திருட்டுத்தனமாக சாப்பிட்டுக்கொள்வார்கள். அல்லது அவரது தலை மறைந்த பின் அந்தப் பெண்மணிகளே கொண்டுவந்து கொடுத்துச் செல்வார்கள்.

“எல்லா வீட்டுக்காரங்ககிட்டயும் நல்லாப் பேசறாரு, பளகறாரு. அடுத்த வீட்டுல சாப்புட்டா அப்புடி என்ன கௌரவம் கொறைஞ்சறப் போகுது?” என்று பாயம்மா கேட்க, “சின்ன வயிசுல சோத்துக்கு வளியில்லாமக் கஷ்டப்பட்டவருங்க அவரு. பசி தாங்காம, பெரியப்பா வீட்டுக்குப் போவாராமா. வேண்டா வெறுப்பா, பளையது பட்டையப் போட்டு அனுப்புவாங்க. ‘வந்துட்டான் சோத்துக்கு, பிச்சைக்காரனாட்ட’ன்னு பெரியம்மா ஒருக்கா சொல்லிருச்சாமா. அப்பருந்து அங்க சாப்படப்

போறதில்ல. அது அவரு மனசுல ஆளமாப் பதிஞ்சு, மாறாத வடுவா ஆயிருச்சு" என்றாள் சுசீலா.

"அப்பா இந்தளவுக்கு கஷ்டப்பட்டிருக்கறாராம்மா?" அன்பரசு வருந்தினான். "அவுங்க பெரியம்மா அப்படி சொன்னதுக்கு மத்தவங்களா பளி?" என்றான் அறிவரசு.

சமீப வருடங்களாக ஹோட்டல்களில் சாப்பாடு இல்லாமல் குழம்பு, ரசம், பொரியல் வகையறா மட்டும் பார்சல் தருகிறார்கள். அதனால் மதிய வேளைகளில் அவற்றை வாங்கிக்கொண்டு, வீட்டில் சாப்பாடு மட்டும் வைத்துக்கொள்வது இவர்களுக்கும் உகந்த மாற்று ஏற்பாடாகிவிட்டது.

சுசீலாவுக்கு இளைப்புத் தொல்லை கூடியது. மற்ற தொந்தரவுகள் இன்றி நடமாடிக்கொண்டிருக்கும்போதும் நெஞ்சுக் கூட்டிலிருந்து மூச்சு இழுப்பதும் வெளியிடுவதுமான சத்தம் கேரு கேரென வெளியே கேட்டது. அது வழக்கமாக உள்ளதுதான். மருந்து மாத்திரைகள் எடுத்துக்கொண்டும், ரொம்ப முடியாமல் ஆகிறபோது இன்ஹேலரில் சுவாசம் இழுத்துக்கொண்டும் இருந்தாள். நிலவேம்புக் கஷாயத்தை அவள் மற்றவர்களுக்கு வைத்துக் கொடுத்தாலும் மிகக் கசக்கிறது என்று அவள் குடிக்கமாட்டாள். அதனால் கபசுரக் குடிநீரைக் குடிக்கும்படி அன்பரசுவே வைத்துக் கொடுத்து நிர்பந்தித்தான். வாந்தி வந்ததால் விட்டுவிட்டான்.

மருத்துவமனைக்குச் செல்லலாம் என்றபோது, "இப்ப கொரோனாவைத் தவுத்து வேற எதுக்கும் பாக்கறதில்லேன் னுட்டிருந்தாங்களே! எளப்பு, சளி, கபம்னா கொரோனா சந்தேகக் கேசுல புடிச்சு அட்மிட் பண்ணீட்டா என்ன பண்றது? வேண்டாம்" என மறுத்துக்கொண்டிருந்தாள்.

இன்று முற்பகலிலிருந்து காய்ச்சலடிக்க ஆரம்பித்துவிட்டது.

சாதாரண சளி, இருமல், காய்ச்சல் என்றாலுமே கொரோனா அறிகுறியாக இருக்குமோ என்ற சந்தேகம், பயம் பலருக்கும் இருப்பது போல, இங்கே காம்பௌண்ட்க்குள் இல்லை. ஆனால், சாதாரண காய்ச்சலாக இருக்கும்

என்று அலட்சியமாக இருந்து, மருத்துவமனை செல்லத் தாமதப்படுத்தியதால்தான் கலாசு சூரியின் மரணம் ஏற்பட்டது. அதன் பிறகு காம்பௌண்ட்வாசிகளுக்கும் அந்த பயம், எச்சரிக்கை வந்துவிட்டது. சுசீலாவின் ஆஸ்த்துமா மூச்சுத் திணறலையே எதற்கும் பரிசோதித்துக்கொள்வது நல்லது என்று அரசல் புரசலாகப் பேசிக்கொண்டிருந்தவர்கள், காய்ச்சல் கண்டதும் குடும்பத்தார் அனைவரிடமும் அதைச் சொல்லத் தொடங்கிவிட்டனர்.

“இதுக்கு மேலயும் ஆஸ்பத்திரிக்குப் போகாம இருந்தா சரியாகாது. நமக்காக இல்லேன்னாலும் மத்தவங்களுக்காகவாவது போய்த்தான் ஆகணும்” என்றான் அன்பரசு.

சுசீலாவுக்கு அரசு, தனியார் இரு தரப்பு மருத்துவமனைகளிலும் சிகிச்சை மேற்கொள்வது வழக்கம். சாதாரண நிலையில் இருந்தால் அரசு மருத்துவமனை. அங்கே தருகிற மருந்து மாத்திரைகள் வீரியம் குறைவாக இருக்கும். நோய் தீவிரமாக இருக்கும்போது கேட்காது. எனவே, அப்படிப்பட்ட சமயங்களில் தனியார் மருத்துவமனை.

“கொரோனா பயத்துனால இன்னும் பல டாக்டருக காச்சல், சளி, எளைப்புன்னாலே பாக்கறதில்ல, அன்பு. கவர்மென்ட் டாக்டரு ....தான் இப்ப பொள்ளாச்சில இப்புடிப்பட்ட கேசுகளை தைரியமாப் பாக்கறாரு. கொரோனாக் கேசுகளாவே இருந்தாலும் பாப்பாரு. கவர்மென்ட்டு ஆஸ்பத்திரிலயும் கொரோனா கேசுகளைப் பாத்துட்டு, அவுருக்கு ரெண்டு கிளினிக்கு இருக்குதே,... அங்கயும் பாப்பாரு. அவுரு சாதாரண டாக்டரில்ல; தெய்வம்னே சொல்லுவாங்க” என்றான் முஸ்தாக்.

அப்பாயின்மென்ட் வாங்கிக்கொண்டு, அந்த நேரத்துக்கு அவனது ஆட்டோவிலேயே சுசீலாவும் அன்பரசுவும் சென்றனர்.

தெய்வ டாக்டரிடம் சிகிச்சை பெறவும், கொரோனா சோதனை செய்துகொள்ளவுமாக நீண்ட வரிசை காத்திருந்தது.

“கைராசியான டாக்டருங்க. அவுரு கை பட்டாலே கொரோனா கிரோனாவெல்லாம் கோயமுத்தூர் டிஸ்டிக்க உட்டே

போயிரும்.” பக்திப் பரவசமாக சொல்லிக்கொண்டிருந்தார் ஒரு நோயாளி.

ஒரு மணி நேரக் காத்திருப்புக்குப் பின் சுசீலாவைக் கைத்தாங்கலாக அழைத்துக்கொண்டு உள்ளே சென்றவனுக்கு அதிர்ச்சி. முகக் கவசத்தோடு தனது இருக்கையில் அமர்ந்திருந்த தெய்வ டாக்டருக்கு இடது கையில் குளுக்கோஸ் இறங்கிக்கொண்டிருந்தது. அந்த நிலையிலும் அவர் வலது கையை மட்டுமே பயன்படுத்தி, மளமளவென ஸ்டெதாஸ்கோப் வைத்து சோதித்து, சரசரவென ரத்த அழுத்தம் பார்த்து, பரபரவென மருந்து சீட்டில் கிறுக்கினார். தொற்றுப் பரிசோதனைக்குப் பரிந்துரையும் எழுதிக் கொடுத்தார்.

அவருக்கு குளுக்கோஸ் ஏறிக்கொண்டிருப்பதை சுட்டிக் காட்டி, “டாக்டர், உங்குளுக்கு என்ன?” என்று அன்பரசு கேட்டதற்கு, “என்னோட உடல் நிலையப் பாத்தா முடியுமா? எத்தனை பேஷன்ட்டுக என்னை நம்பி இருக்கறாங்க!” என்று மட்டுமே சொன்னார்.

அவரது கடமை உணர்ச்சியில் அவனுக்கு மெய்சிலிர்த்தது. “உண்மைலயே நீங்க தெய்வம்தான் டாக்டர்” என்றான்.

அவர் கைநீட்டினார். பாராட்டை ஏற்கும் விதமாக கைகுலுக்க நீட்டுகிறார் என அவன் கைகுலுக்க முயன்றான்.

“அதில்ல; ஃபீஸ். த்ரீ நாட் நாட் ருப்பீஸ்!”

அங்கேயே மருந்து விற்பனையும் இருந்தது. பிரபலமான பெரிய மருந்துக் கடையில் விலை குறைவாக இருக்கும் என்பதால் அங்கே வாங்கிக்கொள்ளலாம் என வந்தான். அங்கு அந்த மருந்து இல்லை. எதிர்த்தாற் போலவே உள்ள வேறொரு பிரபல மருந்துக்கடையிலும் இல்லை. இலவச கொரோனா பரிசோதனை மையத்தில் நீண்ட காத்திருப்பு. சுசீலாவை உட்கார்த்தி வைத்துவிட்டு இன்னொரு பெரிய மருந்துக் கடைக்குச் சென்றான்.

“இந்த மருந்து பொள்ளாச்சில வேற எந்தக் கடைலயுமே

கெடைக்காது. அந்த டாக்டர் க்ளினிக்குல வெச்சிருக்கற கடைல மட்டும்தான் கெடைக்கும்" என்றார் சீட்டைத் திருப்பிக் கொடுத்த கடை ஊழியர்.

"யாரு,... த்ரீ நாட் நாட்டா? கவர்மென்ட் ஆஸ்பத்திரில வேலையும் பாத்துட்டு, ரெண்டு க்ளினிக்கும் நடத்தறாருன்னா சும்மாவா? அவருக்கும் கோவிட் அட்டாக் ஆயிருச்சா என்னுமோ,... ட்ரிப்ஸ் போட்டுட்டே இன்னைக்கு க்ளினிக்குல ட்ரீட்மென்ட் பாத்துட்டிருக்கறாராமா" என்றார் கல்லாவில் இருந்தவர்.

அன்பரசுவுக்கு 6.4 ரிக்டர் அதிர்ச்சி. தெய்வ டாக்டரின் டயலாக்குகளும் காதில் ஒலித்தன.

★★★

ரிக்டர் அதிர்ச்சி விபரங்களை சுசீலாவிடம் சொல்லவில்லை. முன்பே அவளுக்குக் கொரோனா பீதி அதிகம். முன்னெச்சரிக்கைக்காக என்றாலும், தானும் பட்டீஸ்வரனும் அவளை இன்னும் அச்சுறுத்திவிட்டதாகவும் இப்போது தோன்றுகிறது. இந்த நிலையில் இதையும் வேறு சொன்னால் மயங்கி விழுந்தேவிடுவாள் என்பதால் தவிர்த்துவிட்டான்.

இருப்பினும், "கவர்மென்ட் டாக்டருக ப்ரைவேட்ல க்ளினிக் நடத்தக் கூடாது; ப்ரைவேட் ஹாஸ்பிட்டல்ல வேலையும் செய்யக் கூடாதுன்னு சட்டம் கொண்டு வரணும். கவர்மென்ட் சம்பளமும் வாங்கிட்டு, ப்ரைவேட்லயும் சம்பாரிக்கறாங்க. அங்க போனாலும் இங்க வரச் சொல்லீர்றாங்க. ப்ரைவேட் ஹாஸ்பிட்டல்ல கொள்ளை ஃபீஸு, பயங்கர ஃப்ராடு, ஐ.ஸி. வார்டுல பொணத்துக்கு ட்ரீட்மென்ட் பாத்தும் பணம் புடுங்குவாங்கன்னா, கவர்மென்ட் ஹாஸ்பிட்டல்ல இப்புடி ஊழல் பண்றாங்க" என அவளிடம் குமுறிக் கொட்டினான்.

பக்கத்தில் இருந்தவர், "இந்த மாதிரி கொரோனா டெஸ்ட் எடுக்கற தனியார் மையங்கள்லயும் அப்புடித்தான, ஜூன் மாசத்துலயே ஃப்ராடு பண்ணி, கவர்மென்ட்டு அதுகளைத் தடை பண்ணுச்சு. அதனாலதான் இங்க கியூ வரிசைல

நின்னாலும் போச்சாதுன்னு வந்தோம். பணமும் மிச்சம். இப்ப வேலை வெட்டியும் இல்ல. வீட்டுல சும்மா இருக்கற நேரம் இங்க இருக்கலாமே!" என்றார்.

"எரியற ஊட்டுல புடுங்குனது லாபம்னுதானுங்க எல்லாரும் பாக்கறானுக. பொணந்தின்னி நாயிக. ஒருத்தனுக்கும் மனசாட்சியே கெடையாது" என்றார் இன்னொருவர்.

"இருந்துருமோங்கற பயத்துலயே மக்கள் கொரோனா டெஸ்ட்டுக்கு வரத் தயங்கறாங்க. இந்த நெலைல பல எடங்கள்ல தப்பான முடிவுகள் வர்றதாவும் சொல்றாங்க. நம்பி எதையும் பண்ணவும் முடியில; பண்ணாம இருக்கவும் முடியில" என்றார் வேறொருவர்.

சுசீலாவுக்கு மூக்கு, தொண்டை சளி மாதிரிகள் எடுக்கப்பட்டன. பரிசோதனை முடிவுகள் மறுநாள் குறுஞ்செய்தியில் அனுப்பப்படும் என்றனர். சுசீலா அப்போதிருந்தே பதற்றத்தோடு காணப்பட்டாள். வீடு திரும்பியதிலிருந்து சோதனை முடிவு என்ன வருமோ, கொரோனாவாக இருந்துவிட்டால் என்ன செய்வது என அரற்றிக்கொண்டே கிடந்தாள்.

மாலையில் வீடு திரும்பிய பட்டீஸ்வரன், "கவர்மென்ட் ஆஸ்பத்திரிக்குப் போயிருந்தா அதே டாக்டருகிட்ட ஃப்ரீயாப் பாத்திருக்கலாம். முன்னூர்ருவா ஃபீஸ் குடுத்து அவுருகிட்டயே ப்ரைவேட்டுல பாக்கணுமா? மருந்து மாத்தரைக்கும் வேற செலவு. நல்ல வேளை, கொரோனா டெஸ்ட்டுக்கு ப்ரைவேட்டுக்குப் போகுல. அதுக்கு அங்க போயிருந்தா மூவாயரம், நாலாயரம் பளுத்திருக்கும்" என்றார்.

தெய்வ டாக்டர் பற்றி அவரிடம் மட்டும் ரகசியமாகச் சொன்னான். அவருக்கும் அதிர்ச்சி. எனினும், "கன்ஃபாமாத் தெரியாததை நாம ஒண்ணும் பண்ண முடியாதே! இல்லாட்டி கலெக்ரேட்டுக்குக் கூப்புட்டுப் புகார் பண்ணலாம். எதுக்கும் அறிவுகிட்டயும் சொல்லீறாத. அவனும்மு அரண்ட கேசு" என்றார்.

மறு நாள் பரிசோதனை முடிவு வரும், அதற்கேற்ப

நடவடிக்கைகள் எடுக்க வேண்டி வரலாம் என்பதால் பட்டீஸ்வரன் விடுப்பு எடுத்துக்கொண்டிருந்தார். காலை பத்தே முக்காலுக்கு, கொரோனா இருப்பது உறுதியாகிவிட்டதாக குறுஞ்செய்தி வந்துவிட்டது.

சுசீலா பதறி நடுங்கி அழுது அரற்றினாள்.

“எதுக்கும்மா பயப்படறீங்க? குணமாகக்கூடிய வியாதிதான் இதுன்னு எத்தனை தடவை சொல்றது?” என்றான் அன்பரசு.

“சரியாகுதோ, இல்லையோ! வேற எதுலயாவது செத்துப்போனாக் கூட பரவால்ல. கொரோனா வந்துருச்சே! இனி எப்படி வெளிய தலை காட்ட முடியும்? எப்புடி மத்தவங்க மூஞ்சில முளிக்க முடியும்?”

“மூஞ்சீல முளிக்க வேண்டாம். திரும்பி நிக்கச் சொல்லி பொடனில முளி!” என்றார் பட்டீஸ்வரன்.

அன்பரசு அவரை முறைத்து, “நானூறு வருசத்துக்கப்பறம் வியாழனும் சனியும் ஒரே நேர்கோட்டுல வந்திருக்குது. ஆனா, நீங்க ரெண்டு பேரும் நானூறு வருசம் ஒண்ணா வாழ்ந்தாலும் ஒரே நேர்கோட்டுல வர மாட்டீங்கப்பா” என்றான்.

“பின்ன என்னடா? கொரோனா வந்துருச்சுன்னு தற்கொலை பண்ணிட்ட கேனையனுகள மாதிரி இவளும் பேசிட்டிருக்கறா? இதென்ன எய்ட்ஸா, வெளில தெரிஞ்சா அவமானம்கறக்கு? உலகத்துல பத்துல ஒரு பங்கு கொரோனா கேஸு இருக்குமாட்ட இருக்குது. இந்தியால இப்ப ஒரு நாள் மட்டுமே இருவத்து நாலாயரம், இருவத்தியையாரம் கேஸு. இவ என்னடான்னா, வெளிய தலைகாட்ட முடியாதுங்கறா.”

“அப்பவே சொன்னேன், இமயத்தரசியம்மா வருசாந்தரத்துக்கு நான் வல்லே, வல்லேன்னு. கேட்டீங்களா? இங்கயே இருந்துட்டு வராம இருந்தா எல்லாரும் என்ன நெனைப்பாங்கன்னு, நீங்க ரெண்டு பேரும்தான் வற்புறுத்திக் கலந்துக்க வெச்சீங்க. அதுலதான் யாருகிட்டருந்தோ எனக்கு தொத்தீருச்சு.”

“அது நடந்தது நவம்பர் பதினேழுலீங்மா. கொரோனா அட்டாக்

ஆனா ரெண்டு வாரத்துல தெரிஞ்சிரும். அப்படிப் பாத்தா, டிசம்பர் ஒண்ணுக்குள்ளயே உங்களுக்கு அறிகுறி தெரிஞ்சிருக்கும். டிசம்பர்லயே இப்ப மூணு வாரம் முடிஞ்சிருச்சே! இது அதுக்குப் பின்னாடி, வேற எங்கிருந்தோ வந்ததுதான்.”

“நான்தான் வீட்டை விட்டு எங்கயும் போறதில்லையே! அறிவரசும் அதிகமா எங்கயும் போக மாட்டான். நீங்க ரெண்டு பேரும்தான் கண்ட கண்ட எடத்துக்கும் போவீங்க. நீங்கதான் எங்கிருந்தோ கொரோனாவக் கொண்டு வந்து எனக்குத் தொத்த வெச்சுட்டீங்க.”

“ஆமாமா,... நாங்கதான் உன்னையக் கொல்றதுக்காக கொரோனாவைக் கொண்டுவந்து ஒட்ட வெச்சுட்டோம். எப்புடி வந்துச்சு, யாரு மூலமா வந்துச்சுங்கறதா இப்பப் பிரச்சனை? ட்ரீட்மென்ட்டுக்கு என்ன பண்றது, எங்க போறதுன்னு பாக்கறதை விட்டுட்டு, நதி மூலம் ரிசி மூலம் தெரிஞ்சு என்ன பண்ணப்போற?”

“எங்க போனா என்ன,... எப்படிப் பாத்தா என்ன? நுரையீரல் பிரச்சனை இருக்கறவங்களுக்கு கொரோனா வந்தாலே பொளைக்க மாட்டாங்க. நான் ஆஸ்த்துமா சீக்காளி. அதுவும், பளைய கொரோனாவா இருந்தாலும் பரவால்ல. ப்ரிட்டன்லருந்து வந்த, உருமாறுன வீரியக் கொரோனாவா இருந்தா, முடிஞ்சுது என் கதை. ஒரு வாரமோ, பத்து நாளோ...!”

“அம்மா! கொஞ்சம் பெனாத்தாம இருக்கறீங்களா? கொரோனா வர்ற எல்லாரும் சாகறதில்ல. ப்ரிட்டன் வீரியக் கோவிட் இன்னும் இந்தியாவுக்கு வரவே இல்ல. இப்பத்தான் எட்டுப் பேரை டெஸ்ட்டுப் பண்ணி, ஆயரத்தெம்பத்தெட்டு பேரைக் கண்காணிச்சுட்டிருக்கறாங்க. நீங்க என்ன ப்ரிட்டன்லருந்தா வந்தீங்க?”

உண்மையில் அவனுக்கு டென்ஷன் இல்லையென்றாலும் டென்ஷன் போலக் காட்டிக்கொண்டு எகிறவும் அவள் தணிந்தாள்.

★★★

அரசு மருத்துமனை அல்லது முகாம்களிலேயே பார்க்கலாம் என்பதுதான் பட்டீஸ்வரனின் எண்ணம். ஆனால், மகன்கள் இருவரும் அதற்கு ஒத்துக்கொள்ளவில்லை.

"அங்கல்லாம் அந்தளவுக்குப் பாக்க மாட்டாங்கப்பா. அம்மாவுக்கு ஆஸ்த்மா ட்ரபிள் வேற. ப்ரைவேட்ல பாக்கறதுதான் பெட்டர்."

"ப்ரைவேட்ல ஒரு நாளைக்கே ஒரு லச்சம், ஒன்றை லச்சம் புடுங்குவானுக. பத்து நாள் இருந்தா என்னாகறது?"

"எல்லா ஹாஸ்பிட்டல்லயும் அப்படியில்லீங்ப்பா. ஒரு சில எடங்கள்லதான் மொதல்ல அந்த மாதிரி அநியாயமா கொள்ளை ஃபீஸ் புடுங்கிட்டிருந்தாங்க. அதுக்கப்பறம் கவர்மென்ட் அதுக்குத் தடை விதிச்சு கன்ட்ரோல் பண்ணுனதுலருந்து அந்த மாதிரி இல்ல. அதுவுமில்லாம, காப்பீட்டுத் திட்டம் இருக்குதல்லங்ப்பா! அதுல க்ளைம் பண்ணிக்கலாம்."

பொள்ளாச்சியில் கொரோனாவுக்கு ஒரே ஒரு தனியார் மருத்துவமனையில் மட்டுமே சிகிச்சை அளிக்கப்படுவதாகத் தெரிந்தது. அதில் இவர்களுக்கு அவ்வளவு திருப்தியில்லை. எனவே, கோவையில் உள்ள பிரபல தனியார் மருத்துவமனைக்குச் சென்றனர். அங்கேயோ பெருங்கூட்டம். இடமில்லை. இருந்தாலும் அவளை அனுமதித்து, சோதனைகள் செய்து, நுரையீரல் மிகவும் பாதிக்கப்பட்டுள்ளது; உடனே அட்மிட் செய்ய வேண்டும். என்றனர்.

சரியென்றதும் அட்மிட் செய்து, தனி சிகிச்சைப் பிரிவுக்குக் கொண்டு செல்லப்பட்டாள். கொரோனா நோயாளிகளுடன் உதவியாளர்களாக யாரும் தங்க அனுமதியில்லை, அது கூடாது என்பதால் பட்டீஸ்வரன், அன்பரசு இருவருமே வீடு திரும்பிவிட்டனர்.

பெருந்தொற்று பீதியைக் காட்டிலும், அவர்கள் இருவருமே இங்கு தன்னைத் தனியே விட்டுச் சென்றுவிட்டதுதான் இப்போது சுசீலாவுக்குப் பெரும் கவலையையும், வருத்தத்தையும் ஏற்படுத்தியது.

“குடும்பத்தவங்களோ, சொந்தக்காரங்களோ, தெரிஞ்சவங்களோ ஒருத்தர் கூட பக்கத்துல இல்லாம, பொள்ளாச்சிலருந்து ரொம்ப தூஊஊ...ரத்துல, நான் மட்டும் தனியா இருக்கணுமேன்னு நெனைச்சாத்தான் ரொம்ப பயமா இருக்குது. எல்லாரும் இருந்தும், யாரும் இல்லாத அனாதையாட்ட நான் எங்கியோ கெடந்து செத்துப்போகணுமா? அதுக்கு நான் பொள்ளாச்சிலயாவது செத்திருக்கலாமே!” என அலைபேசியில் கலங்கினாள்.

“எவடீ இவ, திருவாத்தியா இருக்கறா! பொள்ளாச்சில செத்தீன்னா சொந்தக்காரங்க, தெரிஞ்சவங்க உங்கூட உடன்கட்டை ஏறீருவாங்களா? கோயமுத்தூரு என்னுமோ இங்கிலாந்தில இருக்கற மாதிரி தூஊஊ...ரம்னு நீட்டற? பஸ்ஸேறுனா வீட்டுல இருந்து ரெண்டு ரெண்டரை மணி நேரத்துல அங்க ஆசுபத்திரிக்கு வந்து சேந்தர்லாம். கூட இருக்கக் குடாது, அனுமதி இல்லேங்கறதுனாலதான தனியா விட்டுட்டு வந்தோம்? இல்லாட்டி ஆராச்சு ஒருத்தராவது இருந்திருப்பமல்ல?”

“செரி, செரி. இலவச வேட்டி சீலையோட பொங்கல் பரிசு ரெண்டாயரத்து ஐநூர்ருவா நேத்தைலருந்து குடுக்கறாங்கல்ல. சீக்கிரம் போயி, ஸ்டாக் நல்லதா இருக்கும்போதே வாங்கிருங்க. சீலைய நல்ல கலரா, நல்ல டிசைனாப் பாத்து வாங்குங்க.”

★★★

நோயாளிகளின் அதிக கூட்டத்தால் மருத்துவரோ, செவிலியர்களோ அவள் இருந்த அறைக்கு வெகு நேரத்திற்கு வரவில்லை. அவளுக்கோ இளைப்பு, காய்ச்சல், உடல் வலி. பலவீனத்தோடு இருந்த நிலையில், அறையின் குளிர்சாதனக் குளிரும் சேர்ந்ததால், தாங்க முடியாமல், “யாராவது போத்திக்க ஒரு போர்வை குடுங்க” எனக் குரல் கொடுத்த பிறகு, நேரம் கழித்து போர்வையும் ஸ்வெட்டரும் கிடைத்தது. பின் வேறு அறைக்கு அவளை மாற்றிவிட்டுச் சென்றுவிட்டார்கள்.

குடும்பத்தில் யாருக்காவது உடல் நிலை சரியில்லை என்றால்,

நோயாளியின் கூடவே குடும்பத்தார் யாராவது இருப்பார்கள். அவர்களின் உடனிருப்பே நம்பிக்கை தருவதாகவும், பணிவிடைகள் ஆறுதலாகவும் இருக்கும். குறிப்பாக, மருத்துவமனைகளில் தங்கவைக்கப்படும்போது உதவியாளராக உறவினர் ஒருவர் இருப்பதே, உறவுகள் மொத்தமும் உடன் இருப்பது போன்ற தெம்பைத் தரும். கோவிட் விஷயத்தில், அந்தக் கொடுப்பினை இல்லை. கலங்கரை ஒளிப் புள்ளிகள் போல ஆசுவாசம் தரக்கூடிய செவிலியர்களும் மணிக்கணக்காக முகம் காட்டுவதே இல்லையே!

விண்வெளி வீராங்கனை போல கவச உடையுடன் குளுக்கோஸ் செலுத்த வந்த செவிலியிடம் ஆற்றாமைப்படவே, "கொரோனா பேஷன்ட்டுககிட்ட நாங்களும் அப்படி பக்கத்துலயே இருக்கக் கூடாதும்மா. நீங்க மட்டுமா, இங்க எத்தனை பேஷன்ட்டுக இருக்கறாங்க பாத்தீங்கல்ல? அதுல பல பேரு உயிருக்குப் போராடிட்டிருக்கறவங்க. எல்லாரையும் கவனிச்சுக்கப் போதுமான டாக்டர்ஸ். நர்ஸ், வொர்க்கர்ஸ் இல்ல. இங்க மட்டுமில்ல; எல்லா ஹாஸ்பிட்டல்லயும்தான். ப்ரைவேட்டுங்கறதுனால இந்த அளவுக்காவது இருக்குது. கவர்மென்ட் ஹாஸ்பிட்டல்ல எந்த அளவுக்கு மோசமா இருக்கும் தெரியுமா? டெய்லியும் நியூஸ்ல பாத்துட்டுத்தான இருக்கறீங்க? நாங்களும் மனுசங்கதான். எங்களுக்கும் உயிர் பயம் இருக்குது. அதையும் மீறித்தான், இருக்க நேரமில்லாம, பேஷண்டுகளைக் காப்பாத்தப் போராடிட்டிருக்கறோம்" என்றாள்.

அதன் பிறகுதான் இந்தப் பெருந்தொற்றுக் காலத்தில் மருத்துவர்கள், செவிலியர்கள், காவலர்கள், சுகாதாரப் பணியாளர்கள், தன்னார்வலர்கள் ஆகியோர்களின் பணி எவ்வளவு மகத்தானது என்பதை அவள் நினைவுகூர்ந்தாள். இவளைப் போல ஒரு செவிலி, கொரோனா பணி காரணமாக ஒரு வாரமாக வீட்டுக்கே போக முடியாமல் இருக்க, அவளின் இரண்டு வயதுக் குழந்தை அவளைக் காணாமல் ஏங்கி அழுதுகொண்டேயிருந்து, பின்னர் அவளது கணவர் குழந்தையை எடுத்து வந்து தூரத்தில் நின்று அம்மாவைக் காண்பிக்கும்

உருக்கமான காட்சியைத் தொலைக்காட்சி செய்தியில் கண்டது ஞாபகம் வந்தது. சென்னையில் கொரோனா நோயாளிகள் பலரின் உயிரைக் காத்த மருத்துவர் ஒருவருக்கு கொரோனா தொற்றி இறந்துவிட, அவரின் சடலத்தைப் புதைக்கவிடாமல் மயானத்தருகே உள்ள மக்கள் எதிர்த்ததும், அந்த மருத்துவரின் கீழ் பணியாற்றிய ஊழியர்களே அவரது சடலத்தை அங்கேயே போட்டுவிட்டுச் சென்றுவிட்ட கொடுமையும் நடந்ததே...!

பெருந்தொற்றுக் காலத்தில் பல்வேறு தரப்பு மக்களும் அனுபவித்த, அனுபவித்துக்கொண்டிருக்கிற கஷ்டங்கள், அவலங்கள்; அன்பரசு மக்களுக்கு செய்யும் சேவைகள்; காம்பவுண்டின் முந்தைய காலம்; கொரோனா காலத்தில் காம்பௌண்ட் என அடுக்கடுக்கான ஞாபகங்கள்.

கையில் ஏற்றிய குளுக்கோஸ் முடிந்து போக, உடலிலிருந்து ரத்தம் ட்யூப் வழி மேலே ஏற ஆரம்பித்தது. “நர்ஸ்,... சிஸ்டர்....” எனக் குரல்கொடுத்தும் யாரும் வரவில்லை. பின் அதை அவளே பிடுங்கி, ரத்தம் சொட்டச் சொட்ட மெல்ல நடந்து வெளியே வந்து செவிலியை அழைத்தாள். அவள் வந்து மாற்றும்போது, “உனக்குக் கொழந்தைக இருக்குதாம்மா? என்ன வயசு?” எனக் கேட்டு, “எங்க சின்னப் பையன் காலேஜ் படிக்கறான். அவனும் கொரோனா வாலன்ட்டியரா சமூக சேவையெல்லாம் பண்ணிடிருக்கறான்” என்றாள்.

★★★

உடன் இருக்கவோ, பார்க்கவோ அனுமதி இல்லை என்றாலும், ஒரு நாள் பட்டீஸ்வரன், ஒரு நாள் அன்பரசு என தினமும் மாறி மாறி மருத்துவமனைக்கு வந்து, வேண்டிய பணத்தைச் செலுத்தி, இவளது உடல் நிலை பற்றி செவிலியர்களிடமும், மருத்துவரிடமும் விசாரித்து, மாலை வரை வெளியே இருந்துவிட்டுச் செல்வார்கள். இரவு பகல் எப்போதும் இவளிடம் அவ்வப்போது அலைபேசியில் பேசவும் செய்வார்கள். அறிவரசு இங்கு வராதது அவளுக்கு வருத்தமளிக்கவே செய்தது. எனினும், அவனது குணம் அதுதானே என சமாதானப்பட்டுக்கொண்டாள்.

பணக்காரர்களுக்கு மட்டுமே சாத்தியமாகக்கூடிய சிகிச்சை தனக்கு செய்யப்படுவதில் அவளுக்கு மிகுந்த பெருமிதமும் உண்டாயிற்று. அவளிடம் அலைபேசியில் நலம் விசாரித்த அவளது உடன் பிறந்த சகோதரி, உறவுக்காரப் பெண்மணிகள், பாயம்மா, ரஞ்சிதா ஆகியோரிடம் அதைச் சொல்லவும் செய்தாள்.

சுசீலா ஏற்கனவே தோல் போர்த்த எலும்புக் கூடு. ஒரு வாரத்தில் உடல் எடை மேலும் 8 கிலோ குறைந்தது. ஒவ்வொரு நாளும் காலையில் கண் விழிக்கும்போது, நாம் இன்னும் சாகவில்லை, உயிரோடுதான் இருக்கிறோம் என்பது வியப்பாகவும், பேரானந்தமாகவும் இருக்கும். ஏதோ ஒரு கனவுலகில் இருப்பதைப் போல் தோன்றும். உடலில் யாரோ ஏறி வந்து மிதித்தது போல வலி மிகுந்திருக்கும்.

அடுத்த இரண்டு நாட்களில் வயிறு தூக்கித் தூக்கிப் போடும் அளவிற்கு மூச்சுத் திணறல் அதிகமாயிற்று. ஆக்சிஜன் கொடுக்க ஆரம்பித்தார்கள்.

தான் இறந்துவிடுவோம் என அவள் திடமாக நம்பினாள். தனது மரணத்துக்கு பட்டீஸ்வரனும், அன்பரசுவும் மிக துக்கப்படுவார்கள் என்றும், அறிவரசுவுக்காவது திருமணம் ஆகி, ஒரு பேரக் குழந்தையைப் பார்த்துவிட்டாவது சாகும் வாய்ப்பு அமைந்திருந்தால் தனது வாழ்க்கை ஓரளவுக்காவது முழுமையாகியிருக்கும் எனவும் எண்ணிக்கொண்டாள்.

★★★

பட்டீஸ்வரனுக்கு கொரோனா பீதி இல்லாவிட்டாலும், அவருக்குள்ளும் வெளிக்காட்டப்படாத அச்சம் இருக்கவே செய்தது. 572 சதுர அடி வீட்டில் அவர்களின் குடும்பம் வசிக்கிறது, யாராவது ஒருவருக்குத் தொற்று வந்தாலும் வீட்டில் தனிமைப்படுத்திக்கொள்ள முடியாத சூழ் நிலை. கொரோனா பாதிப்பு எண்ணிக்கை, அதிகரிக்கும் பலி, மத்திய மாநில அரசுகளின் திருப்தியற்ற செயல்பாடுகள், முகக் கவசம் முதல் ப்ளீச்சிங் பவுடர் வரை செய்த ஊழல்கள் என தொடர்ந்து

செய்திகள் வெளியாக, இந்த அரசு மக்கள் உயிரையாவது காப்பாற்றும் என்ற நம்பிக்கை மெல்ல மெல்ல அற்றுப்போனது.

தனது நாற்பதுகளிலிருந்த சூரி கொரோனாவால் மரணித்துவிட்டான். அந்த அதிர்ச்சியிலும், வயதுகளைக் கடந்து நட்பாகப் பழகிய அவனது இழப்பின் துக்கத்திலிருந்தும் மீள்வதற்ககுள் இன்னொரு உயிரிழப்பு. கொரோனாவால் பாதிக்கப்பட்டு தனியார் மருத்துவமனையில் அனுமதிக்கப்பட்ட இவரது மாமா மகன், பல லட்சம் செலவு செய்தும் மரணமடைந்தார். செய்திகளாகக் கேள்விப்படுவதை விட, நண்பர்களுக்கும் உறவினர்களுக்கும் நடக்கும்போது, மரண பயம் மண்டைக்குள்ளேயே வந்துவிடுகிறது.

ஆயினும் அதை வெளிக்காட்டிக்கொள்ளாமல் இருந்தார்.

சுசீலாவுக்கும் கொரோனா என்றபோது உள்ளுக்குள் ஆட்டம் கண்டுவிட்டது. ஆஸ்துமா நோயாளியும், பலவீனமானவளுமான அவளின் உடல், கோவிட் வைரஸை எதிர்த்து வெல்லுமா என்பது அவருக்குமே பலத்த சந்தேகம்; பயம். இருப்பினும் அதை மறைத்துத்தான் சுசீலாவின் பயத்தைப் போக்கிக்கொண்டிருந்தார்.

அவளுக்குக் கொரோனா என்பதால் இனி இங்கே சுகாதாரத் துறை, காவல் துறை ஆகியவற்றின் தடுப்பு நடவடிக்கைகள் தடபுடலாக இருக்கும் என்ற எண்ணம் காம்பௌண்ட்காரர்களுக்கும், காலனிக்காரர்களுக்கும் இருந்தது.

ஊரடங்குத் துவக்கமான மார்ச் ஏப்ரல் மாதங்களில் யாருக்கேனும் கொரோனா தொற்று ஏற்பட்டால், அவர்களின் வீடு அல்லது வசிப்பிடத்தில் அது குறித்த நோட்டீஸ் ஒட்டப்பட்டு, கிருமிநாசினி, ப்ளீச்சிங் பௌடர் தெளிப்பு நடைபெறும். பாதிப்புக்குள்ளானவர்களின் வீடுகளைச் சுற்றி 7 - 8 கிலோ மீட்டர் சுற்றளவில் உள்ள அனைத்து வீடுகளிலும் கொரோனா ஆய்வு நடத்தப்பட்டது. யாரோ ஒருவருக்குத் தொற்று என்றாலும், அந்தப் பகுதி முழுமைக்கும் தடுப்பு போட்டு சீல் வைப்பது, கிருமிநாசினி தெளிப்பது, கடைகள் அடைப்பது, தெர்மல் ஸ்கேனர் மூலம் காய்ச்சல்

சோதனை மேற்கொள்வது, பொதுமக்கள் வெளியே வராத வண்ணம் ஒலிபெருக்கி மூலம் காவல்துறையினர் எச்சரிக்கை விடுத்து பாதுகாப்பு பணியில் ஈடுபடுவது ஆகியவை ஆகஸ்ட் வரையில் கூட நிலவியது. அவ்வாறு அடைபடும் மக்கள் அத்தியாவசியப் பொருட்கள் வாங்கவும் வெளியே செல்ல இயலாமல் அவதிக்குள்ளாயினர்.

தொற்றுப் பரவல் அதிகமாகி, பாதிக்கப்பட்டவர்களை குணப்படுத்தும் பணியில் அதிகமான ஊழியர்கள் பணியாற்ற வேண்டி இருப்பதால் சமீப மாதங்களாக மேற்படி அமர்க்களங்கள் அவ்வளவாக இல்லை. வெளிநாட்டிலிருந்து வந்து வீட்டுத் தனிமைப்படுத்தலில் உள்ளவர்களை சோதனை செய்யக் கூட வராமல், அவர்களாக அலைபேசி செய்து கேட்டாலும், “உங்களுக்கு அறிகுறியோ தொந்தரவோ இல்லன்னா டெஸ்ட் பண்ணியாகணும்னு கட்டாயம் இல்லீங்க. நீங்க வீட்டை விட்டு வெளிய போகாம, ப்ரொசிஜரை கரெக்ட்டா ஃபாலோ பண்ணிட்டீங்கன்னாப் போதும்” என்கிறார்கள்.

இங்கும் அப்படித்தான், நகராட்சியிலிருந்து ஆட்கள் வந்து பட்டீஸ்வரனின் வீட்டைச் சுற்றிலும், காம்பௌண்டுக்கு உள்ளும் வெளியிலும் கிருமி நாசினி தெளித்து, ப்ளீச்சிங் பௌடர் இட்டனர். இவர்கள் வீட்டில் மற்றவர்களுக்குக் கொரோனா அறிகுறிகள் உண்டா என்று மட்டும் சம்பிரதாயமாக விசாரித்தனர். நோட்டீஸ் ஒட்டவோ, அண்டை வீடுகளில் எச்சரிக்கவோ இல்லை. தெருவுக்குக் கூட தடுப்பு போடவில்லை.

ஆனால், சுசீலாவுக்குத் தொற்று என்கிற விஷயம் காம்பௌண்ட்க்குள் சிலருக்கு நடுக்கத்தை ஏற்படுத்திவிட்டது. மரவள்ளிக்காரரர் குடும்பத்தாரும், பப்சுக்காரர் குடும்பத்தாரும் பட்டீஸ்வரன், அன்பரசு, அறிவரசு ஆகியோரைக் கண்டாலே கொரோனாக் கிருமியின் மனித ரூபங்கள் போல வெலவெலத்தனர். மற்றவர்கள் எச்சரிக்கை கொண்டாலும் அச்சம் கொள்ளவில்லை.

வள்ளிநாயகம் காம்பவுண்டில் தொற்று என்கிற விஷயம் காலனிக்குள் பீதியை மிகுவித்து, மற்ற தெருக்காரர்களில்

சிலர் இத் தெருவுக்கே வரவிடாமல் செய்தது. சிலர் அந்தக் காம்பவுண்டை மட்டும் பயப் பார்வை பார்த்தபடி வழக்கம் போல வந்து சென்றனர். டீச்சர்ஸ் காலனியில் இப்போது யாரோ ஒரு பெண்மணிக்குத் தொற்றாம் என்கிற விஷயம் அண்டைக் குடியிருப்புப் பகுதிகளில் பேசுபொருளாயிற்று.

மூன்றாம் நாள் அறிவரசுவும், ஐந்தாம் நாளான கிறிஸ்துமஸிற்கு மறு நாள் பட்டீஸ்வரன், அன்பரசு ஆகியோரும் கொரோனா பரிசோதனை செய்து கொண்டனர். அறிவரசுவுக்குத் தொற்று இல்லை. பட்டீஸ்வரனுக்கும் அன்பரசுவுக்கும் தொற்று உறுதியாயிற்று. எந்த அறிகுறியும் இல்லாமலேயே அவர்களுக்குத் தொற்று.

வேறு வழியில்லை; இனி சுசீலா விஷயத்தை அறிவரசுதான் பார்த்துக்கொள்ள வேண்டும். அவனிடம் பொறுப்பை ஒப்படைத்துவிட்டு இருவரும் பொள்ளாச்சி அரசு மருத்துவமனைக்குச் சென்றனர். இடப் பற்றாக்குறை காரணமாக, தீவிர பாதிப்புள்ள நோயாளிகளுக்கு மட்டுமே மருத்துவமனையில் சிகிச்சை. மித பாதிப்பு எனில் முகாம்களுக்கு அனுப்பிவிடுவார்கள். இவர்கள் இருவருக்கும் மிதமான பாதிப்பு என்பதால் அன்பரசுவைப் பெண்கள் மேல்நிலைப் பள்ளிக்கும், பட்டீஸ்வரனைத் திருமண மண்டபத்துக்கும் அனுப்பினர்.

உள்ளூரில் அவர்கள் ஒவ்வொரு முகாம்களில், ஆக்சிஜனுக்காகப் போராடிக்கொண்டிருக்கும் சுசீலா கோவை மருத்துவமனையில் என குடும்பமே கொரோனாவால் நிலைகுலைந்து போயிருக்க, அறிவரசு வீட்டில் தனித்திருந்தான். உள்ளும் புறமுமாகத் தடுமாறிக்கொண்டே ஒரு நாள் விட்டு ஒரு நாள் கோவை மருத்துவமனைக்குச் சென்று வந்துகொண்டுமிருந்தான்.

★★★

நோயாளிகளைப் பராமரிப்பது, மருத்துவமனைகளில் துணைக்கு இருப்பது ஆகியவை அறிவரசுவுக்குப் பழக்கமில்லாதவை. சுசீலாவுக்கு உடம்பு முடியாதபோது பட்டீஸ்வரனோ, அன்பரசுவோதான் பணிவிடை, மருத்துவமனைக்கு அழைத்துச்

செல்வது எல்லாம். இவனுக்கு அது தெரியாது என்பது ஒரு புறம் இருக்க, நோயால் அவதிப்படுகிற நோயாளிகளைப் பார்த்தால் மனம் கடுமையாக பாதிக்கப்பட்டு, இயல்பு நிலை தவறிவிடும். அதனாலேயே கூடுமானவரை அவற்றைத் தவிர்ப்பான். நோயாளிகளைப் பார்க்கச் சென்றால் சம்பிரதாயத்துக்கு விசாரித்துவிட்டு, விரைவில் விலகிவிடுவான்.

அதனால்தான் சுசீலாவை கோவையில் அட்மிட் செய்திருந்தபோது முதலில் இவன் ஒரு நாளும் அங்கு செல்லவே இல்லை. ஆனால், பிறகு பட்டீஸ்வரனும், அன்பரசுவும் தொற்றுக்கு ஆளாகி மருத்துவமனையில் அட்மிட் ஆகவே, அறிவரசு நிலைகுலைந்தான். அவர்கள் யாரையும் இவனும் பார்க்க முடியாமல், அவர்களும் தங்களுக்குள் ஒருவரை ஒருவர் பார்த்துக்கொள்ள இயலாமல், மூவரும் சிகிச்சை பெற்றுக்கொண்டிருக்க, யாருக்கு என்ன ஆகுமோ என்ற கவலை அவனை அரித்தெடுத்தது.

பதின்ம வயதுகளிலிருந்தே மரணம் அவனுள் கனத்த சலனங்களை ஏற்படுத்திக்கொண்டிருந்தது. தனக்கு மரணம் வந்துவிடுமோ என அவன் ஒருபோதும் அஞ்சியதில்லை. "சாகப் பொறந்த வாழ்க்கை இது. பொறந்ததுலருந்தே நாம வாழற ஒவ்வொரு நாளையும் கொஞ்சம் கொஞ்சமா செத்துக் கழிச்சுட்டுத்தான் இருக்கறோம்" என சொல்வான்.

எப்போதாவதுதான் இந்த மாதிரி மற்றவர்களுடன் பேசுவான் என்றாலும், எப்போதுமே அவனது மண்டைக்குள் இது போன்ற சிந்தனைகள் துள்ளிக் குதித்துக்கொண்டிருக்கும்.

மரணம் ஏனோ அவனுக்கு ஒரு கருப்பு ஈர்ப்பாக இருந்தது. மரணச் செய்திகளையும், மரணம் குறித்த கருத்துகள், தத்துவங்கள், சிந்தனைகள் ஆகியவற்றையும் விரும்பி வாசிப்பான். அறியவருகிற சில மரணங்களும், பங்கேற்க நேர்கிற இழவுச் சூழல்களும், காணவும் கேட்கவும் நேர்கிற மரணச் செய்திகளும் அவனுக்குள் சலனங்களை ஏற்படுத்தி, பலவிதமான கேள்விகளை எழுப்பும்.

பிறக்கிற எல்லோரும் இறக்க வேண்டுமென்றால், பிறப்பு ஏன் நிகழ வேண்டும்? உயிர்களின் பிறப்பும் இறப்பும்தான் இந்த பூமியின் உயிர்ப்பு எனில், இந்த நிகழ்வுகள் அற்ற கிரகங்கள் எதற்காக விண்வெளியில் வெட்டியாக சுற்றித் திரிகின்றன? மனித உயிர்களுக்குத் தரும் மதிப்பை, பிற உயிர்களுக்கு ஏன் மனிதர்கள் தருவதில்லை? ஒவ்வொரு நபர்களின் வாழ்க்கைக்கும், அவர்களின் மரணத்துக்கும் நுட்பமான தொடர்பு, அவை உணர்த்தும் செய்தி என ஏதும் உண்டா? மரணம் நிலையானது, வாழ்க்கை நிலையற்றது எனத் தெரிந்த பின்னும் மனிதர்களுக்கு ஏன் இந்த வாழ்வில் இவ்வளவு ஆசை? பணம், பொருள், பதவி, அதிகாரம், ஜாதி, மதம், இனம், போட்டி, பொறாமை, வன்மம், குரோதம், கொடூரம்... இத்தியாயிகள் எதற்காக? ஒட்டுமொத்த ப்ரபஞ்சத்தையும் இயக்குகிற இயற்கை நியதி, இந்த பூமிக்கு மட்டும் தனி நியதியை வைத்திருப்பது ஏன்? இங்கே மில்லியன் ஆண்டுகளாக அது நிகழ்த்திக்கொண்டிருக்கும் உயிரியல் சுழற்சியின் பல வண்ண, ஜனன - மரண வாழ்க்கைக் கோலங்கள் எதற்கு? இதற்கெல்லாம் என்ன பொருள்?

இப்படியெல்லாம் சிந்தித்துத் தலையைப் புண்ணாக்கிக்கொள்கிற ரகம் அவன். விடலைக் காலம் முதலே அவனுக்கு இந்த வியாதி இருக்கிறது. அவன் வயசுக்கு மீறி யோசிக்கறவன் என்று அப்போதிருந்தே பலரும் சொல்வார்கள். “பெரியவன் சிந்திக்கற ரகம்; சின்னவன் செயல்படற ரகம்” என்று பட்டீஸ்வரன் சொல்வார்.

இந்தக் கொரோனா விஷயத்திலும் அப்படித்தான். அன்பரசு மற்றவர்களுக்குப் பயன்படும் சேவைகளைச் செய்துகொண்டிருக்க, அறிவரசு இத்தகைய பெருந்தொற்றுகள் ஏன் பூமியில் தோன்றுகின்றன என்று தத்துவ ரீதியாக யோசித்து, சமநிலைக்காக இப்படி செய்துகொள்கிறது என்ற தீர்மானத்திற்கு வந்திருந்தான். ஆனால், கொரோனா தொடர்பாக உலகெங்கும் நிகழும் சம்பவங்கள், துயரங்கள், அவலங்கள், மனித நேயமற்ற செயல்கள், தொற்று வேகம், பலி எண்ணிக்கைகள், தொற்று அபாயச் சூழல் ஆகியவை அவனைக் கடுமையான மன உளைச்சலுக்கு ஆளாக்கியிருந்தன.

இந்த நிலையில் தனது குடும்பத்தார் மூவரும் தொற்றுக்கு ஆளானது அவனை மிகுந்த உளவியல் நெருக்கடிகளுக்கு ஆளாக்கிவிட்டது. நண்பர்கள், நெருங்கிய உறவினர்கள் யாரையும் உதவிக்கு அழைக்கவோ, யாரிடமும் தனது மன அழுத்தங்களைச் சொல்லி ஆறுதல் பெறவோ கூட இயலவில்லை.

அப்போது முஸ்தாக் வேலு, ரஞ்சிதா ஆகியோர்தான் வாசலுக்கு அப்பாலேயே நின்றுகொண்டு அவனிடம் பேசி ஆறுதலும், தைரியமும் அளித்துவிட்டுச் சென்றனர்.

பட்டீஸ்வரனிடம் அலைபேசியில் அதைத் தெரிவித்தபோது "கொரோனாவா இல்லாம வேற ஏதாவதா இருந்தா அவுங்க தானாவே வந்து வேணுங்கற உதவிய செய்வாங்க. இப்ப உதவிக்குன்னு வந்தா அவுங்களுக்கும் ஆபத்தா ஆயிரும்னுதான் வராம இருக்கறாங்க. நாமளா இருந்தாலும் அப்படித்தானே!" என்றார்.

★★★

அன்பரசு தங்கவைக்கப்பட்டிருந்த பெண்கள் மேல் நிலைப் பள்ளிதான் பொள்ளாச்சியில் மருத்துவமனைக்கு வெளியே கொரோனாவுக்குச் செயல்பட்டு வருகிற முதல் சிகிச்சை மையம். வெளிநாடுகளிலிருந்து வருகிறவர்களைத் தனிமைப்படுத்தி வைப்பதும் அங்குதான். வீட்டுக்குப் போகாமல் கொரோனா சிகிச்சைப் பணியில் ஈடுபட்டுவரும் செவிலியர்களும் அங்குதான் தங்கவைக்கப்பட்டிருந்தனர்.

அட்மிட் ஆனதற்கு இரு தினங்களுக்குப் பிறகு அன்பரசுவுக்குக் காய்ச்சல், சளி, இருமல், சுவை தெரியாமை ஆகிய கொரோனா உபாதைகள் ஏற்படலாயின. பின்னர் இரு தினங்களுக்கு சிறுநீர், மலம் கழியவில்லை. கடுமையான தலைவலி வேறு. அந்த அவஸ்தை, வலி, அதன் விளைவு என்னாகுமோ என்ற பதற்றம் ஆகியவற்றோடு இளம் பயிற்சி செவிலியரிடம் அதைத் தெரிவித்து, மல ஜலம் கழியவும், தலைவலிக்கும் மாத்திரை கேட்டான்.

"நெறையத் தண்ணி குடிங்ணா. சரியாயிடும்" என்றாள் அவள்.

“ஏம்மா,... ரெண்டு நாளா யூரின், மோஷன் போகல. வயிறே வெடிச்சிருமாட்ட இருக்குது. தலைவலி தாங்க முடியல. மேம்பாலத்துக்கடில ப்ரம்மாண்டத் தூண் இருக்கும் பாரு,... ஓடிப் போயி அதுல மண்டைய நங்குன்னு முட்டீட்டு மண்டையொடைஞ்சு செத்தர்லாமாட்ட இருக்குது. உங்கிட்ட மாத்தரை கேட்டா, தண்ணி குடிங்க - செரியாயிரும்கறயே!” என டென்ஷனானான்.

அவள் அசையாமல் உற்று நோக்கி, “இப்புடி டென்ஷன் ஆனீங்கன்னா மாத்தரை சாப்புட்டாலும் ஒரு வாரத்திக்கு மோஷன் போகாது” என்றுவிட்டு, லெட்ஜரை எடுத்து நெஞ்சில் அணைத்தபடி சென்றுவிட்டாள்.

நம்பிக்கையே இல்லாமல், வேறு வழியின்றி, நிறைய தண்ணீர் குடித்துப் பார்த்தான். அடுத்த ஒரு மணி நேரத்தில் சிறுநீர் முட்டிக்கொண்டு வெளியேறியது. அடுத்த ஒரு மணி நேரத்தில் மலமும் லக்க-லக்க-லக்கவென வெளியேறிவிட்டது.

தலைவலி இருந்த சுவடே இல்லை.

அவனால் நம்பவே முடியவில்லை. தண்ணீருக்கு இவ்வளவு மகிமையா?

“அந்தப் புள்ளை கரெக்ட்டாத்தான் சொல்லியிருக்குது. நாம அது தெரியாம அதுகிட்ட டென்ஷனாயிட்டமே...” என வருந்தி, அவள் வந்தால் மன்னிப்பு கேட்க வேண்டும் என எண்ணிக்கொண்டான்.

அடுத்த ஒரு மணி நேரத்திலிருந்து தொடங்கியது வயிற்றுப்போக்கு. அரை மணிக்கு ஒரு தரம் போய் வந்துகொண்டிருந்தவன், பிறகு அங்கேயே குடியேறிவிட்டான்.

வயிற்றில் இனி குடலைத் தவிர எதுவுமே மிச்சமில்லை என்கிற நிலையில், கெண்டைக்கால் தளர்ச்சியில் நடுங்க, ஊர்ந்த மாதிரி நடந்து, ஒரு வழியாக படுக்கை வந்து சேர்ந்தான்.

மாலை நேர சோதனைக்கு அந்த செவிலி வந்ததும் சம்பவத்தைத் தெரிவித்து, “ஒண்ணு, போக மாட்டீங்குது: போனா, நிக்க

மாட்டீங்குது. ஏன் இப்புடி?" என்று கேட்டான்.

"அடிக்கடி டென்ஷன் ஆனா டைட் மோஷன் ஆகும்; அனாவசியமா டென்ஷன் ஆனா நான்ஸ்டாப் லூஸ் மோஷன் ஆகும்" என்றாள் அவள்.

★★★

பட்டீஸ்வரனுக்கு முதல் மூன்று நாட்களுக்கு எந்த உபாதைகளும் இல்லை. திருமண மண்டபத்தின் பரந்த கூடத்தில் பக்கம் பக்கமாகக் கிடக்கும் படுக்கைகளில் உள்ள நோயாளிகளிடம் பேசிப் பொழுதுபோக்கிக்கொண்டிருந்தார்.

"ஆரம்பத்துல தொத்து கம்மியா ஒண்ணு ரெண்டுன்னு இருந்தப்ப, இத்தனை பேர்த்துக்கு சிகிச்சை பண்ணுனோம்னு எச்சாக் கணக்குக் காட்டறக்காக, சாதாக் காய்ச்சலுக்கு வந்தவங்களையெல்லாம் கொரோனான்னு பொய் சொல்லிப் படுக்க வெச்சு, பாராசிட்டமால் குடுத்து தாட்டியுட்டுட்டிருந்தாங்க. வேற எந்த நோவுல செத்தாலும் கொரோனாவுல செத்த லிஸ்ட்டுல சேத்துனாங்க. அப்புடித்தான் இப்பவும் என்னையப் புடிச்சுட்டு வந்து படுக்க வெச்சுட்டாங்களாட்டிருக்குது. அறிகுறியே தெரியாமயும் கொரோனா வரும்கறது சௌரியமாப் போச்சு" என்றார் இவர்.

"ஆரம்பத்துல அப்புடித்தான் இருந்துச்சுங்க. அப்பல்லாம் இங்க இவ்வளவு பேசன்ட்டுகளும் இல்ல. நீங்க சொன்னாப்புடித்தான், காச்சல்னு வந்த நம்ம சகலைய இங்க கொண்டுவந்து உட்டிருந்தாங்க. காச்சல் ரெண்டு நாள்ல செரியாயிருச்சு. ஊட்டுக்குப் போலாம்னா இவுங்க உடுல. சும்மாவே படுத்துக் கெடக்கறது போரடிக்குதுன்னு அவுரு பாட்டுக்கு எந்திரிச்சுப் போயிட்டாரு. ஆனாட்டி இப்பல்லாம் கொரோனா எச்சாயிட்டதுனால, தொத்து பரவல் கன்ட்ரோல்லதான் இருக்குதுன்னு எண்ணிக்கையக் கம்மி பண்ணிக் காமிக்கறக்காக, கொரோனா பேசன்ட்டுகளையும், கொரோனா சாவுகளையும் வேற லிஸ்ட்டுல சேத்தீர்றாங்க" என்றார் ஒருவர்.

மற்ற தொற்று நோய்களோ, சாதா நோய்களோ வந்தால்

அவற்றுக்கென உள்ள காய்ச்சல், தலைவலி, மூட்டுவலி, வயிற்றுப்போக்கு என்பது போன்ற, அததற்கு உரித்தான் குறிப்பிட்ட விளைவுகள்தான் ஏற்படும். கொரோனாவோ இவ்விதம் நிலையான அறிகுறிகள், நோய்மைகள் சிலவற்றைக் கொண்டிருந்தாலும், சிலருக்கு அவை இல்லாமலே தொற்று ஏற்படுவதும், வந்தது தெரியாமலே குணமாகிவிடுவதும் இருந்தது. சிலருக்கு வெவ்வேறு விதமாக, புதிது புதிதான உபாதைகளும் இருந்தன. இங்கே உள்ள ஒவ்வொருவருக்கும் என்னென்ன விதமான உபாதைகள் என்பதை அறிய ஒவ்வொருவரிடமும் சென்று நேர்காணல் எடுத்துக்கொண்டிருந்தார் பட்டீஸ்வரன்.

கொரோனா வருவதற்கு முன்புதான் மற்றவர்களிடமிருந்து தொற்றிவிடுமோ என்ற பயம். வந்துவிட்ட பின் அவருக்கு பயம் போய்விட்டது. இவர்களும் கொரோனா தொற்றாளிகள் என்பதால் நம்மிடமிருந்து அவர்களுக்குப் பரவிவிடக் கூடாது என்ற எச்சரிக்கையும் தேவையில்லை அல்லவா!

சக தொற்றாளிகளுக்கும் உபாதைகள் பல விதங்களில் இருந்தன.

“சம்சாரத்துக்கு ஒடம்பு செரியில்லாதப்ப நாந்தான் சமையல். நம்ம ஸ்பெசல் ஐட்டம் ஒண்ணு இருக்குது. பச்சைப் புளி ரசம், வரிக் குருமத்தங்கா வத்தல். அதோட மகிமைனாலதான் எனக்குக் கொரோனா ஒபத்திரவம் ஒண்ணுமே இல்ல” என்று கூசாமல் பெருமை பீற்றிக்கொண்டிருந்தார்.

அடுத்த நாளே வாந்தி, உடல் வலி, சோர்வு, வாசனை தெரியாமை, சளி, இருமல், காய்ச்சல் என வரிசை பிடித்து வரத் தொடங்கிவிட்டன.

பச்சைப் புளி ரசம், வரிக் குருமத்தங்கா வத்தல் மகிமை பொய்த்துப்போனது பற்றிக் கவலைப்பட்டாலும், உபாதைகள் பற்றி அவ்வளவாக அலட்டிக்கொள்ளவில்லை. கொரோனா வந்தால் இன்னின்ன நோய்மைகள், உபாதைகள், பக்க விளைவுகள் ஏற்படும் என்பது தெரிந்திருந்ததால் அவற்றுக்கு ஆயத்தமாகவே இருந்தார்.

“புதன், வியாளன், ஞாயிறு மூணு நாளும், கொரவளியப்

புடிக்கற காரத்துல குருமொளகு ரசம் வெச்சு, புளி போடாம பெரண்டைத் தொவையல் அரைச்சு, வீட்டுல இருக்கற மத்தவீகளுக்கு அதைய சாப்படக் குடுத்துட்டு, நாம காந்தி மார்க்கெட் போயி தாடி பிரியாணி ஒரு புடி புடிச்சம்னா கொரோனா கிரோனா எல்லாம் தானா செரியாயிரும்க" என்று அந்த நிலையிலும் பக்கத்துப் படுக்கைகளுக்கு பல் சுளுக்கு வர வைத்துக்கொண்டுமிருந்தார்.

அறிவரசுவிடம் ஒவ்வொரு நாளும் அலைபேசும்போதும், அவனுக்கோ, அயல்வாசிகளான காம்பௌண்ட்காரர்களில் யாருக்காவதோ தொற்று அறிகுறிகள் தென்பட்டனவா, இவர்களின் வீட்டில் மூன்று பேருக்குத் தொற்று ஏற்பட்டதன் விளைவாக காலனியை முடக்கி சீல் வைக்கும் காரியம் ஏதும் நடைபெற்றதா, சுகாதாரத் துறை, வருமானத் துறை, காவல் துறை நபர்கள் யாரேனும் விசாரிக்க வந்தார்களா என்று கேட்டுக்கொள்வார். அன்பரசுவிடம் பேசும்போது, "வயித்துல போகுதா? சாப்பாடு சப்ளையர்கிட்ட வரிக் குருமத்தங்கா வத்தல் கேட்டுப் பாரேன்!" என உணவே மருந்து உபதேசம் செய்வார்.

சுசீலாவை நினைக்கும்போது மட்டும் முகமும் மனமும் இறுகும்.

"வீடு, காம்பௌண்ட், காலனி, பொள்ளாச்சி, அவுங்க ஊரு; அதைத் தவுத்து அவளுக்கு ஒண்ணும் தெரியாது. வீட்டுலயுமே ஒரு ராத்திரியாச்சும் தனியா இருந்ததில்ல. அவ ஒரு பயந்தகோளி - பாப்பராணி. எப்புடித்தான் அங்க தனியா இருக்கறாளோ? இப்பப் பாத்து எனக்கும் இது வந்துருச்சே! பேசாம நானாச்சும் கோயமுத்தூர் ஜீஹெச்சுலயாச்சும் போயிப் படுத்திருக்கலாம். வேற வேற எடத்துலீன்னாலும், நானும் கோயமுத்தூர்லதான் இருக்கறேன்ங்கறதே அவளுக்கு தெம்பா இருக்கும். யோசிக்காமத் தப்புப் பண்ணீட்டேன்" என்று வெதும்புவார்.

சுசீலாவோ, "என்னாலதான் உங்க ரெண்டு பேர்த்துக்கும் வந்துருச்சாட்டிருக்குது" என்று இப்போது தோசையைத் திருப்பிப் போட்டுக்கொண்டிருந்தாள்.

★★★

சாதாரணமாகவே அரசு மருத்துவமனைகளில் பல விதமான குறைகளும் இருக்கும். இந்தப் பெருந்தொற்றுக் காலத்தில் அவை இன்னும் கூடியிருந்தன. அவற்றைக் குறித்து அறிவரசுவிடம் தெரிவித்த பட்டீஸ்வரன், "வார்டுல ஒரு நர்ஸ் கூட இருக்கறதில்ல. கேட்டதுக்கு, அம்பது பேசன்ட்டுகளுக்கு ஒரு நர்சுங்கறதுனால எங்குளுக்கும் பேசன்ட்டுகளை கவனிக்க ரொம்ப சிரமமா இருக்குதுன்னாங்க. பாவம், அவங்களும் மனுசங்கதானே! அதுவும் இப்படிப்பட்ட சூள்நிலைல அவுங்களை தெய்வங்கன்னே சொல்லலாம். கவர்மென்ட்டு அவுங்க வேலைய கன்ஃபாம் பண்ணாது; தொற்றுலருந்து பாதுகாக்கறக்கு வேணுங்கற எல்லா உபகரணங்களையும் குடுக்கறதில்ல; கொரோனாவுல செத்தாலும் நஷ்ட ஈடு கெடைக்குமான்னு தெரியாது. ரொம்ப மன அளுத்தம் அவுங்களுக்கு" என்றார்.

அன்று சுசீலாவுக்கு நிலைமை மோசமாகி, தீவிர சிகிச்சைப் பிரிவுக்குக் கொண்டு செல்லப்பட்டாள். வென்ட்டிலேட்டர் வைக்கும் நிலை வந்துவிட்டது.

அந்தத் தகவலை பட்டீஸ்வரன் மூலம் அறிந்துகொண்ட முஸ்தாக் உடனே அறிவரசுவைத் தொடர்புகொண்டு, எப்போது உதவி தேவைப்பட்டாலும் தன்னை அழைக்குமாறு சொன்னான்.

மறு நாள் காலையிலேயே தனியார் மருத்துவமனையிலிருந்து அழைப்பு. சுசீலா இனி பிழைப்பது கஷ்டம்; வேறு எங்காவது பார்ப்பதாயின் உடனடியாக டிசார்ஜ் செய்துகொண்டு செல்லுங்கள் என்றனர்.

அறிவரசுவுக்கு என்ன செய்வது என்றே தெரியவில்லை. முஸ்தாக்கை அழைத்தான். ஆட்டோ லைனில் இருந்த அவன், அடுத்த அரை மணி நேரத்தில் வீடு வந்து சேர்ந்தான்.

"நீ ஒண்ணும் பதட்டப்படாத அறிவு. வர்ற வளிலயே அப்பாகிட்டயும், அன்புகிட்டயும் பேசிட்டேன். தனியார் ஆஸ்பத்திரில இதுமாதிரி கைவிரிச்ச எத்தனையோ

கேஸ்களை, கவர்மென்ட் ஆஸ்பத்திரில பொளைக்கவெச்சு, குணப்படுத்தியிருக்கறாங்க. கோயமுத்தூர் ஜி.ஹெச். நமக்குப் பக்கம்ங்கறதுனால சாதாரணமா நெனைக்காத. மூணு வருசத்துக்கு முந்தி, ரயில்ல அடிபட்டு, இடுப்புக்குக் கீள ரெண்டு காலும் போன ஒரு ஆக்ஸிடென்ட் கேஸ¬, ராமேஸ்வரத்துல இருந்து கோயமுத்தூர் ஜி.ஜெச்.சுக்கு கொண்டு வந்து, பொளைக்க வெச்சுட்டாங்க. நானே நேர்ல அந்த பேஷன்ட்டைப் பாத்துப் பேசியிருக்கறேன்" என்றான்.

கோவைக்கு அவனும் வேலுவும் உதவியாக வந்தனர்.

★★★

சுசீலா கோவை அரசு மருத்துவமனைக்கு மாற்றப்பட்டு, தீவிர சிகிச்சைப் பிரிவில், மிகுந்த போராட்டத்துக்குப் பின் உயிர் காக்கப்பட்டாள்.

மூச்சு விடவே கடினப்பட்டுக்கொண்டிருந்த அந்த நிலையிலும் அலைபேசியில் அவள் சொன்னாள்:

"அதிர்ஷ்டம் இருந்தாப் பொளைப்பேன்னு தனியார் ஆஸ்பத்திரில கை விரிச்சு அனுப்புனதுக்கப்பறமும், என் உசுரைக் காப்பாத்திக் குடுத்தது கவர்மென்ட் டாக்டருகதான்."

அன்பரசு அட்மிட் ஆன 10-ஆம் நாள், ஜனவரி 05 அன்று பரிசோதனையில் கொரோனா தொற்று இல்லை என்று தெரிந்ததும் டிஸ்சார்ஜ் செய்யப்பட்டு வீடு திரும்பினான்.

பட்டீஸ்வரனுக்கு 12-ஆம் நாள், ஜனவரி 07 அன்று பரிசோதனையில் கொரோனா தொற்று இல்லை என்று தெரிந்தது. எனினும் அவருக்கு ஆக்சிஜன் சீராக இல்லை. எனவே, இன்ட்டர்மீடியட் வார்டில் வைத்து மருத்துவக் கண்காணிப்பில் இருக்க வேண்டியிருந்தது. மறு நாளே மாற்றப்பட்டார். உறவினர் ஒருவர் நோயாளியுடன் துணைக்கு இருக்கலாம் என்கிற அனுமதியும் கிடைத்தது. அறிவரசு உடன் இருந்தான்.

இத்தனை நாளாக குடும்பத்தார், உறவினர்கள், நண்பர்கள்,

பழக்கப்பட்டவர்கள் என யாரையும் பார்க்காமல் இருந்த அவருக்கு அவனை நேரில் கண்டதில் அதீத மகிழ்ச்சி. நீண்ட காலத்துக்குப் பிறகு பார்க்கிற உறவினரிடமோ, நண்பரிடமோ பேசுவது போல உற்சாகமாக அவனிடம் பேசிக்கொண்டிருந்தார்.

கொரோனா வார்டுகளில் சலிப்பின்றி இரவு பகலாக சேவை செய்தவர்கள், கிராமப்புரங்களில் இருந்து, அரசு மருத்துவக் கல்லூரிகளில் நுழைவுத் தேர்வு எழுதாமல், சமூகநீதி மூலம் படிக்க வாய்ப்பு பெற்றவர்கள்தான். கரும்புத் தோல் கொண்ட அவர்கள்தான் முகம் கொடுத்து அக்கறையாகப் பேசவும் செய்தனர்.

“இருவத்தஞ்சு முப்பது வருசமா ஃபீஸ் வாங்கிட்டு சிகிச்சை பண்ற ஃபேமிலி டாக்டருகளே, டெஸ்ட்டு நெகட்டிவ்னு வந்ததுக்கப்பறமும் சிகிச்சை செய்யறக்கு பயப்பட்டு, முடியாதுன்னு திருப்பி அனுப்பிர்றாங்க. ஆனா, இந்தப் பசங்க புள்ளைக பயமில்லாம, சலிக்காம பேசன்ட்டுகளைப் பாத்துட்டே இருக்கறாங்க” என்றார் பட்டீஸ்வரன்.

“சம்பளப் பணத்துக்காகவோ, வேலைங்கற கடமைக்காகவோ செய்யறதல்லங்க அது. அவுங்களுக்குத்தான் ஏளைகளோட கஷ்டமும் புரியும்; அவங்க நம்ம சனம்கற அக்கறையும் இருக்கும்” என்றார் ஒரு சக நோயாளி.

பட்டீஸ்வரன் தனக்குள் ஆழ்ந்தவராகத் தலையாட்டிக் கொண்டார்.

★★★

மேலும் ஆறு தினங்களுக்குப் பிறகு, பொங்கலன்று அவருக்கு டிஸ்சார்ஜ்.

வள்ளிநாயகம் காம்பௌண்ட்டின் சிறப்பம்சங்களில் ஒன்று, அங்கு நடக்கும் பொங்கல் கொண்டாட்டம். அனைத்து வீட்டினரும் காலையில் புத்தாடைகள் அணிந்து, சாணமிட்டு மெழுகிக் கோலமிட்ட வாசலில் ஒரே சமயத்தில் கல்லடுப்பு மூட்டிப் பொங்கல் வைத்து, கரும்பு, மஞ்சள், தாழை மடல் சகிதம் சூரியனை வணங்கி வழிபட்டு, குடும்பத்தோடு

கோவிலுக்குப் போய் வருவார்கள். பிற மதத்தினர் இந்துக்களின் வீடுகளில் விருந்தினர்களாகப் பங்கேற்பார்கள். மதியம் அனைவர் வீடுகளிலும் சைவ உணவு விருந்து. அவரவர் வசதி வாய்ப்புகளுக்கு ஏற்ப, புறவாசிகளான உற்றார் உறவினர்களையும் அழைப்பார்கள். அதனால் காம்பௌண்ட் மொத்தமுமே வைபவக் கோலத்தில் காட்சியளிக்கும்.

ஆனால், இந்த ஆண்டு கூட்டுப் பொங்கலும் இல்லை; தனிப்பட யாரும் விருந்தினர்களை அழைக்கவும் போவதில்லை என்பது முன்பே காரமடையான், ரஞ்சிதா, வேலு ஆகியோர் சொல்லத் தெரிந்துவிட்டது. விருப்பமுள்ளவர்கள் அவரவர் குடும்பத்தாரோடு மட்டும் பொங்கல் வைத்து, வீட்டளவில் கொண்டாடிக்கொள்ள வேண்டியதுதான்.

தலைமை மருத்துவரின் கையொப்பம் பெறத் தாமதமாகி, நண்பகலில்தான் இவர் டிஸ்சார்ஜ் ஆக முடிந்தது.

காம்பௌண்ட் வாயிலில் முஸ்தாக்கின் ஆட்டோவிலிருந்து இறங்கும்போது, தெருவின் இரு புறமும் அண்டை வீடுகளிலிருந்து ஓரிருவர் கவனிப்பது தெரிந்தது.

காரமடையானுக்கும் அன்று விடுமுறை. வீடு செல்லும் வழியில், “ஐயாகிட்ட சொல்லிட்டு வந்தர்றேன். நீ போ” என அறிவரசுவை உடைமைகள் பையுடன் அனுப்பிவிட்டு, காரமடையான் வீட்டு வாசலில் நின்று, “ஐயா,... ஐயா...” என்று குரல் கொடுத்தார். அவரும் வெளிவந்து குசலம் விசாரித்தார். அப்போது, “கொரோனா பெருந்தொற்றுக்கு உலக அளவில் பாதிப்பு எண்ணிக்கை 9,27,27,386 ஆக உயர்ந்தது; குணமடைந்தோர்: 6,62,69,007 பேர்; உயிரிழப்பு: 19,85,075” என செய்தி வாசிப்பு ஒலித்துக்கொண்டிருந்த முதல் வீட்டிலிருந்து ஜன்னலில் மரவள்ளிக்காரர் முகம் திகிலோடு எட்டி இவரைப் பார்த்துவிட்டு, படாரென ஜன்னலையும் கதவையும் அடைத்துக்கொண்டது.

பூரண குணமாகி வந்திருக்கிறோம்; முகக் கவசமும் அணிந்திருக்கிறோம்; அப்படிருந்தும் இவ்வளவு பயப்படுகிறாரே

பூரண அறிவொளி மாநிலத்துக்காரர் என்று தோன்றியது.

சுற்று முற்றும் பார்த்தபடியே வீட்டை அடைந்தார். பப்சுக்காரர் வீட்டு வாசலிலும், ரஞ்சிதா வீட்டு வாசலிலும் மட்டும் கல்லடுப்பு கூட்டி பொங்கல் வைத்ததின் அடையாளங்கள் காணப்பட்டன. காப்புக் கட்டு நாளான நேற்று கட்டப்பட்டிருக்கக் கூடிய காப்புக் கட்டுக் கொத்து அவர்களின் வீட்டு ஜன்னல்களிலும், முஸ்தாக் வீட்டிலும், இவர்களின் வீட்டிலும் காணப்பட்டது.

"வேலுதானுங்ணா உங்க வீட்டுக்கும் கட்டீட்டுப் போனான். நம்ம வீட்டுக்கும் கட்டியுட்டுருன்னேன். பாய்க அதெல்லாம் பண்ண மாட்டாங்களேன்னான். காப்புக் கட்டுங்கறது, கெட்டது எதுவும் அண்டாம நல்லது நடக்கோணும்ங்கறதுக்காகக் கட்டறது. நம்பிக்கைன்னு பாத்தா அது. வேப்பெலை, ஆவாரந்தளை, பூளைப் பூ, மாவெலை எல்லாமே மருத்துவக் குணம். உண்மைல அதுக்காகத்தான் அதையக் கட்டச் சொல்லி முன்னோருக சாங்கியமாப் பண்ணி வெச்சிருக்கறாங்க. இந்தச் சந்தர்ப்பத்துல அது எல்லா மதத்துக்குமே நல்லதுதான், கட்டியுடுன்னேன்" என்றான் உடன் வந்த முஸ்தாக்.

அவன் அப்படியே தன் வீட்டுக்கும், வேலு வீட்டுக்கும் சென்று இவர் வந்துவிட்ட விபரத்தைத் தெரிவிக்க, பாயம்மா, வேலு, ரஞ்சிதா ஆகியோர் வந்தனர்.

பாயம்மாவும் முஸ்தாக்கும் உள்ளே வர, வழக்கம் போல வேலுவும் ரஞ்சிதாவும் வெளியிலேயே நின்று இவரிடம் விசாரித்தனர்.

"உள்ளயே வாங்க" என்றார் பட்டீஸ்வரன்.

வேலு, ரஞ்சிதா இருவருக்கும் திகைப்பு. பாயம்மாவும், முஸ்தாக்கும் ஆச்சரியத்தோடு இவரைப் பார்த்தனர். வீட்டில் இருந்த அறிவரசுவும், அன்பரசுவும் நம்பவியலாமல் இவரை நோக்கி, தங்களுக்குள் ஒருவரையொருவர் பார்த்து, புருவம் உயர்த்தி உதடு பிதுக்கிக்கொண்டனர்.

★★★

இரண்டாவது நாள், இந்தியாவில் கொரோனா தடுப்பூசி போடுவது துவங்கப்பட்ட முதல் நாளான ஜனவரி 16 அன்று, சுசீலாவும் டிஸ்சார்ஜ் ஆகி வீடு திரும்பினாள்.

கொரோனாவிலிருந்து குணமாகியிருந்தாலும், அதன் பாதிப்புகளிலிருந்து அவள் இன்னமும் குணமாகவில்லை. முதலாவதாக, தானே நடக்க முடியாது. கைத் தாங்கலாக வேண்டுமானால் நடக்கலாம். அதனால் ஆம்புலன்ஸில்தான் அழைத்து வந்து, ஸ்ட்ரெக்சரில் எடுத்து வந்து படுக்க வைக்கப்பட்டிருந்தாள். அடுத்ததாக, பேச முடியாது. ஒரு வார்த்தை சொல்வதற்குள் நெஞ்சே வெளியில் வருவது போல் கடுமையான இருமல். தேய்ந்து உருக்குலைந்த நிலையில் அசைய இயலாதவள் போல சோர்ந்தே கிடந்தாள்.

அந்த நிலையிலும், அவளைக் காண பாயம்மாவும் ரஞ்சிதாவும் வந்தபோது, ரஞ்சிதாவை அருகே அழைத்து அவளது கைகளைப் பற்றிக்கொண்டாள். பிறகு தள்ளி நிற்கச் சொல்லிவிட்டு, தனது வாயைத் துணியால் மூடி மறைத்தபடி, கடும் இருமல்களுக்கிடையே ஓரிரு வார்த்தைகளாக, “அவுரு... உங்களை... வீட்டுக்குள்ள வர்றக்கு... விட்டதுல... ரொம்ப... ரொம்ப... சந்தோசம்...” என்றாள்.

“எங்களுக்கும்தானுங்மா. அதை எப்படிச் சொல்றதுன்னே தெரியல. காரமடையான் ஐயா, இமயத்தரசி அம்மாவுக்கு அடுத்தபடி எங்களுக்கும், இந்தக் காம்பௌண்ட்க்கும் பட்டீஸ்வரன் ஐயாதான். மேல் ஜாதிக்காரங்க வீட்டுல தாள்த்தப்பட்டவங்க பொளங்க முடியாதுங்கறது புதுசில்லங்கறதுனால, இங்க வர முடியாம இருந்தது எங்குளுக்குக் குறையாப் பட்டதில்ல. எல்லார் வீட்டுக்குள்ளயும் போகணும்கற ஆசையும் இருக்காது. உங்களையெல்லாம் மாதிரி நல்ல மனுசங்களோட பளகும்போதுதான், அவுங்க நம்ம வீட்டுக்குள்ள வர்றதில்லையே, நம்மளை அவுங்க வீட்டுக்குள்ள விடறதில்லையேங்கற ஏக்கம் வரும். இப்ப இங்க வர அனுமதிச்சதுனால, விடாத கோயிலுக்குள்ளயே வர விட்ட மாதிரி இருக்குதுங்மா” என உணர்ச்சிவசப்பட்டாள் ரஞ்சிதா.

ஆனால், ரொஹைனா இவளைக் காண வரவேயில்லை. அதைப் பற்றி பட்டீஸ்வரனிடம் பிறகு இருமல்களுக்கிடையே குறைபட்டபோது, "அந்தப் புள்ளைக்கும் பயம்தான். முந்தா நாளு வந்தன்னைக்கு சாயங்காலம், மாஸ்க்கும் போட்டுட்டு, படிக்கட்டுல உக்காந்து வேலு கூடவும், ஐயா கூடவும் பேசிட்டிருந்தேன். அப்ப முஸ்தாக் வீட்டு வாசலுக்கு குல்சாரு வெளையாடறக்கு வந்தான். அவன்கிட்டப் பேச்சுக் குடுத்தனா,... அப்ப அந்தப் புள்ளை வெசையா வந்து அவனைப் புடிச்சு இளுத்துட்டு உள்ள போயிருச்சு" என்றார்.

சுசீலாவுக்குத் தொற்று எனத் தெரிந்ததிலிருந்து ஜோதிடர் இங்கு வருவதே இல்லையாம். இதுவரையில் அவர் சம்பிரதாயமாகவேனும் அலைபேசியிலாவது விசாரித்திருக்கவில்லை எனவும் தெரிவித்தார்.

"தெரிஞ்சவுங்க, கூட வேலை செய்யறவங்க, சொந்த பந்தங்கன்னு பல பேரு அப்புடித்தான். நம்ம வீட்டுல மூணு பேருக்குக் கொரோனான்னு தெரிஞ்சும் நேர்லதான் போகக் கூடாது; போன்லயாச்சும் விசாரிக்கலாம்னு பேச்சுக்காவது ஒரு வார்த்தை விசாரிக்குல. போன்லயும் கொரோனா தொத்தீரும்னு நெனைச்சுட்டாங்களோ என்னுமோ" என்றபோது குரலில் ஏமாற்றமும் விரக்தியும் தென்பட்டது.

★★★

அத்தியாயம் 8

எலி வளையானாலும் தனி வளை

வீடு திரும்பியதிலிருந்து ஒரு வாரம் சுசீலா படுத்த படுக்கை. மருந்து மாத்திரைகள் தொடர்ந்துகொண்டிருந்தபோதும் இளைப்பும், இருமலும் ஓயவில்லை. உபரியாக உடல் வலி, சோர்வு, கை கால் குடைச்சல் ஆகியவை. டானிக்குகள், மாத்திரைகள், கஷாயம், களிம்பு எதற்கும் எதுவும் கட்டுப்படவில்லை.

“மருந்துனால மட்டும் வியாதி குணமாகாது. மருந்து ஓடம்புல புடிக்கணும்னா, மொதல்ல ஓடம்புல ஓரளவுக்காவது தெம்பு வேணும். ஓடம்பு தெம்பில்லீன்னா, வியாதியோட வீரியத்தையும் தாங்க முடியாது; மருந்தோட வீரியத்தையும் தாங்க முடியாது. சத்தான ஆகாரங்களைக் குடுத்துட்டு, அதுக்கப்பறம் மருந்து குடுங்க. பச்சை ரசம், குருமத்தாங்கா வத்தல் குடுத்து எச்சுப் பண்ணீற வேண்டாம்” என்றார் காரமடையான்.

சாப்பாடு விஷயம் சிக்கலாகவே இருந்தது. பட்டீஸ்வரன் நலமுடன் இருந்திருப்பின் தனது கைவரிசையைக் காட்டவே செய்திருப்பார். இப்போது அவருக்கும் ஆரோக்கியக் குறைவு நீடிக்கிறது. நடமாட இயலும், நடமாடிக்கொண்டுதான் இருந்தார் என்றாலும், நிலவில் நடப்பது போல ஸ்லோ மோஷனில்தான் நடக்கவே முடிந்தது. தசை நார்கள் இற்றுப்போனது போல உடலெங்கும் தளர்ச்சி.

“சாப்படறக்கே ஊட்டியுட்டாத் தேவுலீன்னு இருக்குது. இதுல நான் எங்க சமைக்கறது? ஓட்டல் சாப்பாட்டுலதான் ஓட்டீட்டிருக்கறோம், வயித்துக்கும் கேடா; பர்சுக்கும் கேடா” என்றார், பட்டீஸ்வரன்.

பாயம்மா, “ஓட்டல் சாப்பாடெல்லாம் ஒரு நாள், ரெண்டு நாளுக்கு செரி. அக்கா எந்திரிச்சு நடமாடறக்கு வாரக் கணக்கா ஆகும். பளைய நெலைமைக்கு வரோணும்னா ஆறு மாசமே ஆயிரும். எங்க வீட்டுலருந்து சாப்பாடு கொண்டு வந்து குடுக்கலாம்னு பாத்தா, மத்தவங்க வீட்டு சாப்பாடை நீங்க சாப்பட மாட்டீங்க. அக்கா எந்திரிச்சு தெம்பா நடமாடி, சமையல் பண்றக்கு ரெடியாகற வரைக்கும் நான் வந்து சமைச்சுக் குடுத்துட்டுப் போறேன். அதுவும் உங்களுக்கு கௌரவக் கொறைச்சலாப் பட்டுதுன்னா, சமையல்காரியா நெனைச்சு சம்பளத்தைக் குடுத்துருங்க” என்றாள்.

அதற்கு மேல் என்ன சொல்ல முடியும்? பட்டீஸ்வரன் மறு பேச்சின்றி ஒப்புக்கொண்டார்.

அவர்கள் வீட்டிலிருந்து தினமும் எல்லோருக்கும் உணவு கொண்டு வந்து தருவதைக் காட்டிலும், அவள் வந்து சமைத்துக் கொடுத்துவிட்டுப் போவது அவருக்கு உகந்த மாற்று ஏற்பாடாக இருந்தது. குடும்பத்தாருக்கோ, பட்டீஸ்வரனின் சமையலிலிருந்து தப்பித்த பெரும் நிம்மதி. ஏதோ ஒரு உணவு என்பதாக இல்லாமல், காரமடையான் சொன்னது போல, மருத்துவமனைப் படுக்கையில் கிடந்து மெலிந்த சுசீலாவின் உடம்பைத் தேற்றுவதற்குத் தக்க காய்கறிகள், தானிய வகைகள், கீரைகள், இடையே ஓரிரு நாள் அசைவம் எனத் தேர்ந்தெடுத்து

பாயம்மா சமைத்துக் கொடுத்ததில் சுசீலாவின் உடல் நலம் மெல்ல மெல்லத் தேறிவந்தது.

படுத்த படுக்கையாக இருந்தவள் அவ்வப்போது எழுந்து உட்கார்கிற அளவுக்கு ஆனாள். ஒருவரின் கைத்தாங்கலில்தான் கழிப்பறைக்கே செல்ல முடியும் என்றிருந்த நிலையிலிருந்து, அவளே சுவரைப் பிடித்துக்கொண்டு நடந்து போய் வந்தாள்.

அன்பரசுவுக்கும் உடல் சோர்வு, இயலாமை ஆகியவை, எதிர்பார்த்ததைக் காட்டிலும் அதிக நாட்கள் நீடித்தன. ஆயினும், அதையும் மீறி ஒரு தாயைப் போல் சுசீலாவை கவனித்துக்கொண்டான்.

மருத்துவ விடுப்பு எடுத்து ஓய்வில் இருந்த பட்டீஸ்வரன், "ஆக்ஜிஜன் குடுக்கறக்கு பதிலா எடுத்துட்டாங்களா? இல்ல, ஆக்ஜிஜனுக்கு பதிலா ஹைட்ரஜனோ, ஹீலியமோ குடுத்துட்டாங்களா?" என சந்தேகித்துக்கொண்டிருந்தார். அந்த அளவுக்கு நாடி நரம்புகள் தளர்ந்துவிட்டன.

அன்பரசுவின் வழிகாட்டுதல்படி சத்தான உணவுகள், மூச்சுப் பயிற்சி, யோகா, நடைப் பயிற்சி ஆகியவற்றை மேற்கொண்டு கொஞ்சம் கொஞ்சமாக ஆரோக்கியத்தை மீட்டுக்கொண்டிருந்தார்.

அப்போது ஜோதிடர் வீட்டைக் காலி செய்துவிட்டார். காம்பௌண்ட்க்குள் முன்பு சூரிக்கும், இப்போது பட்டீஸ்வரன் குடும்பத்தாருக்கும் கொரோனா தொற்று வந்ததால் ஏற்பட்ட அதிபீதியே காரணம்.

சுசீலாவுக்கு இருமல் படிப்படியாகக் குறைந்து, சற்று தெம்பாக நடமாடுவதற்கும் பேசுவதற்கும் மேலும் இரு வாரம் ஆகியது. அப்போதும் மூச்சிரைப்பே சுவாசம்; இருமல்களே பேச்சு. இன்னும் ஒரு வாரத்தில் படுக்கையிலிருந்து மெல்ல மெல்ல விடுபட்டு தெம்பாக நடமாடலானாள்.

பாயம்மாவுக்கு சமையலில் ஒத்தாசைகள், பாத்திரம் கழுவுவது, வீடு பெருக்குவது என ஒவ்வொரு வேலைகளாகச் செய்யத்

துவங்கி, பிறகு தானே சமைப்பதாயிற்று. பாயம்மாவுடன் சேர்ந்து மாலை நேரங்களில் வெளியே வாக்கிங் போய் வரவும் செய்தாள்.

★★★

60 வயதுக்கு மேல், 45 வயதுகு மேல், 18 வயதுக்கு மேல் என அடுத்தடுத்த கட்டங்களில் நடைபெறவிருக்கும் கொரோனா தடுப்பூசி போடுதல் பணியின் துவக்க கட்டம் நாடு முழுதும் மும்முரமாக நடந்துகொண்டிருந்தது. இந்தத் தடுப்பூசி மூலம் கொரோனாவை ஒழித்துவிட முடியாது தடுப்பூசி போட்டுக்கொண்டாலும் கொரோனா வரலாம்; ஆனால், உயிர் போகும் ஆபத்து வெகுவாகக் குறையும் என்று சொல்லப்பட்டது. அன்பரசு இந்தத் தடுப்பூசியைப் போட்டுக்கொள்ளும்படி தொடர்பில் உள்ள எல்லோருக்கும் வலியுறுத்தி, அது குறித்த செய்திகள், தகவல்கள் ஆகியவற்றை வாட்ஸாப்பில் அனுப்பிக்கொண்டிருந்தான். காம்பவுண்டிலும் காலனியிலும் உள்ளவர்களை நேரில் சந்தித்தும் தெரிவித்தான்.

தடுப்பூசி திட்டம் தொடங்கப்பட்டதிலிருந்தே அது குறித்த சுவாரஸ்யமான வதந்திகள் சமூக வலைதளங்களில் பரவத் தொடங்கின.

- தடுப்பூசி போட்டுக்கொண்டால் முகக் கவசம், சமூக விலகல் தேவையில்லை.
- இளம் வயதினர், குழந்தைகள், ஏற்கனவே கொரோனாவால் பாதிக்கப்பட்டவர்கள் ஆகியோருக்கு, கொரோனா தடுப்பூசி வேண்டியதில்லை.
- கொரோனா தடுப்பூசி போட்டால் மலட்டுத்தன்மை வந்துவிடும்.
- கொரோனா தடுப்பூசி போட்ட பின் அசைவம் உண்ணக் கூடாது, மது அருந்தக் கூடாது.
- மாதவிடாய் பெண்கள் கொரோனா தடுப்பூசி எடுத்துக் கொள்ளக் கூடாது.

மக்கள் இவற்றை உண்மை என நம்பியும், உண்மையா வதந்தியா எனத் தெரியாமலும் அவனிடம் அவற்றைக் குறித்துக் கேட்கும்போது உண்மைகளைக் கூறி, நாடு முழுவதும் சுமார் 90 லட்சம் பயனாளிகளுக்கு கோவிட் தடுப்பூசி போடப்பட்டுள்ளது என்கிற ரீதியில் அன்றன்றைய நிலவரம் வரை புள்ளிவிபரத்தோடு விளக்குவான்.

"நீ டிஸ்சார்ஜ் ஆகறன்னைக்கு இந்தத் தடுப்பூசி இந்தியாவுல போடத் தொடங்குனாங்க. ஒரு மாசத்துக்கு முன்னாடி வந்திருந்தா நாமளும் அதைப் போட்டுட்டுத் தப்பிச்சிருக்கலாம்" என்றார் பட்டீஸ்வரன், சுசீலாவிடம்.

அவள் பீதி முகம் காட்டி, "அந்த ஊசி கொரோனாவைவிட மோசம்ங்க. நம்ம விவரம் எல்லாத்தையும் ஆதார் கார்டு மூலமாத் திருடற மாதிரி, இந்தத் தடுப்பூசி மூலமா அவுங்க சொல்றபடியெல்லாம் செய்யறாப்புல நம்மளையக் கட்டுப்படுத்திருவாங்களாமா. பாயம்மா சொல்லுச்சு" என்றாள்.

"என்னம்மா ஔளர்றீங்க? ஊசில எப்படி அதையெல்லாம் பண்ண முடியும்?" என்றான் அன்பரசு.

"சிம் கார்டு மாதிரி, மெமரி கார்டு மாதிரி ஏதோ ஒண்ணு சொல்லுவீங்களே... என்னுமோ சிப்போ கிப்போ..."

"ஆமா... மைக்ரோசிப்."

"ம்ம்... அதுதான். அது அந்த மருந்துல இருக்குமாமா. அதைய வெச்சுத்தான் நம்மளக் கட்டுப்படுத்துவாங்கன்னு மௌலவி ஒருத்தரு சொல்லியிருக்கறாராமா."

"தண்ணி மாதிரி இருக்கற ஊசி மருந்துல மைக்ரோசிப்பா? அட, மௌலவியே!" அன்பரசு இரு கைகளையும் தலை மேல் வைத்து நொந்துகொண்டான்.

★★★

கொரோனா அனுபவத்திற்குப் பிறகு இவர்களின் வீட்டில் யாரும் முன்பு போல இல்லை. சிறிதோ, பெரிதோ ஆன அளவில் மாறியிருந்தனர்.

அன்பரசு டென்ஷன் ஆவது வெகுவாகக் குறைந்திருந்தது. டென்ஷன் ஆகக்கூடிய தருணங்களிலெல்லாம் அந்தப் பயிற்சி செவிலி சொன்னது ஞாபகம் வந்து, சிரிப்பை மூட்டிவிடும். அப்படி அவன் சிரிக்கும்போது, 'டென்சன் ஆவான்னு பாத்தா சிரிக்கறானே! கொரோனாவோட சைடு எஃபக்டா?' என்கிற சந்தேகம் மற்றவர்களுக்கு வரும்.

அறிவரசு இப்போது குடும்பத்தாரோடும், முஸ்தாக், பாயம்மா, வேலு, ரஞ்சிதம், காரமடையான் ஆகியோரோடும் சகஜமாகப் பேசத் தொடங்கியிருந்தான். மற்றவர்கள் அவனை அழைத்துப் பேசினால் மட்டுமே பேசக்கூடிய அவன் இப்போது தானாக அவர்களை அழைத்துப் பேசிக்கொண்டிருந்தான். சில சமயம் முஸ்தாக் வீட்டுத் திண்ணையிலோ, வேலு வீட்டுத் திண்ணையிலோ அமர்ந்து அவன் பேசுவதையும் காண முடிந்தது.

கொரோனா பாதிப்புச் செய்திகளைக் கண்டும், கேட்டும் பயந்துகொண்டிருந்த சுசீலா, இப்போது அவற்றைக் கண்டு வருந்தினாலும், பீதி கொள்வதில்லை. செத்துப் பிழைத்தவளுக்கு சாவைக் கண்டு பயம் இருக்குமா? உலகமே கொரோனாவைக் கண்டு ஏன் பயப்படுகிறதோ, அந்த வாதைகளை அவள் அனுபவித்தும்விட்டாள்; அதனால் ஏற்படக் கூடிய மரணத்திலிருந்து மீண்டும் விட்டாள். அந்தக் களிப்பும், திளைப்பும் அவளுக்கு மருத்துவமனையில் இருந்தபோதே உள்ளுக்குள் இருந்தது. உடல் பலவீனத்தால் வீடு சேர்ந்த பின்பும் இதுவரை வெளியே தெரியவில்லை. தெம்பாகி நடமாடத் தொடங்கிய பின் வெளிப்பட்டது. வாழ்வில் இதுவரை இருந்திராத அளவுக்கு எப்போதும் உற்சாகமாகக் காணப்பட்டாள். மகிழ்ச்சியோடு இருந்தாள். சீரியல்களையும் செய்திகளையும் தவிர்த்துவிட்டு நகைச்சுவை சேனல்களைப் பார்ப்பதில் ஆர்வம் காட்டினாள்.

பட்டீஸ்வரனிடம் இப்போது நகைச்சுவை, நையாண்டிகள் அவ்வளவாக இல்லை. வேடிக்கை மனோபாவம் மறைந்து, தீவிரமாகியிருந்தார். அடிக்கடி ஆழ்ந்த சிந்தனையில் மூழ்கிவிடுவார்.

“ஏன் எப்பப் பாத்தாலும் உம்முன்னு இருக்கறீங்க? எதையோ யோசிச்சுட்டே இருக்கறீங்களே, என்ன விசியம்?” சுசீலா கேட்டாள்.

“இருந்தாலும் மனுசங்க இந்த அளவுக்கு இருப்பாங்கன்னு நெனைக்கவே இல்ல. சொந்த பந்தங்களே இப்படின்னா...” பெருமூச்சு விட்டார்.

அன்பரசு சொன்னான்:

“மனுசங்க இயல்பு அப்படித்தான். அவுங்க பாதுகாப்பு, அவுங்க குடும்பப் பாதுகாப்புதான் எல்லாருக்கும் மொதல்ல முக்கியம். மத்தவங்க மேல இருக்கற அக்கறை, கரிசனம், அன்பு எல்லாம் அதுக்கப்பறம்தான். அதைத் தப்பு சொல்ல முடியாது. ஏன், நீங்களும் அப்படித்தானே! உங்களுக்கும் மத்தவங்களுக்கும் கொஞ்சம்தானுங்ப்பா வித்தியாசம். மத்தவங்களால நமக்கோ, நம்மனால மத்தவங்களுக்கோ தொற்று வந்துடக் கூடாதுன்னு உங்களை மாதிரி சிலர் இருதரப்பு நலமா நெனைக்கறீங்க. நம்மனால மத்தவங்களுக்கு வந்தாலும் பரவால்ல, மத்தவங்களால நமக்கு வந்துடக் கூடாதுன்னு பலர் சுயநலமா நெனைக்கறாங்க. காரமடையான் ஐயா மாதிரி ரேரா சில பேருதான், மத்தவங்களால நமக்கு வந்தாலும் போச்சாது, நம்மளால மத்தவங்களுக்கு வந்துடக் கூடாதுன்னு பிறர்நலமா நெனைக்கறாங்க.”

பொட்டில் அடித்தாற்போல் இருந்தது அவருக்கு. மூன்று ரக மக்களையும் எவ்வளவு எளிதாக வகைப்படுத்திச் சொல்லிவிட்டான்! தனக்குத் தெரியாததல்ல. ஆனால், இவற்றை இந்த ரீதியில் சிந்தித்ததில்லை.

அதன் பிறகு அவர் சொந்த பந்தங்கள் அவ்வாறு நடந்துகொண்டது பற்றிக் குறைகூறவில்லை.

எனினும், காம்பௌண்ட்வாசிகள் பற்றி நினைக்கையில் வருத்தம் மேலிடும். இங்கே காரமடையானும் இவரும்தான் முக்கியஸ்தர்கள். இவருக்கே இப்படி என்றால், மற்றவர்களுக்கு வந்திருந்தால் நிலைமை என்னவாகியிருக்குமோ?

இரண்டாவது ஊரடங்கிலிருந்து, கொரோனா தீர்கிற வரை காம்பௌண்ட்வாசிகளுக்கிடையே நெருங்கிப் பழகுதல் வேண்டாம் எனத் தடுத்து, பாதுகாத்து வந்தவர் இவர். பிறகு, இமயத்தரசியம்மாவின் நினைவு நாளை முன்னிட்டு அனைவரும் ஒன்றுகூடலாம் என்றதும் இவரே. அதிலிருந்து ஒரு மாத காலமாக முன்பு போன்றே அனைவரின் பழக்க வழக்கங்களும் தொடர்ந்தன. வேறு எந்தக் குடும்பத்துக்கும் தொற்று வரவில்லை. இவரது குடும்பத்துக்கு வந்துவிட்டது.

யாராவது இவருக்கு எதிராகக் கேள்வி கேட்பது எனில் இதில் கேட்பதற்குப் பல கேள்விகள் உள்ளன. கேட்டால் பதில் சொல்லவே முடியாது. அப்படி யாரும் கேட்காமல் இருப்பதே பெரிய தயவுதான் எனவும் எண்ணிக்கொள்வார்.

அது ஒருபுறம் இருக்க, அவருக்கு இப்போதெல்லாம் கொரோனா என்ற பேரைக் கேட்டாலே வெறுப்பு. அதனால் அதுபற்றிப் பேசுவதோ, கேட்பதோ இல்லை. கொரோனா செய்திகளைப் பார்ப்பதும் கிடையாது. எத்தனை பேர் பாதிப்பு, எத்தனை பேர் மரணம், பிற நிலவரங்கள் என்ன என்கிற எந்தக் கவலையும் இல்லை. போகிறவர்கள் போய்ச் சேரட்டும்; இருக்கிறவர்கள் இருக்கட்டும் என்கிற விட்டேற்றி வந்துவிட்டது.

மாறாக, ஒரு காரியத்தில் தீவிரமாக இருந்தார். பெருந்தொற்று மறுபடியும் தொற்றினாலும் தொற்றலாம். அப்போது பிழைப்போமா, பலியாவோமா என்பது தெரியாது. அதற்குள் சொந்த வீட்டைக் கட்டிவிட வேண்டும். ஒருவேளை, உயிர் போனாலும், சொந்த வீட்டில் போக வேண்டும். அதுதான் இப்போது அவரின் ஏகாக்கிரக சிந்தனையாகிவிட்டது.

சுசீலாவின் கேள்விக்கு மீதி பதிலாக அதையும் சொன்னார்.

“சொந்த வீடா? நல்ல விசியமாச்சே! நான் சொல்லும்போதெல்லாம் இப்ப வேண்டாம், முடியாது, அப்பறம் பாக்கலாம்னு தட்டிக் களிச்சுட்டிருப்பீங்க. இப்ப உங்குளுக்கே நல்ல புத்தி தோணியிருக்குதே! எவ்வளவு சீக்கிரம் பண்ண முடியுமோ, அவ்வளவு சீக்கிரம் அதுக்கு ஏற்பாடு பண்ணுங்க” என்றாள் அவள் அதி உற்சாகமாக.

★★★

சொந்த வீடு இல்லாத நடுத்தர வர்க்கத்தினர், அடித்தட்டு மக்கள் எல்லோருக்கும் இருக்கக் கூடிய கனவு, லட்சியம், எப்படியாவது சொந்த வீடு கட்டியாக வேண்டும் என்பது. அடித்தட்டு மக்களில் பலருக்கும் அது இயலாத காரியம் என்பதால் ஒருவேளை அந்த எண்ணம் இல்லாமலும் இருக்கலாம். புறம்போக்கில் குடிசைகள் இட்டும், நாடோடிகளாகக் கூடாரங்கள் அமைத்தும், நகரப் பிளாட்பாரங்களில் படுதாக்கள் கட்டிக்கொண்டும், கடைத் திண்ணைகள், பேருந்து நிறுத்தங்கள், மரத்தடிகள் போன்ற இடங்களில் வெட்டவெளியாகவும் வாழ்ந்துவிட்டுப் போகிற விளிம்பு நிலையர்கள் சொந்த வீடு பற்றி ஒருபோதும் எண்ணப் போவதில்லை. அவர்களுக்கு அதன் தேவை இல்லாமலும் இருக்கலாம். ஆனால், சொந்த வீடின்றி, காலம் முழுதும் சட்டி பானைகளைத் தூக்கிக்கொண்டு வாடகை வீடுகளில் மாறி மாறி வசித்துக்கொண்டிருக்கிறவர்களும், வாடகை வீடுகளில் பலவித இன்னல்களை, தொந்தரவுகளை அனுபவித்தவர்களுமான நடுத்தர வர்க்கம் என்னும் நுகத்தடி மனிதர்களுக்குச் சொந்த வீடு என்பது வாழ்நாள் கனவு, லட்சியம்.

பட்டீஸ்வரனுக்கும் அந்தக் கனவு இளமையிலிருந்தே இருப்பதுதான். வாடகை வீடுகளில் வசிக்கும் கீழ் நடுத்தர வர்க்கத்தினர் அனுபவிக்கும் பலவிதமான துயரங்களை அவரும் சிறுவயது முதலே அனுபவித்திருக்கிறார். மூன்று ஊர்கள்; அதில் பல்வேறு பகுதிகள்; அவற்றில் மொத்தம் சுமார் 25 வீடுகள். ஆறு மாதம் முதல் அதிகபட்சம் மூன்று வருடங்கள் வரை வாழ்ந்தவை. அதில் 10 12 வீடுகளில் பட்ட விரும்பத் தகாத அனுபவங்கள், வாழ்நாள் முழுக்க அவை தொடராமல் இருப்பதற்காகவாவது சொந்த வீடு கட்டி வாழ வேண்டும் என்ற எண்ணத்தை ஏற்படுத்தியவை. தனது நாற்பதாவது வயதில் இந்த காம்பௌண்ட்க்கு வந்தார். இங்கு மட்டுமே 15 வருடங்கள் தொடர்ந்து குடியிருக்க முடிந்தது.

அவரது பிள்ளைப் பருவத்தில் அப்பாவிடம் அம்மா, “எலி வளையானாலும் தனி வளை வேணும். நமக்குச் சொந்தமான கையகல நெலத்துல ஓலைக் குடிசையப் போட்டு வாள்ந்தாலும் அதோட கௌரவமே தனி” எனச் சொல்வதைப் பல முறை

கேட்டிருக்கிறார். அப்பா அதற்கு எந்தப் பதிலும் சொன்னதே இல்லை. தான் பெரியவன் ஆனதும் வேலைக்குப் போய் சம்பாதித்து அம்மாவுக்குக் குடிசை கட்டிக் கொடுக்க வேண்டும் என்பதுதான் அவருக்கு ஏற்பட்ட முதல் ஆசை, கனவு, லட்சியம் எல்லாமே.

அப்பா சிறுவயதிலேயே போய்விட்டார். இவருக்கு வேலை கிடைத்து சம்பாதிக்கத் தொடங்கிய சில வருடங்களுக்குள்ளாகவே அம்மாவும் போய்ச் சேர்ந்துவிட்டாள். சொந்த வீட்டுக் கனவு மட்டும் தொடர்ந்துகொண்டுதான் இருந்தது. அடுத்தடுத்து குடியிருந்த வாடகை வீடுகள் பலவும் அதன் அவசியத்தை உணர்த்தவே செய்தன. கடைநிலை ஊழியராக இருந்த அவருக்கு சம்பளக் குறைவு காரணமாக அதை நிறைவேற்ற இயலவில்லை. சொந்தமாக வீட்டு மனை கூட வாங்க இயலாத பொருளாதார நிலை. சிக்கனத் திலகமாக இருந்துதான் குடும்பச் செலவுகளை சரிக்கட்ட வேண்டியிருந்தது. பிற்பாடு பதவி உயர்வு என்ற பேரில் கடைநிலைக்கு முந்தைய நிலை, கூடுதல் சம்பளம் என்றானபோது மகன்களின் கல்லூரிப் படிப்புச் செலவு. அதற்கிடையே இறுக்கிப் பிடித்துப் புற நகரில் மூன்றரை சென்ட் வீட்டு மனை வாங்கிப் போட்டிருக்கிறார்.

மகன்கள் இருவரும் வேலைக்குப் போய், சில வருடங்கள் சம்பாதித்த தொகையை வைத்து வீடு கட்டலாம் என்பது திட்டம். அல்லது கடைநிலை அரசு ஊழியர்களில் பலரும் செய்வது போல, பணி ஓய்வு பெற்ற பின் ஓய்வுப் பணத்தை வைத்து அதற்கேற்பக் கட்டலாம்.

சொந்த வீடு கனவை வாழ்நாள் முழுக்கச் சுமந்து திரியும் கடை நிலை அரசு ஊழியர்கள் பலருக்கும், பணிக் காலம் முழுக்க வாடகை வீட்டிலேயே கழிந்து, பணி ஓய்வுக்குப் பின் அந்தத் தொகையை வைத்துச் சொந்த வீடு கட்டவே முடிகிறது. தானும் அப்படித்தான் என்று அவர் சொல்லிக்கொண்டிருப்பார்.

கடன் வாங்கி வீடு கட்ட இயலும் எனினும் இப்போதைக்கு அது அவசியமில்லை. கடன் வாங்கி வீடு கட்டி, கடன் கட்டுவதற்கு லோல்படுவதைவிட, பணி ஓய்வு பெற்ற பிறகு

அதில் கிடைக்கும் பணத்தையும் சேமிப்புப் பணத்தையும் வைத்து வீடு கட்டி நிம்மதியாக இருக்கலாம். அதுவரை இங்கே எந்தப் பிரச்சனையும் இல்லை என்பதால் வாடகைவாசத்தையே தொடர்கிறார்.

வாடகை வீட்டில் வசிப்பவர்களின் பிரச்சனைகள் சொல்லி மாளாது. அதிக வாடகை, உரிமையாளரின் கெடுபிடிகள், அராஜகங்கள், அநியாயப் பணம் பிடுங்கல்கள், சௌகரியக் குறைகள் என்பவை ஒருபுறம்; அண்டை அயல் தொல்லைகள் மறுபுறம். அதுவும், தனி வீடுகளை விட இங்குள்ளது போன்ற வரிசை வீடுகள் பெரிய பிரச்சனை. பக்கத்து வீட்டுக்காரர்கள் நன்றாக அமைந்தால் மட்டுமே அங்கே நிம்மதியாக வாழ முடியும். இல்லாவிட்டால் தினமும் சண்டை சச்சரவுகள், பொறாமை, பகைமை என நிம்மதி கெடும்; நமது நேரமும், ஆற்றலும் வீணாகும்.

வள்ளிநாயகம் காம்பவுண்டில் அந்தப் பிரச்சனைகள் ஏதும் இல்லை. வாடகைப் பிரச்சனைகளோ, கெடுபிடிகளோ கிடையாது; அரவணைத்து, நீண்ட காலம் இருத்தி வைக்கும் அற்புத மனிதரான உரிமையாளர், அருமையான அயல்வாசிகள், கூட்டுக் குடும்பம் போன்ற வாழ்க்கை. உண்மையில் இது பிடித்துப் போய், இதனுடன் ஒன்றிவிட்டதால், இங்கிருந்து போக விரும்பாமல்தான் இவ்வளவு காலமும் சொந்த வீடு கட்டுவதற்கு முயற்சிக்காமல் இருந்தோமா என்கிற கேள்வி அவருக்குள் எழுந்தது.

அதுதான் முழுக் காரணம் என்று சொல்ல முடியாது. ஆனால், அதுவும் ஒரு முக்கிய காரணம். இனி அதைப் பார்த்தால் முடியாது. வீடு கட்டுவதற்கு ஏதேனும் ஏற்பாடு செய்தாக வேண்டும் என எண்ணிக்கொண்டார்.

★★★

தேர்தல் வரவிருப்பதை ஒட்டி கட்சிகள் கவர்ச்சிகரமான வாக்குறுதிகளை அளித்துக்கொண்டிருந்தன. வீடு இல்லாத மக்களுக்கு அரசே நிலம் வாங்கி சொந்தமாக இடம் வாங்கிக் கொடுக்கும் என தமிழக முதல்வரும் உறுதியளித்தார்.

செய்தியில் கேட்டதுமே சுசீலா குஷியாகி, "நம்முளுக்கு வேண்டியே திட்டம் கொண்டு வந்திருக்கறாங்கங்கோவ்! நமக்கு எடம் வாங்கிக் குடுக்குலீன்னாலும் போச்சாது. நம்முளுக்குத்தான் எடம் இருக்கறதாச்சு. வீட்டை மட்டும் கட்டிக் குடுத்தாப் போதும். நீங்களும் கவர்மென்ட் வேலைல இருக்கறதுனால நம்முளுக்கு முன்னுரிமை குடுப்பாங்கல்ல? நாளைக்கே அப்ளிக்கேசன் போடுங்க" என்றாள்.

"எவடீ இவ திருவாத்தியா இருக்கறா! தேர்தல் வாக்குறுதியெல்லாம் ஓட்டு வாங்கற வரைக்கும்தான். அதுவும், ஏளைக எல்லாத்துக்கும் எடம் வாங்கி, வீடு கட்டிக் குடுக்கறதுங்கறது எந்தக் காலத்துலயும், எந்த கவர்மென்ட்டும் பண்ணாத, பண்ண முடியாத காரியம். ஆட்சி முடியப்போற நேரத்துல இப்புடியெல்லாம் வாக்குறுதிய அள்ளி விட்டாவது ஓட்டு வாங்க முடியுமான்னு பாக்கறதுதான்" என்றார் பட்டீஸ்வரன்.

எந்த மாதிரி வீடு கட்டலாம் என முடிவு செய்து, அதற்கு எவ்வளவு செலவாகும் எனத் தெரிந்துகொண்டு, லோன் போட்டு வீடு கட்டலாம் என்பது அவரது திட்டம். அதை மனைவி, மக்களிடம் சொல்லியிருந்தார்.

அவர்கள் ஒவ்வொருவருக்குமே வீடு இப்படியிப்படி இருக்க வேண்டும் என ஒவ்வொரு விதமான ஆசைகள். அது சரியில்லை, இதுதான் சரி; அப்படி வேண்டாம், இப்படி வைத்துக்கொள்ளலாம் என காரசாரமான விவாத மேடைகளும் நடந்தன. மூவரும் இன்னும் ஒரு முடிவான தீர்மானத்துக்கு வந்திருக்கவில்லை.

இவர் நிலவிலிருந்து இறங்கி பூமியில் நடமாடத் தொடங்கியதிலிருந்தே படிக்கட்டு சபை தொடங்கிவிட்டது. முதலில் வெளியாட்கள் வரத்து இன்றி உள்வாசிகள் மட்டும் பங்கேற்றுவந்தனர். மருத்துவமனையிலிருந்து வந்து ஒரு மாதம் கடந்துவிட்டதால் இவரிடமும் குடும்பத்தாரிடமும் இருந்த பீதி விலகி, இப்போது புறவாசிகளும் வந்துகொண்டிருக்கின்றனர். சபையிலும் தனது சொந்த வீடு திட்டம் பற்றிக் கூறினார்.

அங்கும் பலவிதமான கருத்துகள்.

- சொந்த வீடு வாடகை வீடு; எது நல்லது? ஏன்?
- காலம் முழுவதும் வாடகை வீட்டில் வசிப்பது சரியா?
- சொந்த வீடு ஒவ்வொருவரின் கனவாக இன்றளவும் இருப்பது ஏன்?
- சொந்த வீடு பற்றிய நடுத்தர வர்க்கத்தினரின் கனவு நனவாகச் செய்ய வேண்டியவை யாவை?
- சொந்த வீடு வாங்குவது, பணம் சேர்த்து வீடு கட்டுவது, வாடகை வீட்டில் தங்குவது - இவற்றில் எது சிறந்தது?
- சொந்த வீடு வாங்க வாழ்க்கையை இழப்பது முதலீடா, முட்டாள்தனமா?
- சொந்த வீடு கட்டிக் கஷ்டப்படுவது - வாடகை வீட்டில் கஷ்டப்படுவது: எந்தக் கஷ்டம் பெரிது? எந்தக் கஷ்டம் நல்லது?
- பணம் சேர்த்து வீடு கட்டுவது, லோன் போட்டு வீடு கட்டுவது எது நல்லது? ஏன்?

கிட்டத்தட்ட மார்ச் மாதம் முழுக்கவே இத்தகைய தலைப்புகளில் படிக்கட்டுப் பட்டிமன்றங்கள் தொடர்ந்தன.

சொந்த வீடு என்பது வாடகைவாசிகள் அனைவருக்கும் இருக்கக் கூடிய அடிப்படை லட்சியக் கனவு. எனவே, இங்குள்ள பிற வாடகைவாசிகளுக்கும் அவசியமானது என்பதால், சபையில் அதுவரை பங்கேற்றிராத மரவள்ளிக்காரரும், பச்சுக்காரரும் கூட இந்தப் பேச்சுகளைக் கேட்டு, அதில் கலந்துகொள்ள சபைக்கு வந்தனர். அவர்களும் தங்களது சொந்த அனுபவங்கள், கண்டும் கேட்டும் அறிந்த மற்றோரின் அனுபவங்கள், கருத்துகள், ஆலோசனைகள் ஆகியவற்றைப் பகிர்ந்துகொண்டனர்.

அவற்றிலும் தீர்மானமான ஒரு முடிவு அடையப்பெறவில்லை. எப்போதும் எதிலும் தெளிவாகச் சிந்தித்து முடிவெடுக்கக் கூடிய பட்டீஸ்வரனுக்கே இப்போது இடியாப்பக் குழப்பம்.

விடுப்பு முடிந்து அலுவலகம் சென்றதும் சக ஊழியர்களிடம் ஆலோசனை கேட்டார்.

“சொந்த வீடு கட்டிக் கண்ணாமுளி திருகீட்டிருக்கற பல பேரை எனக்குத் தெரியும். அதையப் பாத்துத்தான், இந்த வம்பே வேண்டாம்னு வாடகை வீட்டுல இருக்கறேன். அதுவும் உங்க காம்பௌண்ட் வாடகை சொர்க்கமாச்சே! எத்தனை வருசமானாலும், இருக்கற வரைக்கும், சொந்த வீடாட்டமே இருக்கலாமே! அப்பறம் எதுக்கு உங்குளுக்கு இப்ப சொந்த வீடு ஆசை? பசங்க ரெண்டு பேர்த்தையும் படிக்கவெச்சு ஆளாக்கீட்டீங்களே, பத்தாதா? இனி அவனுக சம்பாரிச்சுக் கட்டட்டுமே! அதுக்குள்ள ஏன் அவசரப்பட்டு, கில்லெட்டுல தலையக் குடுக்கறீங்க?” என்றார் ஒருவர்.

“உங்களுக்கும் அம்பத்தஞ்சு ஆச்சு. கடைசிக் காலத்துல நிம்மதியா இருக்கணும்கற ஆசை எல்லாருக்கும் இருக்கும். அறுவது வயசு வரைக்கும் ஆடி, ஓடிப் பாடுபட்டவங்க, அதுக்கு மேல அக்கடான்னு கால் நீட்டி உட்கார்றக்கு சொந்தமா ஒரு வீடு இருந்தாத்தான் நல்லது. அது மட்டுமில்ல; நாளைக்கு வர்ற மருமக, ‘இத்தனை நாள் உங்கப்பா சம்பாரிச்சு உங்குளுக்கு என்ன மிச்சம் வெச்சாரு?’ன்னும் கேட்டறக் கூடாதில்ல?” என்றார் இன்னொருவர்.

வட துருவம் - தென் துருவமாகப் பேசுகிறார்களே என்று உறவினர்களிடம் ஆலோசனை.

“வாடகை வீடா சொந்த வீடாங்கறது அவுங்கவுங்க விருப்பம், தேவை, சௌகரியத்தைப் பொறுத்தது. என்னோட ஒரே அட்வைஸ் என்னன்னா, அளவுக்கு மீறி கடன் வாங்கிறாதீங்க. பையனுக நாளைக்குக் கடன் கட்டுவானுகன்னும் நம்பீறாதீங்க. கடன் வாங்கி, எவ்வளவோ கஷ்டப்பட்டு, ஆசை ஆசையா ஒவ்வொண்ணையும் பாத்துப் பாத்து வீடு கட்டி, அதுக்கப்பறம் கடனைக் கட்ட முடியாம வீட்டை வித்துட்டு, மறுபடியும் வாடகை வீட்டுல இருக்கறேன். பையன் கடன் கட்ட மாட்டேன்னுட்டான். அவனுக்கு இங்க இருக்கணும்கற எண்ணமே இல்ல. சென்னைல அப்பார்ட்மெண்ட் வாங்கி

செட்டிலாயிட்டான்” என்றார் ஒன்றுவிட்ட உறவினரின் மூன்றுவிட்ட உறவினர் ஒருவர்.

அவற்றையெல்லாம் கேட்கும்போது, சொந்த வீடே வேண்டாம், இவ்வளவு காலம் இருந்தது போல இங்கேயே நிம்மதியாக இருந்துவிடலாமா என்று தோன்றும். சொந்த வீடோ, வாடகை வீடோ, நிம்மதிதானே முக்கியம்! நிம்மதியை இழந்து சொந்த வீடு கட்டி வாழ்வதில் என்ன பயன்?

அன்பரசுவைச் சந்திக்க வந்திருந்த சமூக சேவைத் தோழர் அவன் மூலம் தகவல் அறிந்து, இவரிடம் சொன்னார்:

“அவுங்களே லோன் அரேஞ்ச் பண்ணி, வீட்டையும் கட்டித் தர்ற பில்டர்ஸ் மூலமாத்தானுங்ணா நாங்க சொந்த வீடு கட்டுனோம். மொதல்ல ஒரு வருசத்துக்கு ரொம்ப சிரமமாத்தான் இருந்துச்சு. அது நாங்க எதிர்பார்த்ததுதான். ஏன்னா, வீடு கட்ட ஆரம்பிக்கும்போதே, பட்ஜெட் போட்டுப் பார்த்தோம். ஒருத்தரோட சம்பளம் முளுக்க லோனுக்கே போயிரும். ஒருத்தர் சம்பளத்துலதான் மளிகை, விசேசம், ஸ்கூல் ஃபீஸ், காலேஜ் ஃபீஸ், மாசச் சீட்டு எல்லாம் சமாளிக்கணும்.

“மொதல் ஆறு மாசம் ரொம்பக் கஷ்டப்பட்டோம். அவசரத்துக்கு, முடிஞ்ச வரைக்கும் வட்டிக்கு வாங்காம, யாருகிட்டயாச்சும் பதனஞ்சு - இருவது நாள் கைமாத்து வாங்கி சமாளிச்சோம். ஒவ்வொரு சீட்டும் முடிய முடிய எடுத்து, வீட்டு வேலையை ஆரம்பிச்சோம். கையக் காலையெல்லாம் இறுக்கிக் கட்டிப் போட்ட மாதிரி இருந்துச்சு. வாயக் கட்டி, வகுத்தக் கட்டித்தான் வீட்டைக் கட்டுனோம். வீடு வளர வளர, ஒவ்வொரு கட்டா எளகி, வீடு கட்டி முடியும்போது, விடுதலையாயிட்ட உணர்வு, பரவசம்.

“கல்யாணம் பண்ணிப் பாரு, வீட்டைக் கட்டிப் பாருன்னு சும்மாவா சொன்னாங்க? ரெண்டுமே ஆயிரத்தெட்டு பிரச்சனைகளும், செமக்க மாட்டாத பாரமும் தரக் கூடிய விசியங்கதான். அத்தனையும் சமாளிச்சு அதை செஞ்சு முடிச்சுட்டா வர்ற ஆனந்தம் இருக்குதே,... நம்மள மாதிரி

சாமானிய மனுசங்களுக்கு அதுதானுங்ணா பேரானந்தம். லட்சியத்தை நிறைவேத்திட்ட பூரிப்பு. நமக்கெல்லாம் கல்யாணம் பண்றதும், வீடு கட்டறதும்தாங்ணா ஒலிம்பிக் கோப்பையே!

“இதுல முக்கியமான விசயம் என்னுன்னாங்ணா, திட்டமிடல்தான். அதுல உங்களை அடிச்சுக்கறக்கு பொள்ளாச்சி தாலூக்காவுலயே ஆளில்ல. அப்பறம் வாயக் கட்டறது, வகுத்தக் கட்டறதுல, உங்க ஃபேமிலியே குருமத்தங்கா தின்னு பச்சை ரசம் குடிச்சவங்களாச்சே!

“அப்பறம் இன்னொரு விசியங்ணா. முன்னெல்லாம் நான் கைமாத்து, கடன் கேட்டாத் தயங்குவாங்க. இப்பல்லாம் தயங்காமக் குடுக்கறாங்க. எனக்கே கொஞ்சம் ஆச்சரியமா இருந்துச்சு. ‘என்னடாது... சம்பளம் முளுசா வாங்கீட்டிருந்தப்பக் கடன் குடுக்க யோசிச்சாங்க; இப்ப யோசிக்காம கட்டோட எடுத்து நீட்டறாங்களே’ன்னு நெனைச்சேன். அப்பறம்தான் புரிஞ்சுது, சொந்த வீட்டை விட்டு எங்கயும் ஓடிப் போயற மாட்டான்கற நம்பிக்கைதான்னு.

“சொந்த வீட்டுல இருந்தா அதோட நிம்மதி, சந்தோசம், சுகமே தனி. வெளிய நமக்குக் கெடைக்கற மரியாதையும், கௌரவமும் வேற லெவல்ல இருக்கும். வீடு கட்டறக்காக தற்காலிக சுகங்களை இளந்தாலும், நிரந்தரமான மன நிம்மதியைத் தர்றது சொந்த வீடுதான்!”

இறுதிக் கடவுளைக் கண்டு, அவர் வாயாலேயே இறைச் செய்தி கேட்ட மாதிரி இருந்தது பட்டீஸ்வரனுக்கு.

“அந்த பில்டர்ஸ் அட்ரஸ், போன் நம்பர் குடுங்ளேன்!” என்றார்.

★★★

அத்தியாயம் 9

முடிவுறாத கதை

"ரஞ்சிதாக்கா... படிக்கட்டைக் கூட்டிவிட்டுருங்க்கா..."

பப்சுக்காரர் வீட்டு வாசலிலிருந்து கனிஷ்காவின் குரல் கொடுப்பு கேட்டது. தேநீர் பாத்திரம், டம்ளர்களைக் கழுவிக்கொண்டிருந்த ரஞ்சிதா, அவற்றை அப்படியே போட்டுவிட்டு, ஈரக் கையை சேலைத் தலைப்பில் துடைத்துக்கொண்டாள். அடுப்படி மேடைக்கு அடியில் குப்பை பக்கெட் அருகே கிடந்த கட்டைச் சீமாறை எடுத்துக்கொண்டு வெளியேறினாள்.

ஆறரை கடந்து, அந்தி சாய்ந்துவிட்டது. எனினும் பொழுதில் ப்ரகாசமான வெளிச்சம். வெக்கையும் இன்னும் தணியவில்லை.

இப்போது முறைவாசல் பெருக்குவது பப்சுக்காரர் வீட்டு முறை. வாசலைச்

சேர்த்துப் பெருக்குவதுதான் கணக்கு. படிக்கட்டு பெருக்குவது, கோலமிடுவது ஆகியவற்றை அவரவரே செய்துகொள்ள வேண்டும். பப்சுக்காரர் மகள் பக்கெட் நீரை மூன்று வீட்டு வாசலுக்கும் சேர்த்துத் தெளித்துக்கொண்டிருக்க, ரஞ்சிதா படியிறங்கி தங்களின் வீட்டுக்கும், பூட்டிக் கிடக்கிற இணைப்பு வீட்டுக்குமாக இணைந்துள்ள படிக்கட்டு முழுதையும் பெருக்கினாள்.

“ஆளில்லாத வீட்டுக்கும் சேத்து நீங்க படிக்கட்டு கூட்டீட்டிருக்கறீங்க. உங்களுக்கு யாரு கூட்டுவா?” என்றாள் கனிஷ்கா.

அது பதிலுக்கான கேள்வியல்ல என்பதால் இவள் வெறுமனே அவளைப் பார்த்துப் புன்னகைத்துவிட்டு, கட்டைச் சீமாறை வீட்டுக்குள் எட்டி மறைவாக வைத்தாள்.

“ஏங்க்கா இன்னும் இந்த வீட்டுக்கும், ஜோஸியர் இருந்த வீட்டுக்கும் வாடகைக்கு ஆள் வர்ல? வாடகையும் கம்மியாச்சே! யாருக்கும் தெரியலியா? வெளிய டு லெட் போர்டு வெச்சாத் தெரியுமே!”

“போர்டு இல்லன்னாலும் தேடி வர்றவங்களுக்குத் தெரியத்தான் செய்யும். வீடு காலி இருக்குதான்னு கேட்டு எத்தனை பேரு வீடு வீடா, வீதி வீதியா கேட்டுட்டு வர்றாங்க!”

“அது போக ப்ரோக்கர்ஸ் வேற! ஏனுங்க்கா?” என்றான் சிபிச்செல்வன், அவர்கள் வீட்டு நுழைவாயிலில் நின்று பாவனை கிரிக்கெட் மட்டையில் பாவனை பந்தை அடித்தவாறே.

“இந்தக் காம்பண்டப் பொறுத்தவரைக்கும் புரோக்கருகளே தேவையில்ல. ஓனரு எந்த புரோக்கருககிட்டயும் சொல்ல மாட்டாரு. நம்மகிட்டயும் புரோக்கருககிட்ட சொல்ல வேண்டாம்பாரு. தெரிஞ்சவங்க மூலமாவோ, தானாத் தெரிஞ்சோ வர்றவங்கதான் எல்லாருமே!”

“ஏங்க்கா ப்ரோக்கருககிட்ட சொல்றதில்ல?”

“புரோக்கருககிட்ட சொன்னா ஒரு மாச வாடகை அவுங்களுக்குக்

கமிசனாக் குடுக்கோணும். அது வேண்டாம்னுதான். நம்ம ஓனரைப் பொறுத்தவரைக்கும் காசு நோக்கம் கெடையாது. நல்ல மனுசங்களுக்கு, கஷ்டப்படறவங்களுக்கு வாடகைக்கு விடணும்கறதுதான்."

"அது சரிதாங்க்கா. நாங்க முன்ன இருந்த வீட்டு ஓனரு கந்து வட்டிக்காரங்களை விட மோசம். பயங்கர டார்ச்சர். மனசாட்சியே கெடையாது. கவர்மென்ட்டே ஆர்டர் போட்டும், மார்ச், ஏப்ரல் வாடகைய ரெண்டு மாசம் கழிச்சுத் தர்றக்குக் கூட ஒத்துக்கவே இல்ல. ஆனா, இந்த ஓனர் உங்க எல்லார்த்துகிட்டயும் வாடகையே வாங்குலயாமே!?"

"ஆமா, ஒவ்வொருத்தர் நெலைமையப் பொறுத்து. எங்ககிட்ட போன மார்ச்சுலருந்து ஆகஸ்ட் வரைக்கும் ஆறு மாதம் வாடகை கேட்குல. அப்பறம் நாலு மாசம் பாதி வாடகை. இந்த வருசம் ஜனவரிலருந்துதான் முளு வாடகை."

"நல்ல மனுசன்."

"நல்ல மனுசனா? அவருதான் மனுசன்!" சிபிச்செல்வன் ஓங்கி ஒரு பாவனை ஃபோர் அடித்தான்.

"இந்த வீடு காலியானது தெரிஞ்சு வாடகைக்குக் கேட்டு வரத்தான் செஞ்சாங்க. ஆனா, அப்பருந்து கொரோனா பாதிப்பு ஸ்டேட் லெவல்லயே டெய்லியும் ஆயரக் கணக்குல போயிட்டிருந்ததுனால, புதுசா யாரையும் குடி வர வெக்க வேண்டாம்னு ஓனரு முடிவு பண்ணிட்டாரு. அவங்கள்ல யாருக்காச்சும் வைரஸ் இருந்துச்சுன்னா காம்பௌண்ட் மொத்தத்துக்கும் பாதிச்சிருமேன்னுதான். கொரோனா தீர்ற வரைக்கும், இருக்கறவங்களை வெளிய போகச் சொல்ல வேண்டாம்; அதே சமயம், புதுசா யாரையும் குடி வெக்கவேண்டாம்கறது அவுரோட தீர்மானம்."

"வள்ளிநாயகம் தி க்ரேட்!" சிபிச்செல்வன் நிஜ வானத்தை நோக்கி ஓங்கி ஒரு பாவனை சிக்ஸர் அடித்தான்.

கனிஷ்காவும் ரஞ்சிதாவும் புன்னகைத்தனர்.

நீர் தெளிப்பு முடிந்து கனிஷ்கா ஈர்க்கு மாரை எடுக்க, ரஞ்சிதா காரமடையான் வீட்டு வாசலைப் பெருக்கச் சென்றாள்.

விளையாட்டு வாசலில் கௌதம், ஹரீஷ், காளிமுத்துவின் மகன், இவர்களின் வயதில் உள்ள வேறு சில புறவாசிப் பொடுசுகள் ஆகியோர் பட்டம் விட்டுக்கொண்டிருந்தனர். பொதுக் குளியலறைகளுக்கு வடபுறம் உள்ள மண் பகுதியில் குல்ஸாரும், சித்தார்த்தும் அணைகட்டி விளையாடிக்கொண்டிருந்தனர். டேம் கட்டி விளையாடுவதுதான் சித்தார்த்துக்குப் பிடித்தமான விளையாட்டு.

அங்குள்ள குழாயில் பக்கெட்டில் நீர்பிடிக்கச் சென்ற ரஞ்சிதா, "இந்த வெயில் காலத்துல தண்ணி இல்லாம கஷ்டப்பட்டுட்டிருக்கறோம். இருக்கற கொஞ்ச நஞ்சத் தண்ணியவும் நீங்க வேஸ்ட் பண்ணீட்டிருக்கறீங்களாடா?" என அதட்டினாள்.

"கஷ்டப்படறவங்களுக்கு எல்லாருக்கும் தண்ணி வேணுமில்ல; அதுக்குத்தான் டேம் கட்டியிருக்கறோம்" என்றான் சித்தார்த்.

கொடியில் காயும் துணிகளைச் சேகரித்துக்கொண்டிருந்த வைஷாலி, "எவ்ளோ அறிவாப் பேசறான் பாரு! எங்குளுக்கும் ஒண்ணு இருக்குதே,... மண்டூசு!" என்றுவிட்டு, "அவனுக பைப் தண்ணில டேம் கட்டுல. நான் துணி அலாசுன தண்ணிய வாசல் தெளிக்க வெச்சிருப்பன்ல்ல? 'நல்ல தண்ணிய வேஸ்ட் பண்ணக் குடாதுடா'ன்னு சொல்லிட்டு, அதுலருந்துதான் எடுத்து வெளையாடுனானுக. ரெண்டுகளுக்குமே நல்ல அறிவு!" என மெச்சினாள்.

இவளுக்கு அதைக் கேட்க மகிழ்ச்சியாகவும், மனநிறைவாகவும் இருந்தது.

காரமடையான் வீட்டு வாசலைத் தெளிக்கத் தொடங்கினாள். அப்போது வைஷாலி, திங்கள் கிழமையிலிருந்து அமலுக்கு வரவுள்ள, நகராட்சிகள், மாநகராட்சிகளுக்கான புதிய கட்டுப்பாடுகளைப் பற்றிப் பேச்சுக் கொடுத்தாள்.

"ஒரு வருஷமாகியும் இந்தக் கொரோனாவும் ஊரடங்கும்

முடியற பாட்டைக் காணமே! மொதல்ல, வாரக் கணக்குல முடியும்னு நெனைச்சோம்; முடியல. மாசக் கணக்கு ஆகும்னாங்க. அப்படித்தான் போன வருசத்துல படிப்படியாக் கொறைஞ்சுட்டு வந்துச்சு. அப்பாடா, ஒருவழியா முடியப்போகுதுன்னு நெனைச்சா, உருமாறின கொரோனாவால இப்ப மறுபடியும் ஜாஸ்தியாயிட்டு வருதே! தீராட்டாலும் பரவால்ல; நாளுக்கு நாள் இப்படி அதிகமாயிட்டே போனா என்னாகறது?"

"ஆமாங்க்கா. பொள்ளாச்சிலயும் அதே மாதிரி ஆயிட்டிருக்கறதை நெனைச்சாத்தான் ரொம்ப பயமா இருக்குது. பளைய கொரோனா, உருமாறுன கொரோனா ரெண்டும் சேந்துதான் இந்த ஆட்டம் போடுதாமா" என்றாள் இவள்.

கொரோனா இரண்டாவது அலைக்கு, உருமாறிய கோவிட் வைரஸ்தான் காரணம். எந்த வகை வைரஸாக இருந்தாலும் பரவிய இடங்களுக்கேற்ப தன்னைத்தானே உருமாற்றிக்கொண்டு வீரியத்தை அதிகரித்துக்கொள்ளும். கொரோனா வைரஸும் அவ்வாறே ஒவ்வொரு நாட்டிலும் பல வகையில் தன்னைத்தானே உருமாற்றிக்கொண்டு வலம் வருகிறது. இந்தியாவிலும் ஒவ்வொரு பகுதியிலும் ஒவ்வொரு மாதிரியாக உருமாறியிருக்கிறது.

இங்கிலாந்து, ப்ரேசில், ஆப்பிரிக்கா ஆகிய நாடுகளின் உருமாறிய கொரோனா வைரஸ்கள் மிக வீரியம் கொண்டவை. உலகம் முழுவதும் பரவிவரும் அவை இந்தியாவிலும் பரவிவிட்டன. அதோடு இந்தியாவிலும் வீரியக் கொரோனா வைரஸ்கள் தனியாக உருவாகியுள்ளன. இவை முன்னோடிகளைவிட தொற்றுத் திறன் அதிகம் கொண்டவை. அதனால்தான் இரண்டாவது அலை ஏற்பட்டுள்ளது.

சென்ற வருடம் பொள்ளாச்சியில் கொரோனா பரவல் கட்டுப்பாட்டில் இருந்ததால் தொற்று எண்ணிக்கை ஒற்றை இலக்கத்திலேயே இருந்து, படிப்படியாகக் குறைந்துவந்தது. வீரியமான இரண்டாம் அலையில் எண்ணிக்கை அதிகரித்து, இந்த நடப்பு ஏப்ரலில் தினமும் 20 40 பேருக்குத் தொற்று உறுதி செய்யப்படுகிறது.

தொற்று அதிகரிப்பால் முன்னெச்சரிக்கை நடவடிக்கையாக அரசு மருத்துவமனையிலும், நாச்சிமுத்து பிரசவ விடுதியிலுமாக மொத்தம் 200 படுக்கைகளுடன் கொரோனா சிறப்பு வார்டுகள்; தனியார் கல்லூரியில் 600 படுக்கைகளும், சக்தி ஓட்டலில் 110 படுக்கைகளும் கொண்ட கொரோனா சிகிச்சை மையங்கள் ஆகியவை அமைக்கப்பட்டுள்ளன. இங்கு நோயாளிகளுக்குத் தேவையான மாத்திரைகள், மருந்துகள், உணவு ஆகியவற்றோடு கபசுரக் குடிநீர், யோகா பயிற்சி ஆகியவையும் அளிக்கப்படும். சித்த மருத்துவம் தேவைப்படுவோருக்கு அதற்கான ஏற்பாடு.

சமீப காலத்தில் இந்தியாவில் நாளொன்றுக்கு இரண்டரை லட்சம் பேர் பாதிக்கப்பட்டனர். கடந்த பத்து நாட்களுக்கு முன்புதான் இரண்டு லட்சத்திற்குக் கீழ் பதிவானது. அதன் பின்னர், சில மாநிலங்களில் அதிகம், பல மாநிலங்களில் குறைவு என ஏற்ற இறக்கங்கள் தொடர்கின்றன.

அது ஒரு புறம் இருக்க, எவ்வித அறிகுறிகளும் இன்றி கொரோனா தொற்று பரவுவது மக்களைப் பேரதிர்ச்சியில் ஆழ்த்தியுள்ளது. அறிகுறிகள் தெரிந்தாலாவது சிகிச்சை எடுத்துக்கொண்டு உயிர் பிழைக்க வாய்ப்பு. அறிகுறியே தெரியாவிட்டால், தொற்று வந்ததே தெரியாமல் திடீர் மரணம் ஏற்பட அதிக வாய்ப்பல்லவா! மேலும், தக்க மருத்துவ வசதிகள் இல்லாததாலும், ஆக்ஸிஜன் சிலிண்டர்கள் பற்றாக்குறையாலும் தினமும் ஆயிரக்கணக்கானோர் உயிரிழக்கிற துயரமும் நிலவுகிறது.

இத்தனைக்கும் கொரோனா தடுப்பூசி திட்டம் நாடு முழுதும் தீவிரமாகச் செயல்படுத்தப்பட்டு, தினமும் ஒன்றே கால் லட்சம் பேருக்குத் தடுப்பூசி செலுத்தப்படுகிறது. சமீபத்தில் இந்திய அளவிலும், தமிழக அளவிலும் தடுப்பூசித் திருவிழாக்களும் நடைபெற்றன. கோவிஷீல்டு தடுப்பூசியும், கோவேக்சின் தடுப்பூசியும் தனித் தனி மையங்களில் போடப்படுகிறது

“போன மாசம் கொரோனா கொறையத் தொடங்குச்சே! அதைப் பாத்தப்ப ஆறுதலாவும், நம்பிக்கையாவும் இருந்துச்சு. எலக்ஸனாலதான் இந்த அளவுக்கு அதிகமாயிருச்சு” என்றாள் வைஷாலி.

தமிழகம், மேற்கு வங்கம், கேரளா, அஸ்ஸாம், புதுச்சேரி ஆகிய மாநிலங்களில் தேர்தலையொட்டி நடைபெற்ற பரப்புரைக் கூட்டங்களும், பேரணிகளும்தான் இரண்டாம் அலையின் மிகப் பெரிய தாக்கத்துக்கு முக்கியக் காரணம். இந்தத் தொற்றுக் காலத்தில் தேர்தல் நடத்துவது அபாயம், தொற்று மிக அதிக அளவில் பரவிவிடும் என்று சமூக ஆர்வலர்களும், மக்களும் சொல்லிக்கொண்டுதான் இருந்தனர். ஆனால், அரசியல் நடத்த தேர்தல் இல்லாமல் எப்படி?

“அரசியல்வாதிகளுக்கு மக்கள் இருந்தா என்ன, செத்தா என்னங்க்கா? அவுங்களுக்குத் தேவை ஆட்சி, அதிகாரம், ஆயிரம் கோடிகள்ல பணம், ஏளு தலைக்கெட்டுக்குச் சொத்து, சொர்க்க போக சுகம். அதுக்கு ஆட்டு மந்தை சனங்களை பலி குடுக்கணும்னா தாராளமாகக் குடுக்கலாம். எவ்வளவு அதிகமாகக் குடுக்க முடியுமோ அவ்வளவு நல்லதுதானே! மக்கள் உயிரோட இருந்தா அவுங்களை ஆளலாம்; இப்படிக் கூட்டம் கூட்டமா செத்தா, அந்தப் பொணங்களை வெச்சு இன்னியும் அரசியல் பண்ணலாம்” என்றாள் ரஞ்சிதா.

“சரிதான். ஆனா மக்களுக்கு அதைப் பத்தியெல்லாம் கவலையே இல்ல. நாளைக்கு ஞாயித்துக்கிழமை; முழு ஊரடங்குங்கறதால கறிக் கடை, மீன் கடை இருக்காதுன்னு இன்னைக்குக் காலைல இருந்தே கசாப்புக் கடைகள்ல கூட்டம் அலைமோதுது. அதுல பலரும் மாஸ்க் போடவே இல்ல. போட்டிருக்கறவங்களும் தாடையிலயோ, கழுத்துலயோதான் போட்டிருக்கறாங்க. ஒரு மாஸ்க் பத்தாது, டபுள் மாஸ்க் போடுங்கன்னு சொல்லிட்டிருக்கற சமயத்துலயே இப்படி” என்றுவிட்டு துணிகளை வாரியணைத்தபடி வீட்டுக்குள் சென்றுவிட்டாள்.

வாசலைப் பெருக்கி முடிக்கும் தறுவாயில் தளர்ந்த நடையும், சோக முகமுமாக காரமடையான் வந்தார். வந்தவர் சாப்பாட்டுக் கூடையைப் படிக்கட்டில் வைத்துவிட்டு முகம் கழுவப் போகாமல் அப்படியே தானும் படிக்கட்டில் அமர்ந்துகொண்டார்.

ரஞ்சிதா அதைக் கவனித்துவிட்டு, பெருக்குவதை நிறுத்தி, "என்னஙய்யா... ஒடம்புக்கு ஏதும் சரியில்லையா?" என்று கேட்டாள்.

"ஹ்ம்ம்... எனக்கு ஒண்ணுமில்ல. நம்ம மொதலாளிக்குத்தான். கொரோனா அவுருக்கும் தொத்தீருச்சாமா. இங்க வேண்டாம்னு கோயமுத்தூருக்கே தனியாரு ஆஸ்பத்திரிக்குக் கொண்டு போயிட்டாங்க. நாலு மணி வாக்குல அவுரே போன் பண்ணிச் சொன்னாரு."

"அடக் கடவுளே! அவுருக்கும் வந்துருச்சா?" ரஞ்சிதா அதிர்ந்து வாய்பொத்திக்கொண்டாள்.

★★★

வள்ளிநாயகத்துக்கு கோவையின் வசதி மிக்க பிரபல மருத்துவமனையில் உயர் சிகிச்சை அளிக்கப்பட்டுவந்தது. சேர்க்கப்பட்ட மூன்றாம் நாளிலிருந்து தீவிர சிகிச்சைப் பிரிவில் உயிருக்குப் போராடிக்கொண்டிருந்தார். அவர் செய்த தர்மம் அவரது தலையைக் காக்கும் என்று காம்பௌண்ட்வாசிகளும், அவரை அறிந்த மற்ற எல்லோரும் நம்பினர். அவருக்காக சிறப்பு பிரார்த்தனைகளும் செய்யப்பட்டன. ஆனால், சிகிச்சை, தர்மம், பிரார்த்தனைகள் ஆகிய எவற்றின் பலனும் இன்றி, ஆறாம் நாளில் அன்னாரின் உயிர் பிரிந்துவிட்டது.

இந்தத் தகவல் வெளியார் யாருக்கும் சொல்லப்படவில்லை. வள்ளிநாயகம் இறந்துவிட்டது தெரிந்தால், அவர் மீது மதிப்பும் மரியாதையும் கொண்டவர்கள், வரவேண்டாம் என்று சொன்னாலும் கேட்காமல் அஞ்சலி செலுத்த வந்துவிடுவார்கள். கொரோனா தொற்று அபாயம் ஏற்படும். எனவே சொல்லாமல் தவிர்த்துவிட்டனர். குடும்பத்தாரும், மிக நெருங்கிய உறவினர்கள் சிலரும் மட்டுமே உரிய பாதுகாப்புடன் கலந்துகொண்டு, இறந்த இரண்டே மணி நேரத்தில் சவ அடக்கம் செய்யப்பட்டுவிட்டது.

சொந்தக்காரர்களுக்கே அடுத்த நாள்தான் தகவல் தெரிவிக்கப்பட்டு, துக்கம் விசாரிக்க நேரில் வரவேண்டாம் என்றும் கேட்டுக்கொள்ளப்பட்டது. அதற்கு அடுத்த

நாள்தான், நண்பர்கள், தெரிந்தவர்கள் ஆகியோர்க்கு, அதே வேண்டுகோளுடன் தெரிவித்தனர். அப்போதுதான் காரமடையானுக்கும், அவர் மூலமாக காம்பௌண்ட்க்கும் தெரியவந்தது.

★★★

மார்ச் முதல் இந்தியாவில் பல்வேறு மாநிலங்களில் தொடர்ந்து கோவிட் தொற்று உறுதியாகும் எண்ணிக்கை மீண்டும் அதிகரித்து வந்த நிலையில், மே மாதத்தில் இந்திய அளவில் நாளொன்றுக்கு நான்கு லட்சத்தைத் தாண்டியும் பதிவாகியது. குறிப்பாக சில மாநிலங்களில் நோய்த்தொற்று அதிகரிக்கும் நிலை. தமிழ்நாட்டிலும் ஃபிப்ரவரி கடைசியில் நாளொன்றுக்கு 450 என இருந்த நிலை மாறி தற்பொழுது நாளொன்றுக்கு 30,000-க்கும் மேல் பதிவாகிவருகிறது. கோவை மாவட்டத்தில் தொற்று எண்ணிக்கை நாளுக்கு நாள் அதிகரித்து, மே மத்தியில் நாள் ஒன்றுக்கு பாதிக்கப்படுவோரின் எண்ணிக்கை 2,600 ஐக் கடந்து, கொரோனா பரவலில் கோவை தமிழகத்தில் இரண்டாவது இடத்துக்கு வந்தது. இதன் காரணமாக மே 10 முதல் 24 வரை இரு வாரங்களுக்கு முழு ஊரடங்கு அமல்படுத்தப்பட்டது.

இந்தத் தீவிர ஊரடங்கு காலத்தில் மளிகை, காய்கறி, இறைச்சி, மீன் கடைகள் தவிர பிற கடைகளைத் திறக்க அனுமதி இல்லை. தங்கும் விடுதிகள், அழகு நிலையங்கள், முடிதிருத்தகங்கள் செயல்படக் கூடாது. டாஸ்மாக் திறக்கப்பட மாட்டாது. அத்தியாவசியத் துறை அலுவலகங்கள் தவிர்த்து பிற அரசு அலுவலகங்கள் இயங்காது என்பதோடு அனைத்துத் தனியார் நிறுவனங்கள், அலுவலகங்கள், தகவல் தொழில்நுட்பம், தொழில்நுட்ப சேவை நிறுவனங்கள் இயங்கவும் தடை விதிக்கப்பட்டிருந்தன. மாவட்டங்களுக்குள்ளும், மாவட்டங்களுக்கு இடையேயானதுமான அரசு, தனியார் பேருந்து போக்குவரத்து, வாடகை டாக்ஸி, ஆட்டோக்கள் ஆகியவற்றிற்கும் தடை.

இரண்டாவது அலையில் கொரோனா முன்பைவிட வீரியமடைந்திருந்தது. தீ நுண்மித் தொற்றாளிகள்

பெரும்பாலானோருக்கு மூச்சுத் திணறல் ஏற்படுவதால், அரசு மற்றும் தனியார் மருத்துவமனைகளில் ஆக்ஸிஜன் வசதி கொண்ட படுக்கைகளுக்குத் தட்டுப்பாடு. இதனால் ஆக்சிஜன் கிடைக்காமல் உயிரிழப்பவர்களின் எண்ணிக்கையும் நாளுக்கு நாள் அதிகரித்தது.

கோவை அரசு மருத்துவமனைப் பிணவறையில் பிணங்கள் தேங்கி, பிணவறைக்கு வெளிப்புறத்திலும் திறந்தவெளியிலும் கொரோனாப் பிணங்கள் வைக்கப்பட்டிருந்த புகைப்படங்கள் வெளியாகி மக்களிடையே பேரதிர்ச்சியை ஏற்படுத்தியது. பிறகு தற்காலிகத் தகரக் கொட்டகையில் கொரோனா பிணங்கள் தரையில் கிடத்தப்பட்டு, ஊழியர்கள் பாதுகாப்பு உடைகளின்றி பிணங்களைக் கையாளும் காட்சி வெளியாகி அதிர்ச்சி கூட்டியது.

மே 14-ல் (ரம்ஜான் அன்று) வள்ளிநாயகத்தின் பதினாறாம் நாள் கருமாதி. இப்போதும் தொற்றுச் சூழல் என்பதோடு, முழு ஊரடங்கும் நிலவுவதால், திருமணம் சார்ந்த நிகழ்வுகளில் 50 நபர்களுக்கு மிகாமலும், இறப்பு சார்ந்த நிகழ்வுகளில் 20 நபர்களுக்கு மிகாமலும் மட்டுமே பங்கேற்க அனுமதி என்ற ஊரடங்கு விதிமுறைப்படி குடும்பத்தினரும், மிக நெருங்கிய உறவினர்கள் சிலரும் மட்டுமாக, எளிமையாக முடித்துக்கொண்டனர்.

இரு தினங்கள் கழித்து, மே 17, திங்கள்கிழமையன்று பிற்பகல் 4 மணி வாக்கில் வள்ளிநாயகத்தின் மூத்த மகன் தனராஜ், நடு மகன் செல்வராஜ் ஆகிய இருவரும் தத்தமது வெளிநாட்டுக் கார்களில் வேறு சில நபர்களோடு வள்ளிநாயகம் காம்பௌண்ட்க்கு வருகை புரிந்தனர். மே 17 முதல் மாவட்டம் விட்டு மாவட்டம் செல்ல இ-பாஸ் அவசியம் என்றிருந்த நிலையில், திருப்பூர் மாவட்டத்துக்கு உட்பட்டதான உடுமலைப்பேட்டையிலிருந்து தனராஜும், நீலகிரி மாவட்டத்தைச் சேர்ந்த அருவங்காட்டிலிருந்து செல்வராஜும் இ-பாஸ் எடுத்து வந்திருந்தனர் என்பது குறிப்பிடத்தக்கது.

பொ.ப.து. என்பதால் அத்தியாவசியத் துறையல்ல என்ற வகையில் பட்டீஸ்வரனுக்கும் விடுமுறை. ஆட்டோக்கள் ஓட அனுமதி இல்லாததால் முஷ்தாக்கும் வீட்டோடு இருந்தான். பலகாரக் கம்பெனிக்கும் ஊரடங்கு முடக்கம் எனினும், பாதுகாப்புக்கான வாட்ச்மேன் பணி என்பதால் காரமடையான் பணிக்குச் சென்றிருந்தார். வேலு குண்டாடச் சென்றிருந்தான். அறிவரசு, அன்பரசு, ஒப்புட்டுக்காரர் ஆகியோரும் வீட்டில் இருந்தனர். பெண்கள், வழக்கம் போல வீட்டில்தான். வள்ளிநாயகம் புதல்வர்கள் வந்திருப்பது அனைத்து வீடுகளுக்கும் அறிவிக்கப்பட்டு, பெரியவர்கள் அனைவரும் கூடினர்.

அக்னி நட்சத்ர வெயில் அப்போதும் கொளுத்திக்கொண்டிருந்தது. அப்படியிருந்தும் இருதரப்பினரும் விளையாட்டு வாசலில் எதிரெதிராக நின்றிருந்தனர். முதலாளித் தரப்பு இரட்டை முகக் கவசங்களுடன்; பாட்டாளித் தரப்பில் சிலர் முகக் கவசத்தோடும், சிலர் இல்லாமலும்.

கோடீஸ்வரத் தோற்றத்தில் இருந்த காரமடையான் புதல்வர்களுக்கு இவர்கள் ஒரு பொருட்டாகவே படவில்லை. வள்ளிநாயகம் மரணத்துக்கு ஆத்மார்த்தமாகத் தெரிவிக்கப்பட்ட இவர்களின் துக்கத்தையும், வருத்தத்தையும் கையசைப்பில் அலட்சியப்படுத்தினர்.

“நாங்க உங்க துக்க விசாரிப்பைக் கேக்க வர்ல. வேற ஒரு முக்கியமான விஷயமா வந்திருக்கறோம். இந்த ஊர்ல இருக்கற எங்க சொத்துகளையெல்லாம் செட்டில் பண்ணணும். அதுல ஒண்ணு இந்தக் காம்பௌண்ட்ங்கறதுனாலதான் இங்க வந்தோம்...”

தனராஜ் விபரம் தெரிவிக்க, அனைவரும் பதைபதைப்போடு கேட்டுக்கொண்டிருந்தனர்.

“சுருக்கமா, நேரா, வெளிப்படையா சொல்லிர்றேன். இங்க ஷாப்பிங் காம்ப்ளக்ஸ் கட்டணும்கறது ரொம்ப வருசமாவே எங்க ப்ளான். காம்ப்ளக்ஸ் கட்டி, கடைகளுக்கு வாடகைக்கு விட்டா எந்த அளவுக்கு வருமானம் வரும்னு உங்களுக்கே

தெரியும். ஆனா, அப்பா இருந்தவரைக்கும் அதுக்கு ஒத்துக்கல. அதான் அவரு போயிட்டாரே! அதனால, இனியாச்சும் அதைப் பண்ணலாம்னு இருக்கறோம். நீங்கல்லாம் ரொம்ப வருசமா இங்க இருக்கறவங்க. உடனே காலி பண்ணுங்கன்னு சொல்றது நியாயமில்ல. அதனால, ஆறு மாசம் டைம் குடுக்கறோம். நவம்பர் கடைசிக்குள்ள, நீங்க எல்லாரும் வீட்டை காலி பண்ணிட்டுப் போயர்ணும்."

அனைவருக்கும் தலையில் இடியதிர்ச்சி.

"என்ன தம்பி, திடீர்னு வந்து இப்படிச் சொல்றீங்க?" என்றார் பட்டீஸ்வரன்.

"எப்ப சொன்னாலும் அது உங்குளுக்கு திடீராத்தான் இருக்கும். ஆனா, திடீர்னு உங்களைப் போகச் சொல்லலயே. ஆறு மாசம் டைம் குடுத்திருக்கறோம்."

"இல்ல கண்ணு… அப்பா இதப் பத்தி எதுவும் சொன்னதில்லீங்களே…" என்றாள் பாயம்மா.

"அவுரு சொல்லியிருந்தாலும் சரி, சொல்லுலீன்னாலும் சரி. இப்ப அது மேட்டர் கெடையாது. சொத்து எங்க பேர்ல இருக்குது. நாங்க என்ன சொல்றமோ அதுதான் இனிமே." செல்வராஜ் உயிலின் நகலை ஆட்டி நீட்ட, அறிவரசு வாங்கிக்கொண்டு புரட்டிப் பார்வையிடலானான்.

"காரமடையான் ஐயாவுக்கு ஃபோன் பண்ணி வரச் சொல்லுங்க. அவரு பேசட்டும்" என்றாள் சுசீலா, பட்டீஸ்வரனிடம்.

"அதுக்கு அவசியமில்ல. யாரு வந்து பேசுனாலும் இதுதான். அப்படியே பேசறதுன்னாலும், இங்கல்லாம் எங்கனால இருந்து பேச முடியாது. இப்ப அதுக்கு நேரமும் இல்ல. ஆஃபீஸுக்கு ஃபோன் பண்ணி, அப்பாயின்மென்ட் வாங்கிட்டு, எங்க ஊருக்கு வரச் சொல்லுங்க. இருந்தாலும், பேசற எடத்துல நாங்கதான் இருக்கறோம்கறதையும், கேக்கற எடத்துலதான் நீங்க இருக்கறீங்கங்கறதையும் மறந்துற வேண்டாம்."

சொல்லிவிட்டு தனராஜ் திரும்பி நடக்க, செல்வராஜும் தொடர்ந்தான்.

அன்பரசு விரைந்து உயிலின் நகலைக் கொடுக்கப் போக, “அதை வேண்ணா நீங்களே வெச்சுக்கலாம்” என்றான் செல்வராஜ், இளக்காரமாக.

★★★

அன்று முன்னிரவில் விளையாட்டு வாசலில் காம்பவுண்ட்வாசிகளுக்கான கூட்டம். அதி முக்கியமான காரியம் என்பதால் அனைத்து வீட்டுப் பெரியவர்களும் தவறாமல் கலந்துகொண்டிருந்தனர். எல்லா வீட்டினர்களும் காலி செய்து போய்விட வேண்டும் என்பதை அறிந்து சிறார்களுக்கும் மிக வருத்தம் என்பதால் அவர்களும் பெரியவர்களோடு சேர்ந்து வந்துவிட்டனர். கொரோனா இடைவெளி விட்டு பெரியோர்களும் சிறார்களும் முகக் கவசங்களோடு காரை வாசலில் கீழே அமர்ந்திருக்க, பொம்மைப் படம் போட்ட குட்டி முகக் கவசங்களை அணிந்துகொண்டு சித்தார்த்தும் குல்ஸாரும் கூட சம்மணமிட்டு பவ்யமாக அமர்ந்திருந்தனர். கூட்டத்தை நோக்கியவாறு இரு நாற்காலிகளில் காரமடையானும், பட்டீஸ்வரனும்.

“நாம இனி சொல்றதுக்கோ, பண்றதுக்கோ எதுவுமே இல்ல. சொத்து அவுங்களோடது. அவுங்க சொல்றதை நாம கேட்டாகணும். போக முடியாது, இங்கதான் இருப்போம்கறதுக்கு நமக்கு எந்த ரைட்சும் கெடையாது. ஆறு மாச அவகாசமும் குடுத்திருக்கறாங்க. அதுக்குள்ள எல்லாரும் வேற வீடு பாத்துப் போயிக்க வேண்டீதுதான்” என்றார் பட்டீஸ்வரன்.

“ஆமா. அதை மாத்தவோ, அவுங்களைத் தடுக்கவோ முடியாது. இந்தக் கூட்டத்தைக் கூட்டுனது அதைச் சொல்றதுக்கு மட்டுமில்ல” என்றார் காரமடையான். அனைவரும் ஆவலோடு செவிமடுத்தனர்.

“இத்தனை காலமா நாம எல்லாரும் இங்க சொந்த பந்தமா, ஒரே குடும்பமா வாள்ந்துட்டிருந்தோம். இனிமே பிரிஞ்சு, வேற வேற திசைல போகப் போறோம். அப்புடிப் போனாலும், நமக்குள்ள இருக்கற இந்தச் சொந்த பந்தம் விட்டுப் போயறக்

கூடாது. அது என்னைக்கும் தொடரணும். இதுக்கு முன்னாடி இங்க குடியிருந்து போனவங்க பலரும் இன்னமும் தொடர்புல இருக்கறாங்க. அதே மாதிரி நீங்களும் இருக்கணும்.

“அது மட்டும் பத்தாது. வள்ளிநாயகம் காம்பௌண்ட்ன்னாலே, அது ஒரு கூட்டுக் குடும்பம்ங்கற பேருதான் இத்தனை வருசமா விளங்கிட்டு வருது. இங்கிருந்து போற எல்லாரும், இந்த எடத்தையும், இங்கிருக்கற மனுசங்களையும் விட்டுட்டுப் போனாலும், இந்த காம்பௌண்டோட அந்தத் தன்மைய விடாம எடுத்துட்டுப் போங்கன்னுதான் எல்லார்த்துகிட்டயும் நான் சொல்லுவேன். அதைத்தான் உங்களுக்கும் சொல்றேன். நீங்க எங்க போனாலும், அங்கிருக்கற அக்கம்பக்கத்தவங்களோட, இதே மாதிரி ஒட்டுறவா, நேசமா, சொந்த பந்தமா, கூட்டுக் குடும்பமாப் பளகணும். நீங்க குடியிருக்கற ஒவ்வொரு எடமும், வள்ளிநாயகம் காம்பவுண்டா ஆகணும்.

“எவ்வளவு காலம் வேண்ணாலும் இருக்கலாம்னு மொதலாளி நம்மளை அனுமதிச்சதுக்குக் காரணம், நாம கரெக்ட்டா வாடகை குடுக்கறோம், எந்த வம்புதும்பும் செய்யாம ஒளுக்கமா இருக்கறோம்கறதுனால மட்டுமில்ல. நாமெல்லாம் ஒரே குடும்பமாப் பளகறோம்கறதுனாலயும்தான். இங்கிருந்து போனாலும், நாம அப்புடியே இருக்கறதுதான், அவுருக்கு நாம செய்யற உண்மையான அஞ்சலி, மரியாதை எல்லாமும். செய்வீங்கல்ல?”

“கண்டிப்பா செய்வோம்ங்கய்யா…!” கோரஸாகக் குரல்கள் எழுந்தன.

“எங்க போனாலும் இந்தக் காம்பவுண்ட்டை மறக்க மாட்டம்ங்கய்யா”, “இதே மாதிரி போற எடத்துலயும் இருப்போம்ங்கய்யா” என தனிக் குரல்களும் எழுந்தடங்கின.

“இதுக்கு முன்னாடி போன வருசம் ரெண்டாவது ஊரடங்கு தொடங்குனப்ப இதே மாதிரி கூட்டம் போட்டபோது, கொரோனா தீர்ற வரைக்கும் நாம ஒண்ணுக்குள்ள ஒண்ணாப் பொளங்கறது வேண்டாம், வெலகியிருப்போம்னு தீர்மானமாச்சு.

அதையே நம்மனாலயும் கொளந்தீகனாலயும் தாங்க முடியில. ஒட்டுமொத்தமா எல்லாரும் எல்லாரையும் பிரியணும்; இங்கிருந்து ஒரேயடியாப் போகணும்கறதை எப்புடித்தான் தாங்கறது?" என்றாள் ரஞ்சிதா.

பெண்கள், ஆண்கள் பலரும் ஆமோதித்து, தங்களின் ஆவலாதிகளையும் கொட்டினர்.

காரமடையானின் முகத்தில் மரண வேதனை.

"இந்தக் காம்பௌண்ட்லதான் என்னோட உசுரு போகணும்கறது, முன்னருந்தே எனக்கு ஆசை. இங்கிருந்து எல்லாக் குடும்பங்களும் காலி பண்ணீட்டுப் போற கொடுமையப் பாக்கற நெலமை எனக்கு வராம, அதுக்கு முன்னாடியே என் உசுரு போயிட்டாப் போதும்" என்றார் நெக்குருக.

★★★

குடியிருப்பாளர்களை ஆறு மாதங்களுக்குள் காலி செய்யும்படி வாரிசு உரிமையாளர்கள் கெடு விதித்துச் சென்றதிலிருந்து வள்ளிநாயகம் காம்பௌண்டே இழவு வீடாகக் காட்சியளித்தது. ஒவ்வொரு குடும்பத்தினரும் தங்களுக்குள்ளும், அயல் வீட்டினர்களிடத்திலும் அந்த துக்கத்தையும், வருத்தத்தையும் மாறி மாறிப் பகிர்ந்துகொண்டிருந்தனர். அங்கு வரும் அரட்டைத் தோழமைகள், புறவாசிகளான அயல் வீட்டினர், சிறார்களின் விளையாட்டுத் தோழமைகள், தெருக்காரர்கள், காலனிவாசிகள் ஆகியோருக்குத் தகவல் தெரிந்து, துக்கம் விசாரிப்பதும் தொடர்ந்தது.

தமிழகத்தில் 24-05-21 முதல் 31-05-21 வரை மேலும் ஒரு வார காலத்திற்குத் தளர்வுகளற்ற ஊரடங்கு நீட்டிக்கப்பட்டது. ஒரே நாளில் கோவை மாவட்டத்தில் பாதிக்கப்பட்டோர் எண்ணிக்கை நான்காயிரத்தை நெருங்கியது. பொள்ளாச்சியில் தினந்தோறும் 200-க்கும் மேற்பட்டோர் தொற்றால் பாதிக்கப்பட்டனர். இங்கிருந்து சுமார் மூன்று கி.மீ. அண்மையில் உள்ள மாக்கினாம்பட்டி கிராமத்தில் ஒரே வாரத்தில் 220க்கும் மேற்பட்டோர் தொற்றால் பாதிக்கப்பட்டு, இரண்டாம்

அலையில் மட்டும் மே 30-க்குள் 19 பேர் உயிரிழந்ததால், தடைசெய்யப்பட்ட கிராமமாக அறிவிக்கப்பட்டு நான்கு பகுதிகளிலும் தகர தடுப்புகள் வைத்து அடைக்கப்பட்டது.

தளர்வுகளற்ற முழு ஊரடங்கு 07-06-21 காலை 6 மணி வரை மேலும் ஒரு வார காலத்துக்கு நீட்டிக்கப்பட்டது.

ஜூன் 01 செவ்வாய் அன்று முற்பகலிலிருந்தே காரமடையானுக்கு ஏனோ சோர்வாகவே இருந்தது. அடிக்கடி கொட்டாவியும் வந்துகொண்டிருக்க, உறக்கம் போதாததால்தான் அந்தச் சோர்வு என எண்ணிக்கொண்டார்.

ஓடாத கம்பெனியில் வாட்ச்மேன் வேலைதானே! அதுவும் கேட்டுக்கு உள்ளே, கூண்டு அறைக்குள். அதனால், உட்கார்ந்தபடியே தூங்கி வழிவது ஊரடங்கு நாட்களில் வழக்கமாகவே இருந்தது. அப்படித்தான் மதியம் வரை தூங்கி வழிந்துகொண்டிருந்தார்.

மதியம் சாப்பிடுகிற நேரத்தில் பசியே இல்லை. கொண்டு வந்த உணவை உண்ணாமல், பிறகு பசித்தால் சாப்பிட்டுக்கொள்ளலாம் என விட்டுவிட்டார். அடிக்கடி தாகித்தது. எவ்வளவு தண்ணீர் குடித்தாலும் குடித்த மாதிரியே தெரியவில்லை. "அக்கினி நச்சத்தரம் மூணு நாளைக்கு மிந்தியே முடிஞ்சுருச்சு. இருந்தாலும் வெயிலு என்ன போடு போடுது! அதனாலதான் எத்தனை தண்ணி குடிச்சாலும் பத்த மாட்டீங்குது." தனக்குத்தானே வாய்விட்டுச் சொல்லிக்கொண்டார்.

நேரமாக ஆக, நாவறட்சி, வாய் உலர்தல். தண்ணீர் குடித்தும் பிரயோஜனமில்லை, வயிறும் நிரம்பிவிட்டது. "சொம்பு சொம்பாத் தண்ணி குடிச்சாலும் நாக்கு வறளுதே! என்னடாது அசுதியம்?!" என வியந்தார்.

நான்கு மணி வாக்கிலிருந்து, கடுமையான உடல் உழைப்பைச் செய்தது போல உடல் வலி. "ஆடாம, அனங்காம உக்காந்துட்டிருக்கறம். என்னத்தை வெட்டி முறிச்சம்னு இப்புடி மேலு வலிக்குது?" எனக் கேட்டுக்கொண்டார்.

ஆறே காலுக்கு வேலையிலிருந்து விடுபட்டு, சாப்பாட்டுக் கூடையை காலை நேரக் கனத்தோடே எடுத்துக்கொண்டு நடந்தார். சோர்வினால், ஆறேழு நிமிடத்தில் அடைகிற தூரத்தைக் கடக்க பத்து நிமிடங்களுக்கு மேல் ஆயிற்று.

வீடு சேர்ந்து, காப்பி வைத்துக் குடித்துவிட்டு, தொலைக்காட்சி பார்த்துக்கொண்டிருந்தார். லேசான தலைவலி தொடங்கி மெல்ல மெல்ல அதிகரித்தது. “காப்பி குடிச்சாத் தலைவலி போகும். இப்ப என்றான்னா காப்பி குடிச்சதுக்கப்பறம் தலை வலிக்குதே! இன்னைக்கு என்ன எல்லாம் ஏறுக்கு மாறாவே நடந்துட்டிருக்குது?” குழம்பியபடி எழுந்து, தொ.கா.வை அணைத்துவிட்டு, தலைவலித் தைலம் தடவிக்கொண்டார். சரியாகவில்லை. அப்புறம் பற்றுப் போட்டுப் பார்த்தார். அதற்கும் கேட்கவில்லை.

பசித்தது. சமைக்கிற நிலையில் இல்லை. இந்தத் தலைவலிக்கிடையே சமைப்பதாவது? சாப்பிடாத மதிய உணவு நன்றாக இருந்தால் அதையே சாப்பிடலாம் என டிஃபன் பாக்ஸைத் திறந்து பார்த்தார். இந்த வெயில் காலத்தில் அடுத்த நேரத்துக்குத் தாங்குவதே பெரிது. மூன்றாவது நேரத்துக்குத் தாங்குமா? நைந்துபோயிருந்தது. குப்பை பக்கெட்டில் கொட்டிவிட்டு, பாத்திரத்தைக் கழுவி வைத்தார்.

பட்டீஸ்வரன் வீட்டிற்கோ, வேலு வீட்டிற்கோ, முஸ்தாக் வீட்டிற்கோ போனால் சாப்பிடலாம். அல்லது சொன்னால் இங்கேயே கொண்டுவந்து கொடுப்பார்கள். ஆனால் இப்போது அது சரிப்படாது. உப்பு, புளி, காரம் இருக்கிறதா இல்லையா எனத் தெரியாத அளவுக்கு பத்தியச் சாப்பாடு சாப்பிடுகிறவர் அவர். எப்போதாவது ஓரிரு நேரம் அதிலிருந்து விலகுவது வழக்கம்தான். ஒறம்பறை, விருந்து எனப் போகும்போது பத்தியத்திலிருந்து மாறுபடத்தான் வேண்டியிருக்கும். ஆனால், இன்று ஏற்கனவே உடம்பு ஏறுக்கு மாறாக என்னென்னவோ செய்கிறது. இப்போது உப்பு, புளி, காரத்தோடு சாப்பிட்டு அது இன்னும் கோளாறாகிவிட்டால்...?

ப்ரட் இருந்தது. வர டீ வைத்து முக்கி நான்கு துண்டுகளை

சாப்பிட்டுவிட்டு, படுக்கை போட்டுக்கொண்டார். அடித்துப் போட்ட மாதிரி உறக்கம்.

அடுத்த நாள் காலையில் எழத் தோன்றாத அளவுக்குச் சோம்பல், உடல் வலி. தலைவலியும் விட்ட இடத்திலிருந்து தொடர்வது போல, காலங்காத்தாலயே நெற்றிப் பொட்டில் சுண்டியது. அலைபேசியில் கம்பெனிக்கு அழைத்து விடுப்பு சொல்லிவிட்டு ஓய்வெடுத்தார். தாமதமாகக் குளித்து, தலைவலி நீங்கிய பின் தாமதமாக சமைத்துச் சாப்பிட்டுவிட்டு, ஓய்வெடுத்துக்கொண்டிருந்தார்.

இவர் வேலைக்குப் போகாமல் இருப்பது எதிர்வீட்டிலிருந்து பட்டீஸ்வரன், அன்பரசு ஆகியோரின் பார்வையில் தென்பட்டு, வந்து விசாரித்தனர்.

“ஒரே ஒடம்பு வலி, அலுப்பா இருக்குதுன்னு மட்டம் போட்டுட்டேன்” என்றார்.

“ஊரடங்குல உலகமே மொடங்கிக் கெடந்தாலும் உங்குளுக்கு மொடக்கமில்ல. கடமை, கண்ணியம் தவறாம, கட்டுப்பாட்டுக்கு அடங்காம வேலைக்குப் போயிட்டு இருந்தீங்க. இப்பவாச்சும் ரெண்டு நாள் படுத்து நல்லா ரெஸ்ட்டு எடுங்க” என்றார் பட்டீஸ்வரன்.

வெளியே போவதற்காக இவ்வழி வந்த ரஞ்சிதா, முஸ்தாக் ஆகியோரும் வீடு திறந்திருப்பதைப் பார்த்துவிட்டு விசாரித்தனர்.

“முடியலீன்னிருந்துட்டு சமைக்கறக்கு சிரமப்பட்டுட்டிருக்காதீங்கய்யா. உப்பு, புளி, காரம் போடாம அம்மாகிட்ட சத்து உணவா செய்யச் சொல்லி நானே கொண்டு வந்து குடுத்துட்டுப் போறேன். நீங்க ரெடியாகற வரைக்கும் சாப்பாடு நம்ம சப்ளை” என்றான் முஸ்தாக். “வேற ஏதாவது வேணும்னாலோ, செய்யணும்னாலோ எங்கிட்ட சொல்லுங்யா” என்றாள் ரஞ்சிதா.

மதியம் முஸ்தாக் சுவையும் மணமும் நிறைந்த, காய்கறிகள் அதிகமாகவும் அரிசி குறைவாகவும் உள்ள பிரியாணியைக்

கொண்டுவந்து கொடுத்துச் சென்றான். சாயந்திரம் ரஞ்சிதா காஃபி கொண்டு வந்து கொடுத்தாள்.

எந்த வேலையும் செய்யாமல் முழுமையான ஓய்வு. தொ.கா. வும் பார்க்கவில்லை. பகல் பொழுது முழுக்க நல்ல தூக்கம். தலைவலி போய், உடல் வலியும் குறைந்திருந்தது. சோம்பல் மட்டும் தொடர்ந்தது.

“ராத்திரிலயும் நேரத்துலயே படுத்து, வெடியற வரைக்கும் கொறட்டையுட்டா, வெடியால வெடுக்குன்னு ஆயிரும். ஏன் இமயா?” இமயத்தரசியின் படத்திடம் கேட்டுக்கொண்டார்.

எட்டரைக்கு முஸ்தாக் உணவு கொண்டு வர, சாப்பிட்டுவிட்டு ஒன்பது மணிக்கே படுத்தும் விட்டார்.

பத்தே முக்காலுக்கு வயிறு கலக்கி, தூக்கத்திலிருந்து எழுப்பிவிட்டது. உணவு சேரவில்லையோ, அஜீரணமோ என நினைத்துக்கொண்டே பொதுக் கழிப்பறைக்குச் சென்றார். ஆனால், அது வயிற்றுப்போக்கு.

இரவு பதினொன்றரைக்கு, ஒன்றே காலுக்கு, நாலரைக்கு என மூன்று முறை போயிற்று. மற்ற வீடுகள் உறங்கியிருக்க, அவர் மட்டும் துர்சொப்பனம் போல விழித்துக்கொண்டிருந்தார்.

காலையில் ஆறரைக்கும், ஏழே முக்காலுக்கும் மீண்டும் சீதக் கழிசலாகப் போயிற்று. இரவிலேயே நான்கு முறை, காலையில் மீண்டும் இரு முறை என வயிற்றுப்போக்கு ஆனதினால், தசை நார்கள் நைந்தது போல் உடல் தளர்ந்துவிட்டது. நடக்கவே இயலவில்லை. இடுப்பைப் பிடித்துக்கொண்டு, கூன் போட்ட மாதிரி, ஒவ்வொரு அடியாக எடுத்து வைத்து வந்துகொண்டிருந்தார்.

ரஞ்சிதா வீட்டு நுழைவாயிலுக்கு நேராகத்தான் பொதுக் கழிப்பறைகளுக்கும் பச்சுக்காரர் வீட்டுக்கும் இடையிலான நடைவழி என்பதால், வேலுவின் பார்வையில் பட்டு, “என்னாச்சுங்யா? இடுப்பு வலியா? ரொம்ப முடியிலயா? ஆஸ்பத்திரி போகணுமா?” என விசாரித்தான்.

“இல்ல, அதெல்லாம் ஒண்ணுமில்ல. வயித்தால போச்சு, அதான்” என்றுவிட்டு நடந்தார்.

முழங்கால், கணுக்கால், கால் விரல் கணுக்கள் எங்கும் குடைச்சல். தலைசுற்றல் வருவது போலவும் இருந்தது. விழுந்துவிடக்கூடாது எனும் எண்ணத்தோடு, விளையாட்டு வாசலில் தள்ளாடி நின்றார்.

யோகா பயிற்சிகளை முடித்துவிட்டு எலுமிச்சை இஞ்சித் தேநீர் அருந்திக்கொண்டிருந்த அன்பரசுவின் பார்வையில் அது தென்படவே, பதற்றத்தோடு எழுந்து, “என்னாச்சுங்யா?” எனப் பாய்ந்து வர இருந்தான்.

கையமர்த்தி இருக்கச் செய்துவிட்டு, “நீ டென்சனாகாத சாமி. ஒண்ணும்மில்ல. ராத்திரிலருந்து ஆறு வாட்டி வகுத்தால போயிருச்சு. அதுதான் கெளை தட்டற மாற இருக்குது. இருந்தாப்புல மூட்டுக்கு மூட்டு வலி வேற. என்னுமோ முந்தா நாள்லருந்தே ஏறுக்கு மாறாவே நடந்துட்டிருக்குது” என அந்த விபரங்களையும் தெரிவித்தார்.

அன்பரசுவின் முகம் வெளிறியது.

★★★

முஸ்தாக், பாயம்மா, வேலு, ரஞ்சிதா, பட்டீஸ்வரன் குடும்பத்தார் ஆகியோர் பட்டீஸ்வரன் வீட்டில் குழுமியிருந்தனர். அனைவரின் முகங்களிலும் வருத்தம், கவலை, பயம், பீதி, குழப்பம் முதலான உணர்ச்சிகள் வெவ்வேறு விகிதாச்சாரக் கலவையில் படர்ந்திருந்தன.

“கொரோனாவைப் பொறுத்த வரைக்கும் மொதல் நாலு நாள்தான் ரொம்ப ஆபத்து. அந்தச் சமயத்துல கொரோனான்னு தெரியாமயோ, அஜாக்ரதையா இருந்தோ, சிகிச்சை எடுக்காம இருந்தா உயிருக்கே ஆபத்து. வேற எந்த நோயும் இல்லாத இளைஞர்கள், திடகாத்திரமானவங்க கூட கொரோனாவால சாகறதுக்கு முக்கிய காரணமே அதுதான். இவரு வயசானவரு. அறிகுறி தொடங்கி இன்னைக்கு மூணாவது நாள். இதுக்குள்ள

அவருக்கு பல விதமான பிரச்சனைகள் வந்துருச்சு. உருமாறுன கொரோனாவுல ஒவ்வொருத்தருக்கும் வெவ்வேற பிரச்சனைகள் வரும். இவுருக்கு எல்லாமே வந்துருச்சாட்ட இருக்குது. இனி அடுத்து என்ன வரும்னு தெரியல. நல்லவேளை, இது வரைக்கும் மூச்சுத் திணறல் வரல. அது இருந்தா ரொம்ப ஆபத்து. இவுருக்கு இருக்கறது எனக்கும் அப்பாவுக்கும் வந்த மாதிரி லேசான பாதிப்பில்ல. அம்மாவுக்கு வந்த மாதிரி தீவிர பாதிப்பு. எவ்வளவு சீக்கிரம் ஆஸ்பத்திரில சேத்தறமோ, அவ்வளவு நல்லது" என்றான் அன்பரசு.

முஸ்தாக்: "அவங்க பசங்க, புள்ளைகிட்ட சொல்ல வேண்டாமா?"

பட்டீஸ்வரன்: "சொல்லித்தான் ஆகணும். அதை அப்பறம் பாத்துக்கலாம். இப்ப சொல்லி என்ன ஆகப்போகுது? அவ்வளவு தூரந்தொலைவிலிருந்து அவுங்க உடனே வந்து ஏதாச்சும் பண்ண முடியுமா? நாமதான் பண்ணியாகணும்."

முஸ்தாக்: "அதுக்கில்லீங்ணா. ஏதாச்சு அசம்பாவிதம் ஆயிட்டா நம்மளக் குத்தம் சொல்லக் கூடாதில்ல. எங்ககிட்டக் கேட்டுட்டுத்தான் பண்ணியிருக்கோணும்னா என்ன பண்றது? அதுக்குத்தான்..."

சுசீலா: "பசங்க புள்ளைககிட்ட போகாம, இந்தக் காம்பௌண்ட்தான் என் வீடு; இங்கிருக்கறவங்கதான் எனக்கு பெத்துப் பொறப்புன்னு இருக்கறவரு அவுரு. அது அவுங்களுக்கும் தெரியுமே!"

ரஞ்சிதா: "ஆபத்துல இருக்கறவரைக் காப்பாத்தறக்கு வளி பாக்காம, சொந்த பந்தங்களுக்குச் சொல்றதா இப்ப முக்கியம்? உடனடியா ஆஸ்பத்திரிக்குக் கொண்டு போறக்கு ஏற்பாடு பண்ணணும். உங்க ஆட்டோவை எடுத்துட்டு வாங்கண்ணா. கொண்டு போயி சேத்திட்டு வந்தர்லாம்."

முஸ்தாக்: "முளு ஊரடங்குல ஆட்டோ ஓடக் கூடாதுங்கறதுனாலதான நானே வீட்டுல இருக்கறேன். ட்ரீட்மென்டுக்கு, அதுவும் கொரோனாவுக்காத்தான போறம்னாலும், ஈப்பாஸ் வேணும்பாங்களே!"

அன்பரசு: “அது மத்த காரணங்களுக்குத்தானுங்ணா. மருத்துவத்துக்காக மாவட்டம் விட்டு மாவட்டம் போறதுன்னாலும் ஈப்பாஸ் வேணும். மாவட்டத்துக்குள்ளன்னா வேண்டியதில்ல. அதுவும் நாம இங்கிருந்து ரெண்டு கிலோ மீட்டர் போறோம், அவ்வளவுதானே!”

முஸ்தாக்: “அப்புடீன்னாச் சரி. நான் ஆட்டோவை எடுத்துட்டு வந்து வாசல்ல நிறுத்தறேன். நீங்க யாராவது ஒருத்தரு அவுரைக் கூட்டிட்டு வாங்க. ஆட்டோல ரெண்டு பேருதான் இருக்கணும். அதுவும் இல்லாம, இது கொரோனா கேஸ். கூட்டிட்டு வர்றவங்களும், அவரும் டபுள் மாஸ்க் போட்டுக்கங்க. நானும் போயி வீட்டுல சொல்லிட்டு, இன்னொரு மாஸ்க் எடுத்துட்டு, ஆட்டோவை எடுத்துட்டு வந்தர்றேன்.”

அவன் சொல்லிவிட்டுச் சென்ற பின், யார் காரமடையானை மருத்துவமனைக்குக் கூட்டிச் செல்வது என்கிற கேள்வி எழுந்தது.

பட்டீஸ்வரன் குடும்பத்தில் யாரும் எதுவும் சொல்லவில்லை. அவர்களில் யாரும் அதற்குத் தயாரில்லை என்பது தெரிந்தது. முன்பே கொரோனா குறித்து மிக எச்சரிக்கையாக இருந்து, காம்பௌண்ட்க்குள் அனைத்துக் குடும்பத்தவர்களும் விலகலைக் கடைப்பிடிக்க வலியுறுத்தியது பட்டீஸ்வரன்தான். தடுப்பு வழிமுறைகள், சமூக இடைவெளி ஆகியவற்றை அதிகமாகக் கடைபிடித்தது அவரது குடும்பம்தான். அப்படியிருந்தும் இந்த வீட்டில் மூவருக்கு கொரோனா தொற்று வந்து, பிழைத்துவிட்டார்கள். இப்போது தெரிந்தே கொரோனா நோயாளியை அழைத்துச் செல்ல அவர்களில் யாரும் முன்வராதது தவறென்று சொல்லவும் முடியாது.

பாயம்மா வயதானவர், அவரை இந்தச் செயலில் ஈடுபடுத்த இயலாது.

வேலுவோ, ரஞ்சிதாவோதான் போக வேண்டும்.

“நான் போயிட்டு வந்தர்றன்” என்றான் வேலு.

ரஞ்சிதா மறுத்தாள். “குடிலயும், பீடிலயும் உனக்கு லிவரு,

நொரையீரல் கண்டிப்பா வீக்காயிருக்கும். கொரோனா கீது தொத்தீருச்சுன்னா டேஞ்சர். அதனால நானே போயிட்டு வந்தர்றேன்."

"கொஞ்சம் இரு" என்ற சுசீலா உள்ளே சென்று நான்கு முகக் கவசங்களை எடுத்துவந்து கொடுத்து, "ஜாக்கரதையாப் போயிட்டு வா!" என்றாள்.

★★★

மரவள்ளிக்காரர் குடும்பத்தினர் அவர்களின் வீட்டு வாசலில் கிழக்கே தள்ளி நின்றிருந்தனர். காம்பவுண்டில் உள்ள மற்ற பெரியவர்கள், சிறார்கள், குழந்தைகள் அனைவரும் விளையாட்டு வாசலில், தங்களுக்கிடையே அதிக சமூக இடைவெளியோடு நின்றிருந்தனர். அனைவரின் முகங்களிலும் முகக் கவசங்கள். அனைவரின் பார்வையும், திறந்துள்ள காரமடையான் வீட்டுக் கதவில்.

காரமடையான் உள்ளே கட்டிலில் படுத்திருந்தார். இரட்டை முகக் கவசங்கள் அணிந்திருந்த ரஞ்சிதா, அவரைக் கைத்தாங்கலாக எழ வைத்து இரண்டு முகக் கவசங்களை ஒன்றன் பின் ஒன்றாகக் கொடுக்க, நடுங்கும் கரங்களோடு வாங்கி சிரமப்பட்டு அவர் அவற்றை அணிந்துகொண்டார்.

"ஏனுங்யா நடுங்கறீங்க? குளுருதா?"

"இல்ல... குளுருல. ஆனா, ஏனோ நடுங்குதே! பிரசரா இருக்குமோ? முந்தா நாள்லருந்து புதுசு புதுசா ஒவ்வொரு உவாதை - ஒவுத்திரியம் வந்துட்டே இருக்குது. அடுத்திருச்சுன்னுதான் தோணுது."

"அதெல்லாம் ஒண்ணும் இல்லீங்யா. அவ்வளவு சீக்கரம் நாங்க உங்களைப் போக உட்டுருவமா? காம்பௌண்ட்காரங்க எல்லாருமே உங்களைய ஆஸ்பத்திரிக்கு வளியனுப்பறக்கு வெளிய நின்னுட்டிருக்கறாங்க."

"அப்புடியா?!"

"ஆமாங்யா. மெதுவா எந்திரிச்சு நடந்து வாங்க."

மெதுவாக எழுந்து நின்றுவிட்டார். ஆனால், கால்களை எடுத்து வைக்க இயலவில்லை. மூட்டுகளெங்கும் வலி, தசை நார்கள் இற்றுப்போனது போல தளர்வு. அதை மீறி எட்டு வைக்கப் பிரயத்தனப்பட்டபோது தடுமாறி விழுவது போலிருக்கவே, ரஞ்சிதா அவரைப் பிடித்து நிறுத்தினாள். பிறகு, குழந்தைகளை முதுகில் உப்பு மூட்டை தூக்குவது போல அவரைத் தன் முதுகில் தூக்கிச் சுமந்தபடி வெளியேறினாள்.

வெளியே காத்திருந்த கூட்டம் வியந்து பார்த்துக்கொண்டிருந்தது. ரஞ்சிதா காரமடையானைச் சுமந்துகொண்டு காம்பௌண்ட் வாசலில் நிற்கும் ஆட்டோவை நோக்கி நடந்தாள்.

★★★

(முற்றும்)

ஷாராஜ்

நவீன தாந்த்ரீக ஓவியர் மற்றும் இலக்கியவாதி. 5 சிறுகதைத் தொகுப்புகள், ஒரு கவிதைத் தொகுப்பு, ஒரு மொழிபெயர்ப்பு, இரு நாவல்கள் ஆகியவை வெளியாகியுள்ளன. சிறுகதைப் போட்டிகளில் பல பரிசுகளும், சில விருதுகளும் பெற்றவர். அமேஸான் கிண்டிலில் சில மின்னூல்களையும் வெளியிட்டுள்ளார்.

அச்சில் வெளியான நூல்கள்:

- வடக்கந்தறயில் அம்மாவின் பரம்பரை வீடு – சிறுகதைகள் (2004).
- வேலந்தாவளம் உங்களை வரவேற்கிறது – சிறுகதைகள் (2016).
- கௌதம புத்தன் கசாப்புக் கடை – கவிதைகள் (2017).
- அக்னி மற்றும் பிற கதைகள் - மலையாளப் பெண்ணிய எழுத்தாளர் ஸிதாரா.எஸ் அவர்களின் ‘அக்னியும் கதகளும்’ என்ற சிறுகதைத் தொகுப்பின் மொழிபெயர்ப்பு (2006).
- பெருந்தொற்று – நாவல் (2021)
- காலனியின் நான்காவது வீதி – சிறுகதைகள் (2021)
- வெயில் மெல்லத் தாழும் – சிறுகதைகள் (2021)
- பக்கத்து வீடு ஒளியாண்டுகளுக்கு அப்பால் – சிறுகதைகள் (2022)
- வானவில் நிலையம் – நாவல் (2022)

இணையத்தில் வெளியான நூல்கள்:

- வானவில் நிலையம் – நாவல் (2021) – பிஞ்ச் செயலி.
- கவிதைத் தொகுப்புகள், கட்டுரைகள், உலக சிறுவர் கதைகள், ஆன்மிகக் கதைகள், சமூக ஊடகப் பதிவுத் தொகுப்புகள் என பல மின்னூல்கள் அமேஸான் கிண்டிலில் வெளியிடப்பட்டுள்ளன.

பரிசுகள் மற்றும் விருதுகள்:

- சிறுகதைப் போட்டிகளில் பல பரிசுகள் மற்றும் இலக்கியச் சிந்தனை (இரு முறை), தாஸ்னா, ஜோதி விநாயகம் நினைவு விருது ஆகியவை.
- நுண்கலை ஓவியத்துக்காக கே.எம். கோபால் நினைவு விருது.
- கவிதைத் தொகுப்புக்காக நெருஞ்சி இலக்கிய விருது.
- தக்கலை இலக்கிய வட்டம் விருது.
- சிறுகதைத் தொகுப்புக்காக சௌமா இலக்கிய விருது.

www.ingramcontent.com/pod-product-compliance
Lightning Source LLC
LaVergne TN
LVHW060242051026
849517LV00005B/1691
* 9 7 8 9 3 9 5 5 1 1 2 8 5 *